ഗോൾ

മെഴുവേലി ബാബുജി

1965–ൽ ജനനം. നന്നെ ചെറുപ്പത്തിലെ എഴുതി തുടങ്ങി. ക്രൈം, സാമൂഹികം, മാന്ത്രികം, ബാലസാഹിത്യം എന്നിങ്ങനെ മൂന്നിറിലധികം നോവലുകൾ രചിച്ചു. ഇതിൽ മിന്നാമിനുങ്ങിനും മിന്നുകെട്ട് ചലച്ചിത്രമായി. ഇപ്പോഴും ആനുകാലിക പ്രസിദ്ധീകരണങ്ങളിൽ എഴുതി കൊണ്ടിരിക്കുന്നു. പല നോവലുകളും കന്നഡിയിലേക്ക് മൊഴിമാറ്റം ചെയ്തിട്ടുണ്ട്. ഹൈസ്കൂൾ അധ്യാപകനാണ്.

വിലാസം:

കാവുംപുറത്ത്, മെഴുവേലി പി.ഒ, പത്തനംതിട്ട 689507

മെഴുവേലി ബാബുജി

ഗോൾ

(ക്രൈം നോവൽ)

മാക്സ് ബുക്സ്
കോട്ടയം
2022

വില: 390 രൂപ

Goal
By Mezhuveli Babuji
Malayalam Novel
(Orginal Tittle: Vilakku)

Published by:-
MAX BOOKS
Maxlive Media Solutions Pvt Ltd.
Muppathiyil Building, Muttambalom Post,
Kanjikuzhy, Kottayam 686 004
maxlivemediasolutions@gmail.com
maxbookskerala@gmail.com
Ph: 90740 98776

Cover Design: Rajesh Chalode

Printed in India
at MAX
Edition:
First Editon November 2022
Copies: 1000
Price: Rs. 390

ISBN: 978-93-91085-48-3

മലയാളിയുടെ പൊതുവികാരമാണ് ഫുട്ബോൾ. കാൽപ്പന്തുകളിയെ നെഞ്ചേറ്റിയവർക്ക് മുന്നിലേക്ക് ഫുട്ബോൾ ഇതിവൃത്തമാക്കി ഒരു ക്രൈംനോവലുമായി എത്തുകയാണ് ജനപ്രിയസാഹിത്യത്തിലെ പ്രമുഖനായ മെഴുവേലി ബാബുജി. ഫുട്ബോൾ മത്സരത്തിനു പിന്നിലെ അണിയറക്കഥകളും ഒപ്പം താരങ്ങളുടെ ജീവിതവും വളരെ കൃത്യമായി ഈ നോവലിൽ വരച്ചിടുന്നു. ബാബുജിയുടെ മറ്റുകൃതികളിലെന്ന പോലെ വളരെ സുഗമമായി ആകാംക്ഷയോടെ ഉദ്വേഗജനകമായി വായിച്ചു പോകാവുന്ന വിധത്തിലാണ് ഈ നോവൽരചനയും.

അജീഷ് ചന്ദ്രൻ
പ്രസാധകൻ

ഒന്ന്

"ഗോൾ......" ആയിരക്കണക്കിന് കണ്ഠങ്ങളിൽ നിന്നും ഒരേ പോലെ ആ ശബ്ദമുയർന്നു.

തിങ്ങിനിറഞ്ഞിരുന്ന ഗ്യാലറികളിൽ സമുദ്രംപോലെ ജനം ഇളകിമറിഞ്ഞു.

"ഗോൾ..........ഗോൾ..........."

അവരുടെ ശരീരത്തിലെ ഓരോ അണുവിടയിലും ആ സന്തോഷം പകർന്ന് ത്രസിച്ചു.

മൈതാനത്തിന്റെ ഏതാണ്ട് മദ്ധ്യഭാഗത്തുനിന്നും ഒരു ലോംഗ് പാസ് സ്വീകരിച്ച് മുന്നോട്ട് കുതിക്കുകയായിരുന്നു പ്രതാപ്!

മുന്നിലുള്ള എതിരാളികളെ അതിസമർത്ഥമായി കബളിപ്പിച്ച് ആ പത്താം നമ്പർ ജേഴ്സിക്കാരൻ ലെഫ്റ്റ് വിംഗിലൂടെ ഓടിക്കയറുന്ന വിനോദിന് പാസ് നൽകി. പിന്നെ ഒറ്റക്കുതിപ്പിന് മുന്നിലെത്തി.

വിനോദ് ബോൾ മടക്കിക്കൊടുത്തു.

തൊട്ടുമുന്നിൽ എതിരാളികളുടെ ശക്തമായ പ്രതിരോധനിര.

അതിസമർത്ഥമായ ഒരു നീക്കം.

പ്രതിരോധനിരയിൽ വിള്ളലുണ്ടായി.

പ്രതാപ് ഒന്ന് കറങ്ങിത്തിരിഞ്ഞു.

ഇടതുകാൽകൊണ്ട് പന്തു തട്ടിയിട്ട് വലതു കാൽ കൊണ്ട് ലക്ഷ്യത്തിലേക്ക് തൊടുത്തു.

വെടിയുണ്ടയേക്കാൾ വേഗത്തിൽ സെക്കന്റ് പോസ്റ്റിലേക്ക് പാഞ്ഞ പന്ത് ഗോളിക്ക് ചലിക്കുവാൻ പോലും കഴിയും മുമ്പ് നെറ്റ് ചലിപ്പിച്ചു.

ഗോൾ.....!

നിമിഷങ്ങളോളം നീണ്ടുനിന്ന് കരഘോഷം, ആർപ്പുവിളികൾ....

കാണികൾ ആ മൂന്നക്ഷരം ഉരുവിട്ടു.

"പ്രതാപ്........ പ്രതാപ്.......... പ്രതാപ്.........."

പോലീസ് ടീമിന്റെ നിർണ്ണായക ഗോൾ............!

അതും കളി അവസാനിക്കുവാൻ മിനിട്ടുകൾ മാത്രം ബാക്കി നിൽക്കെ..........!

ഫൈനൽ മത്സരമായിരുന്നു അത്.

കഴിഞ്ഞ വർഷത്തെ ജേതാക്കളും ഗ്രൂപ്പിലെ അതികായന്മാരുമായ ബംഗാളിനെ അട്ടിമറിച്ചായിരുന്നു ആ ജയം....!

വിജയം സുനിശ്ചിതമെന്ന്ചിന്തിച്ചിരുന്ന ബംഗാളിന്റെ കളിക്കാരും കോച്ചും അക്ഷരാർത്ഥത്തിൽ നടുങ്ങുകയായിരുന്നു..............!

തങ്ങൾ തോല്ക്കുക അതിനർത്ഥം ആത്മഹത്യ ചെയ്യുക എന്നതാണ്.

തന്റെ ബൂട്സിൽ നിന്നും ഗോൾ പിറന്നതിന്റെ സന്തോഷത്താൽ കൈകൾ ഉയർത്തിപ്പിടിച്ച് ഓടിവന്ന പ്രതാപിനെ കൂട്ടുകാർ പൊതിഞ്ഞു.

കോച്ചിന്റെ മനം നിറഞ്ഞു.

ഗ്യാലറിയിലെ ശബ്ദം കുറഞ്ഞുവന്നു

വീണ്ടും വിസിൽ മുഴങ്ങി..........

കേരളത്തിനു തന്നെയായിരുന്നു പിന്നീടങ്ങോട്ട് മുൻതൂക്കം. തുടരെത്തുടരെ അവർ ആക്രമണം അഴിച്ചുവിട്ടു.

പ്രതാപിന്റെ രണ്ടാമത്തെ ഊക്കൻ അടി ബാറിൽതട്ടി മടങ്ങി. അവിടെ കണക്ടുചെയ്യാൻ ആരുമില്ലായിരുന്നു.

കോച്ച് കാർലോസ് അഭിമാനത്തോടെ തന്റെ കൂടെയിരുന്ന മറ്റ് കളിക്കാരെ നോക്കി. അവരുടെ മുഖങ്ങളിലും നിറയെ സന്തോഷമാണ്. എന്നാൽ..........

ഒരാളുടെ മുഖം മാത്രം കടന്നൽ കുത്തിയതുപോലെ വീർത്തിരിക്കുന്നത് കണ്ടപ്പോൾ അദ്ദേഹത്തിനൊന്ന് ചിരിക്കണമെന്ന് തോന്നി.

ക്യാപ്റ്റൻ ശങ്കർ.....!

കളിയുടെ അവസാനനിമിഷം അടുക്കാറാകവെയാണ് ശങ്കറിനെ മാറ്റി കാർലോസ് പ്രതാപിനെ ഇറക്കിയത്. അതിനു ഫലം ഉണ്ടാകുകയും ചെയ്തിരിക്കുന്നു...........!

കളി തുടങ്ങിയപ്പോൾ മുതൽ "പ്രതാപിനെ കളിപ്പിക്കൂ......" എന്ന് കാണികൾ വിളിച്ചു പറയുന്നുണ്ടായിരുന്നു..... എങ്കിലും ക്യാപ്റ്റൻ ശങ്കറിനെ മാറ്റുവാൻ കാർലോസ് മടിച്ചു.

അതിന് കാരണമുണ്ട്. സ്പോർട്സ് മന്ത്രി അരവിന്ദാക്ഷന്റെ അനന്തിരവനാണ് ശങ്കർ. ആ ഒറ്റക്കാരണം കൊണ്ടുതന്നെയാണ് അവൻ ടീമിൽ അംഗമായതും ക്യാപ്റ്റൻ സ്ഥാനത്തെത്തിയതും! തനിക്കു

മാത്രമായി ഒന്നും ചെയ്യാൻ കഴിയില്ലെന്ന് കോച്ചിനും ഉറപ്പുണ്ടായിരുന്നു. താൻ എന്തെങ്കിലും ചെയ്താൽ അതിനുമുകളിൽ വിലങ്ങിടുവാൻ മുകളിൽ ആൾക്കാരുണ്ട്. അതുകൊണ്ടുതന്നെയാണ് ഇവിടെ ഫുട്ബോൾ മുരടിച്ചു നിൽക്കുന്നതെന്നു കാർലോസിനറിയാം. കളിക്കാൻ അറിയാവുന്ന സമർത്ഥരായ യുവാക്കൾ കളത്തിനു പുറത്ത്!

മന്ത്രിമാരുടെയും അതുപോലെയുള്ള ഉന്നതന്മാരുടെയും മക്കൾ അകത്ത്. ശരിക്ക് പന്തടിക്കാൻപോലും അറിയാത്തവരെ ടീമിൽ ഉൾപ്പെടുത്തേണ്ടി വരുന്നു. അതാണിവിടുത്തെ അവസ്ഥ.

ഇനി മറ്റൊരു കൂട്ടരുണ്ട്. എങ്ങനെയെങ്കിലും സ്പോർട്സ് ക്വോട്ടായിൽ ഒരു ജോലി സമ്പാദിക്കുക. അതിനുശേഷം കളിക്കളത്തിൽ ഇറങ്ങുന്നതുതന്നെ അവർക്കു ബുദ്ധിമുട്ട്.

പക്ഷേ പ്രതാപ് അത്തരക്കാരനല്ലെന്ന് കാർലോസിന് നേരത്തെ തന്നെ തോന്നിയിട്ടുണ്ട്. ജീവിതം തന്നെ ഫുട്ബോളിനായി വിനിയോഗിക്കുന്നവൻ! അത്തരക്കാരെയാണ് ഇവിടെ ആവശ്യം........!

കാർലോസിന്റെ പ്രസ്റ്റീജിന്റെ പ്രശ്നമായിരുന്നു ഈ മത്സരം. അടിക്കടി തന്റെ ടീമിന് തോൽവിയാണ്. ഈ അവസ്ഥ തുടർന്നാൽ അധികം താമസിക്കാതെ താൻ ഔട്ടാകുമെന്ന് അദ്ദേഹത്തിനറിയാം. കുറ്റം തന്റെ അല്ലെങ്കിലും അത് പറയുവാൻ ആരും ഉണ്ടായിരിക്കില്ല. അതുകൊണ്ടുതന്നെയാണ് ശങ്കറെ മാറ്റി പ്രതാപിനെ പകരക്കാരനായി ഇറക്കിയത്.

ഫൈനൽവരെ ടീം എത്തിയതുതന്നെ ഒരുവിധം തട്ടിമുട്ടിയാണ്. അതുമാത്രമല്ല ഒരുവിധത്തിൽ പറഞ്ഞാൽ എതിരാളികളും മോശമായിരുന്നുതാനും.

അദ്ദേഹം വാച്ചുനോക്കി കളി തീരുവാൻ ഇനി നാലുമിനിട്ടുകൾ മാത്രം.........!

പ്രതാപ് ഒരു കൊടുങ്കാറ്റു കണക്കെ ആഞ്ഞടിക്കുകയാണ്. രണ്ടുമൂന്ന് അവസരങ്ങൾ ഇഞ്ചുകളുടെ വ്യത്യാസത്തിൽ പുറത്തുപോയി. ആദ്യം മുതലേ അവനെ ഇറക്കിയിരുന്നുവെങ്കിൽ ഇപ്പോൾ ഒരു നാലു ഗോളിന്റെ ലീഡു നേടുമായിരുന്നു.

കാണികൾ ആകാംക്ഷയോടിരിക്കുകയാണ്.

അവസാന ഇലവൻ ലിസ്റ്റ് വരുന്നതുവരെ പ്രതാപ് ടീമിലുണ്ടാവും എന്നതായിരുന്നു ഏവരുടെയും പ്രതീക്ഷ. എന്നാൽ ലിസ്റ്റ് വന്നപ്പോൾ അവൻ സബ്സ്റ്റിട്ട്യൂട്ട്. ആൾക്കാരിൽ പ്രതിഷേധം ഉയർന്നു. പത്രക്കാർ തുറന്നെഴുതി. ലിസ്റ്റിൽ അഴിമതി നടന്നിട്ടുണ്ടെന്ന്....എല്ലാ കുറ്റങ്ങളും കോച്ച് കാർലോസിൽ കെട്ടിവയ്ക്കപ്പെട്ടു. അദ്ദേഹം

ഒന്നും പറഞ്ഞില്ല.

ഗ്യാലറിയിൽ സ്ത്രീകൾക്കിടയിൽ രണ്ട് തിളക്കമുള്ള കണ്ണുകൾ ആകാംക്ഷയോടെ പ്രതാപിനെത്തന്നെ ഉറ്റുനോക്കിയിരിക്കുകയായിരുന്നു.......!

മുഖ്യമന്ത്രി ശിവദാസിന്റെ മകൾ മീര.....!

പ്രതാപിന്റെ കാലുകൾ ചലിക്കുന്നതു കാണുമ്പോൾ തന്നെ അവളുടെ ഹൃദയം ധൃതിയിൽ മിടിക്കും. ഈ ഒരു നിമിഷത്തിനുവേണ്ടി അവൾ എത്ര കൊതിച്ചതാണെന്നോ? പ്രതാപ് ഗോളടിക്കുന്നത് കാണുവാൻ.....

അവൾ കളി കാണാൻ പോന്ന വിവരം ശിവദാസന് അറിയില്ല.... ആരു അറിയാതിരിക്കാനാണ് അവൾ ഗ്യാലറിയിൽ അഭയം തേടിയതുതന്നെ.....!

പ്രതാപ് ഗോളടിച്ചപ്പോൾ ഒന്ന് നൃത്തം ചെയ്യണമെന്നുപോലും തോന്നിയതാണ് മീരയ്ക്ക്. മീരയും പ്രതാപും കോളേജിൽ ഒന്നിച്ചു പഠിച്ചതാണ്. അതിനിടയിൽ അവന് പോലീസ് ടീമിൽ അവസരം കിട്ടുകയായിരുന്നു. ഇപ്പോഴും പ്രതാപ് പഠിക്കുന്നുണ്ട്. അവളും അവനുമായുള്ള അടുപ്പം ആർക്കുമറിയില്ല. അവളുടെ കൂട്ടുകാരികൾക്കുപോലും.....!

കളി തീരുവാൻ ഒരു മിനിട്ടുമാത്രം.....

പോലീസ് ടീമിന് അനുകൂലമായ ഒരു കോർണർകിക്ക്.....!

കിക്കെടുത്തത് പ്രതാപനാണ്.

വിനോദ് നേരെ അത് പോസ്റ്റിലേക്ക് തൊടുത്തു. പക്ഷേ ഗോളി മുന്നോട്ടു കുതിച്ച് ബോൾ തട്ടിക്കളഞ്ഞു. ഒരു ബംഗാൾ കളിക്കാരന്റെ ശരീരത്തിൽ മുട്ടി അത് വന്നുവീണത് പ്രതാപന്റെ മുന്നിൽ.....

പ്രതാപ് പന്തുമായി കുതിച്ചു.

ഒരു സെക്കന്റ്! കാണികൾ ഗ്യാലറിയിൽ എണീറ്റുനിന്നു.

ആവേശം മുറ്റിനിന്ന ഒരു നിമിഷം.

പ്രതാപ് പോസ്റ്റിലേക്ക് ആഞ്ഞടിക്കാൻ ഭാവിക്കുകയായിരുന്നു. പിന്നിലൂടെവന്ന ബംഗാൾ സ്ട്രൈക്കർ അവന്റെ കാലിൽത്തട്ടി വീഴ്ത്തി.

കാണികൾ നിശബ്ദരായ ഒരു നിമിഷം.

റഫറി ഫൗൾ വിസിൽ മുഴക്കുന്നതിനുമുമ്പ് തന്നെ പക്ഷേ അത് സംഭവിച്ചു.

പ്രതാപ് തറയിൽ ഉരുണ്ടുതിരിഞ്ഞു.

തൊട്ടുമുന്നിൽ ബോൾ.....

കിടന്നുകൊണ്ടുതന്നെ ഒറ്റയടി.........
മുന്നോട്ടു കുതിച്ച ഗോളിക്ക് ലക്ഷ്യം പിഴച്ചു.
രണ്ടാമതും നെറ്റ് ചലിച്ചു.....!
"ഗോൾ......"
ആൾക്കാർ അലറിപ്പറഞ്ഞു.
ശങ്കറിന്റെ മുഖം വിളറിവെളുത്തു.
കോച്ച് കാർലോസ് ചാടിയെണീററു.
മറ്റു കളിക്കാരും....
ശങ്കർ ഒന്നുംകാണുന്നുണ്ടായിരുന്നില്ല....
കാതുകളിൽ ആൾക്കാരുടെ ആരവം തുളഞ്ഞിറങ്ങി....അവൻ പല്ലുകൾ കൂട്ടിഞെരിച്ചു.
"ബാസ്റ്റാർഡ്സ്"
എല്ലാം മറന്ന് മീര ഗ്യാലറിയിൽ എണീറ്റു നിന്നു. കൈലേസ് ഉയർത്തി വീശി...
ബോൾ വീണ്ടും മൈതാനമദ്ധ്യത്തിലെത്തി.
സെക്കന്റുകൾ......റഫറിയുടെ ലോംഗ് വിസിൽ മുഴങ്ങി.
കളി അവസാനിച്ചു.
കോച്ച് കാർലോസ് ഗ്രൗണ്ടിലേക്ക് ഓടി
"മോനേ......" പ്രതാപിനെ കെട്ടിപ്പിടിച്ച് അദ്ദേഹം തന്റെ നെഞ്ചിലേക്ക് ചേർത്തു. "നീ എന്റെ മാനം കാത്തെടാ......." അദ്ദേഹം കരയുകയായിരുന്നു.
ആനന്ദക്കണ്ണീർ!
പ്രതാപും കരഞ്ഞുപോയി.
കളിക്കാർ മുഴുവൻ അവനെ കെട്ടിപ്പിടിച്ചു. അഭിനന്ദിച്ചു. ഫോട്ടോഗ്രാഫേഴ്സിന്റെ ക്യാമറകൾ അതിദ്രുതം മിന്നി.
ഒരാൾമാത്രം പ്രതാപിന്റെ അരികിലേക്ക് വന്നില്ല. ഒന്നും പറഞ്ഞുമില്ല....ശങ്കർ!
എങ്കിലും പ്രതാപ് അടുത്തുചെന്നു. ആ മുഖത്തേക്ക് നോക്കി ചിരിച്ചു.
ആജന്മശത്രുവിനെ കാണുന്നതുപോലെ ശങ്കർ അവനെ തറച്ചു നോക്കി. പിന്നെ തല വെട്ടിത്തിരിച്ചു.
പ്രതാപ് വല്ലാതെയായി.
ഈ അവഗണന അവൻ പ്രതീക്ഷിച്ചിരുന്നതല്ല. ശങ്കർ ക്യാപ്റ്റനായിട്ടുള്ള പോലീസ് ടീമിന്റെ ജയം അവനുകൂടി അഭിമാനിക്കത്തക്കതാണ്. എന്നിട്ടും......!

പകയായിരുന്നു ശങ്കറുടെ മനസ്സുനിറയെ. എങ്ങനെയും പ്രതാപിനെ തറപറ്റിക്കണമെന്ന് അവന്റെ കുടിലമനസ്സ് തീരുമാനിച്ചു കഴിഞ്ഞിരുന്നു.

ട്രോഫി ഏറ്റുവാങ്ങുന്നതിനായി ശങ്കർ വേദിയിലേക്ക് കയറിയപ്പോൾ കാണികൾക്കിടയിൽനിന്നും അപസ്വരങ്ങൾ ഉയർന്നു.

അവൻ അവരെ വലതുകൈയുടെ നടുവിരൽ കാണിച്ചു.

ജനങ്ങൾ രോഷംകൊണ്ടു.

“അവനെ പുറത്താക്കണം”

“അഹങ്കാരിയെ വെടിവെച്ചുകൊല്ലണം....” എന്നിങ്ങനെയുള്ള കമന്റുകൾ ഉയർന്നു.

കാർലോസിന്റെ മുഖം വല്ലാതെയായി.

ശങ്കർ കാണിച്ചത് ഒരാൾക്കും ചേരാത്ത ഒരു കാര്യമാണ്. അച്ചടക്കമുള്ള ഒരു ടീമന്റെ ക്യാപ്റ്റനിൽ നിന്നു കൂടിയാണിത് ഉണ്ടായിരിക്കുന്നത്. ഇങ്ങനെയുള്ള ഒരാളെ ടീമിൽ വച്ചുകൊണ്ടിക്കുക പോലുമരുത്. തനിക്ക് വേണമെങ്കിൽ ഇപ്പോൾത്തന്നെ ഇവനെ പുറത്താക്കം.....

പക്ഷേ........

ശങ്കറിനുള്ള പിൻബലം കാർലോസിന് അറിയാമായിരുന്നു..........!

ശങ്കർ ട്രോഫി ഏറ്റുവാങ്ങി.

കളിക്കാരെയും കോച്ചിനെയും ഒന്നിച്ചുനിർത്തി ഫോട്ടോഗ്രാഫേഴ്സ് അനേകം സ്നാപ്പുകൾ എടുത്തു.

പ്രസ് റിപ്പോർട്ടേഴ്സ് പ്രതാപിനെ വളഞ്ഞു.

“ആദ്യം മുതലേ പുറത്തിരിക്കേണ്ടിവന്നതിന് പ്രതാപ് എന്തു പറയുന്നു?”

അവൻ മെല്ലെ ചിരിച്ചു

“ഞാൻ ഫിറ്റാണോ അല്ലയോ എന്ന് തീരുമാനിക്കേണ്ടത് കോച്ചാണ്. അദ്ദേഹം പുറത്തിരിക്കാൻ പറഞ്ഞാൽ ഞാൻ ഇരിക്കും കളിക്കാൻ പറഞ്ഞാൽ കളിക്കും...”

“പ്രതാപിനെ പുറത്തിരുത്തിയതിനു പിന്നിൽ ചില വൻശക്തിയുടെ കരങ്ങൾ പ്രവർത്തിച്ചിരുന്നുവോ എന്ന കാര്യത്തിൽ ഞങ്ങൾ സംശയമുണ്ട്. താങ്കൾക്ക് അതേപ്പറ്റി എന്താണ് പറയാനുള്ളത്?”

“എനിക്കൊന്നും അറിയില്ല...”

“താങ്കളോട് ശത്രുതയുള്ളവർ ടീമിൽ ഉണ്ടെന്ന് പറഞ്ഞാൽ നിഷേധിക്കുമോ?”

“തീർച്ചയായും”

"എന്തുകൊണ്ട്?"

"ഞങ്ങൾ ഒരു ടീമിന്റെ ആകെ പ്രയത്നത്തിന്റെ തുകയാണ് വിജയം. ആരു ഗോളടിച്ചാലും ജയം എല്ലാവർക്കും കൂടി അവകാശപ്പെട്ടുതുതന്നെ. ഒരാൾ മാത്രം വിചാരിച്ചാൽ വിജയിക്കാനാവില്ല. ഒന്നിച്ചു നിന്നാലേ വിജയിക്കൂ..."

പത്രക്കാർ പിന്നെയും എന്തൊക്കെയോ ചോദിച്ചുകൊണ്ടിരുന്നു. പ്രതാപ് അതിനൊക്കെ മറുപടി നൽകി. ആർക്കും ദ്രോഹമൊന്നും ഉണ്ടാകാത്ത രീതിയിൽ.

ട്രോഫിയുമായി അവർ മടക്കയാത്രക്കൊരുങ്ങി. തങ്ങൾ താമസിച്ചിരുന്ന ഹോട്ടലിൽ എത്തിച്ചേർന്നു.

ഒരു ദിവസത്തെ വിശ്രമം. വീണ്ടു പ്രാക്ടീസ് ആരംഭിക്കുകയാണ്.

അടുത്തമാസം 'ഗോൾഡ് ട്രോഫി' തുടങ്ങും.

വമ്പൻമാരൊക്കെ പങ്കെടുക്കും. ഇതുപോലെ ജയിച്ചുപോരാൻ കഴിഞ്ഞെന്നു വരില്ല.

ഹോട്ടലിൽ വച്ചാണ് അവർ മറ്റൊരു കാര്യം അറിയുന്നത്. മുഖ്യമന്ത്രി കളിക്കാർക്ക് അൻപതിനായിരം രൂപ വീതം ക്യാഷ് അവാർഡ് നൽകുവാൻ തീരുമാനിച്ചിരിക്കുന്നു.

ഇപ്പോൾ യാത്ര തിരിച്ചാൽ ഒരു മണിക്കൂറിനുള്ളിൽ പ്രതാപിന് വീട്ടിലെത്താം.

അവൻ ബാത്ത്റൂമിൽ കയറി. കുളി കഴിഞ്ഞ് തിരികെ വരുമ്പോൾ മുറിയാകെ പുകയാണ്. വല്ലാത്തൊരുതരം ഗന്ധം അവിടെ തങ്ങിനിൽക്കുന്നു.

അവൻ അവരെ കണ്ടു.

ശങ്കറും മറ്റു രണ്ടുപേരുംകൂടി കഞ്ചാവു പുകച്ചു തള്ളുകയാണ്.

അവന് വല്ലായ്മ തോന്നി.

ശങ്കർ അവനെ കണ്ടു കഴിഞ്ഞു.

ആ കണ്ണുകൾ കൂടുതൽ ചുവന്നു...!

രണ്ട്

ശങ്കറുടെ കണ്ണുകളിൽ നിറഞ്ഞുനിന്നിരുന്ന രോഷം പ്രതാപ് വായിച്ചറിഞ്ഞു. പക്ഷേ ഒന്നും പറയുവാൻ പോയില്ല. വെറുതെ ഉടക്ക് ഉണ്ടാക്കുന്നതിനോട് അവന് താല്പര്യമില്ലായിരുന്നു.

അവരെ കാണാത്ത ഭാവത്തിൽ തന്റെ ബാഗിൽ നിന്നും വസ്ത്ര

ങ്ങൾ പുറത്തെടുത്തു.
"ഹീറോ നാട്ടിലേക്ക് പുറപ്പെടുകയാവും..." ശങ്കർ പുച്ഛിച്ചു.
അതിനും അവൻ പ്രതികരിച്ചില്ല.
രണ്ടുമൂന്നുകവിൾ പുകകൂടി വിഴുങ്ങിയിട്ട് ശങ്കർ എണീറ്റ് അവന്റെ തൊട്ടുമുന്നിൽ വന്നു നിന്നു.
"എന്നെ തോല്പിച്ചൂന്നുള്ള ഊറ്റമുണ്ടാകും നിനക്ക്..."
"എന്തിന്?" പ്രതാപൻ ചിരിക്കാൻ ശ്രമിച്ചു.
"അറിയില്ലേ...നിനക്ക് പത്താം നമ്പർ ജേഴ്സി കോച്ച് കനിഞ്ഞു തന്നപ്പോഴേ ഞാൻ വിചാരിച്ചതാ നിങ്ങളു തമ്മിൽ ഏതാണ്ട് അഡ്ജസ്റ്റുമെന്റുണ്ടെന്ന്. ഇന്ന് എനിക്കതുറപ്പാകുകയും ചെയ്തു..."
"ശങ്കർ പറയുന്നതൊന്നും എനിക്ക് മനസ്സിലാകുന്നില്ല. ഞങ്ങൾ എന്തു ചെയ്തെന്നാണ്?"
"ഒന്നും ചെയ്തില്ല പാവങ്ങൾ...എന്നെ മനഃപൂർവ്വം അയാൾ പുറത്താക്കിയതല്ലേ? നിന്നെ ഷൈൻ ചെയ്യിക്കാൻ. അതേതായാലും സാധിച്ചല്ലോ?" കഞ്ചാവ് ലഹരി അവന് ശരിക്കേറ്റിരുന്നു.
"ഒക്കെ ശങ്കറുടെ തോന്നലുകൾ മാത്രമാണ്. നമ്മുടെ ജയത്തിൽ ഏറെ സന്തോഷിക്കേണ്ടത് ക്യാപ്റ്റനായ ശങ്കറല്ലേ?"
"ക്യാപ്റ്റൻ....ഫൂ....അതും നിനക്കുതന്നെ തരാനായിരിക്കും ആ കെളവന്റെ മനസ്സിൽ..."
കോച്ച് കാർലോസും മറ്റു കളിക്കാരും ഈ സംഭാഷണം കേട്ടുകൊണ്ട് അവിടേക്ക് വന്നു.
"എന്താണിവിടെ?"
"എന്തവായാലെന്താ...." എന്ന് പിറുപിറുത്തുകൊണ്ട് ശങ്കർ ഇറങ്ങിപ്പോയി. പിന്നാലെ കൂട്ടുകാരും.
ആ പോക്ക് നോക്കി കാർലോസ് അല്പനേരം നിന്നു. പിന്നെ തിരിഞ്ഞ് പ്രതാപിനോട് പറഞ്ഞു.
"താൻ ഇതൊന്നും കാര്യമാക്കണ്ട. അവന് ശരിക്കും അസൂയയാ. അവന് കഴിയാത്തത് മറ്റൊരാൾക്ക് കഴിയുന്നു എന്നുള്ള അസൂയ."
പ്രതാപ് ഒന്നും പറയാതെ വേഷം മാറി യാത്രയ്ക്ക് തയ്യാറായി.
അടുത്ത പ്രഭാതം
"കൊച്ചേട്ടാ ഇതു കണ്ടോ?" ഇളയപെങ്ങൾ സാവിത്രി വന്ന് കുലുക്കി വിളിച്ചപ്പോഴാണ് പ്രതാപ് കണ്ണു തുറന്നത്.
"എന്താടി?"
"കൊച്ചേട്ടന്റെ ഫോട്ടോ കണ്ടോ...." അവൾ പത്രം നീട്ടി.

"എവിടെ നോക്കട്ടെ..."

അവൻ പത്രം വാങ്ങി.

മുൻപേജിൽത്തന്നെ ഫോട്ടോയും വാർത്തയുമുണ്ട് "പോലീസിന്റെ രക്ഷകൻ" എന്നാണ് ഫോട്ടോയ്ക്ക് അടിക്കുറിപ്പ് കൊടുത്തിരിക്കുന്നത്.

അതോടൊപ്പം തന്നെ ക്യാപ്റ്റൻ ശങ്കറുടെ അഹങ്കാരത്തെക്കുറിച്ചും പൊതുജനങ്ങളെ വലതുകൈയുടെ നടുവിരൽ ഉയർത്തിക്കാണിച്ചതിനെപ്പറ്റിയുമൊക്കെ ഉണ്ടായിരുന്നു.....

സ്പോർട്സ് മന്ത്രിയുടെ അനന്തിരവനായതിനാലാണ് എല്ലാവരും അവന്റെ തോന്ന്യാസങ്ങൾക്ക് കൂട്ടുനില്ക്കുന്നതെന്നു പത്രങ്ങൾ തുറന്നെഴുതിയിരുന്നു.

പ്രതാപിനെ അവസാനനിമിഷം ഇറക്കിയതുകൊണ്ടുമാത്രമാണ് വിജയമെന്നും എഴുതാൻ അവർ മടിച്ചില്ല.

പ്രതാപിന്റെ വൃദ്ധരായ മാതാപിതാക്കളും സഹോദരങ്ങളുമൊക്കെ ഈ വാർത്തകൾ വായിച്ച് പുളകംകൊണ്ടു.

ഒരിക്കലും വയറു നിറയെ ഭക്ഷണം കഴിക്കാനില്ലാതിരുന്ന റെയിൽവേ പുറമ്പോക്കിലെ ഒരു കുടിലിലായിരുന്നു പ്രതാപിന്റെ ജനനം. അഞ്ചു സഹോദരിമാർക്ക് ഏക സഹോദരൻ. നാലുപെൺകുട്ടികൾ പ്രതാപിനെക്കാൾ മൂതിർന്നവരും സാവിത്രി ഏറ്റവും ഇളയതും.

സഹോദരിമാരെ ആരെയും ഇനിയും കെട്ടിച്ചയച്ചിട്ടില്ല....

മറ്റ് കുടിലുകളിലെ കുട്ടികളുടെ കൂടെ വൈക്കോൽ ചുരുട്ടിയുണ്ടാക്കുന്ന പന്തിൽ കളിച്ചായിരുന്നു തുടക്കം. കൂലിപ്പണിക്കുപോയി അച്ഛനമ്മമാർ അവനെ സ്കൂളിലയച്ചു. അവിടുത്തെ ഫിസിക്കൽ എഡ്യുക്കേഷൻ ടീച്ചറിന് അവന്റെ ഇന്നത്തെ ഈ വളർച്ചയിൽ നല്ലൊരു പങ്കുണ്ട്. അവനിൽ ഉറങ്ങിക്കിടന്നിരുന്ന വാസനയെ കണ്ടെത്തി പ്രോത്സാഹിപ്പിച്ചത് അദ്ദേഹമായിരുന്നു.

പത്താംതരം ക്ലാസ്സോടുകൂടി പസ്സായ അവൻ കോളേജിലെത്തി. ആദ്യവർഷം തന്നെ കോളേജ് ടീമിൽ അംഗമായി....അതൊരു നല്ല തുടക്കമായിരുന്നു. പിന്നീടിതുവരെ പരാജയം എന്തെന്ന് പ്രതാപ് അറിഞ്ഞിട്ടില്ല....

"കാപ്പി കുടിക്കെടാ..." മൂത്ത ചേച്ചി ഒരു ഗ്ലാസ്സ് കടുംകാപ്പിയുമായി വന്നപ്പോഴാണ് അവൻ പത്രത്തിൽ നിന്നും തലയുയർത്തിയത്.

അറിയാതെ നോട്ടം ചേച്ചിയുടെ ശിരസ്സിലേക്ക് പാളി വീണു.

അവിടവിടെ വെള്ളി രേഖകൾ.....

പ്രതാപിന് വല്ലായ്മ തോന്നി. ചേച്ചിക്ക് ഇപ്പോൾ നാല്പത് വയസ്സെങ്കിലുമായിക്കാണും. ഇന്നും മാംഗല്യം ഒരു സ്വപ്നമായി മാത്രം കൊണ്ടുനടക്കുന്നവൾ....

അവൻ കാപ്പി വാങ്ങി

രേണുക പുറത്തേക്കു പോയി

കാപ്പി ഊതിക്കുടിക്കുമ്പോൾ അമ്മ കടന്നുവന്നു. മകന്റെ അരുകിൽ കിടക്കയോട് ചേർന്നിരുന്നു. “ഞങ്ങൾ ക്ലബ്ബിലെ ടിവിയിലൂടെ നിന്റെ കളി കണ്ടെടാ...” അഭിമാനത്തോടെ ആ അമ്മ അറിയിച്ചു.

പ്രതാപിന്റെ ശരീരത്തിൽ കുളിരുണ്ടായി.

കുറച്ചപ്പുറത്തെ ബാപ്പുജി മെമ്മോറിയൽ സ്പോർട്സ് ക്ലബ്ബിൽ ടി.വി.യുണ്ട്.

“അമ്മേ...” പ്രതാപ് വിളിച്ചു “മുഖ്യമന്ത്രി കളിക്കാർക്ക് അൻപതിനായിരം രൂപ വീതം അവാർഡായി തരുന്നുണ്ട്. ആ പണം കിട്ടിയാലുടനെ നമുക്ക് രേണുകചേച്ചിയുടെ വിവാഹം നടത്തണം”

“മോനേ....” ആ അമ്മയുടെ മിഴികൾ നിറഞ്ഞു. ഒരേപോലെ വളർന്നുനില്ക്കുന്ന നാലു പെൺകുട്ടികൾ! അവരിൽ ഒരാളുടെയെങ്കിലും കഴുത്തിൽ താലികെട്ടുന്നത് കാണുവാനുള്ള അധമ്യമായ ആഗ്രഹം ആ വൃദ്ധയുടെ മനസ്സിൽ ഉറഞ്ഞുകൂടിയിട്ട് വർഷങ്ങൾ എത്ര കഴിഞ്ഞിരിക്കുന്നു.

“എടാ പ്രതാപേ... അവനെണീറ്റില്ലേ ഇതുവരെ” പുറത്തെ ശബ്ദം കേട്ടപ്പോൾത്തന്നെ അവന് ആളെ പിടികിട്ടി.

പഞ്ചു

അവന്റെ ആത്മാർത്ഥ സുഹൃത്ത്. പത്താംക്ലാസ്സുവരെ ഒരുവിധം തട്ടിമുട്ടിപ്പോയി. പിന്നെ ആയുധം താഴെ വച്ചിട്ട് ഇപ്പോൾ ഒരു പ്രൈവറ്റ് ബസ്സിലെ കിളിയാണ്.

“അളിയോ.....” അവൻ അകത്തേക്ക് കയറിവന്നു. പ്രകടനം കലക്കി. എന്തൊരു ഷൂട്ടായിരുന്നെടാ?”

അവൻ കിടക്കിയിൽ നിന്നു പ്രതാപിനെ വലിച്ചുപൊക്കി.

“അങ്ങനെയങ്ങു കിടന്നാലോ?”

അമ്മ പുറത്തേക്കു പോയി.

“അളിയനെ തട്ടിവീഴ്ത്തിക്കഴിഞ്ഞപ്പോൾ തറയിൽ കിടന്നൊരു കളി കളിച്ചല്ലോ...ഞാൻ പോലും അത്രയും ചിന്തിച്ചിരുന്നില്ല....”

“ങ്ഹാ”

‘അതേടാ. നിനക്ക് ഗുരുത്വമുണ്ട്. എന്റെ കാൽക്കൽ വച്ച വെറ്റി

ലയും അടയ്ക്കയ്ക്കും പിഴവു പറ്റിയിട്ടില്ല..."

"എങ്ങനെയെങ്ങനെ...?"

"ഓക്കെ റൈറ്റ്..."

"അതങ്ങ് ഫുട്ബോർഡിൽ നിൽക്കുമ്പഴ്..."

പ്രതാപ് ചിരിച്ചു.

"നീ വരുന്നില്ലേ പുറത്തേക്ക്, ഞാനിന്ന് ലീവെടുത്തിരിക്കുകയാ. എല്ലാവർക്കും നിന്നെക്കുറിച്ചേ പറയാനുള്ളൂ. റെയിൽവേയ്ക്ക് അപ്പുറത്തുള്ള കാണാൻ കൊള്ളാവുന്ന പെൺപിള്ളേർ മുഴുവൻ അളിയനെ അഭിനന്ദിക്കാൻ കാത്തിരിക്കുകയാ...."

"എന്റെ ദൈവമേ..."

"എന്താടാ?"

"എല്ലാവരുടെയും അഭിനന്ദനം കഴിയുമ്പോൾ ഞാൻ ഉണ്ടാകുമോ?"

"സംശയമാണ്"

പ്രതാപ് രാവിലെ ഒന്നു കുളിച്ചു. ഭക്ഷണം കഴിച്ചിട്ട് വേഷം മാറി പഞ്ചുവിനോടൊപ്പം ഇറങ്ങി. അവരുടെ കൂട്ടുകാരുടെ വീടുകളിലും മറ്റും കയറിയിറങ്ങിയായിരുന്നു ആ യാത്ര.....

** ** **

"നീ ഇതൊന്നും എന്നോട് പറഞ്ഞിട്ട് യാതൊരു പ്രയോജനവുമില്ല. ക്യാപ്റ്റൻ ആണെന്നും പറഞ്ഞിരുന്നാൽ പോര. കളിക്കാൻ കഴിയണം..."

"അങ്കിൾ....ഞാൻ...." ശങ്കർ വല്ലാതെയായി.

"കളി മുഴുവൻ സമയം ഞാനും കണ്ടതാ. ശരിക്കും പറഞ്ഞാൽ ആ പ്രതാപ് എന്തൊരു കളിയായിരുന്നു?"

"അല്ലെങ്കിലും എന്റെ കാര്യം വരുമ്പോൾ അങ്കിൾ ഇങ്ങനെയാ..."

"ഞാൻ എന്തു ചെയ്യണമെന്നാണ് നീ പറയുന്നത്?" സ്പോർട്സ് മന്ത്രി അരവിന്ദാക്ഷൻ കണ്ണട നേരെ വച്ചു. "ഇനി എന്തായാലും അവനെ കളിപ്പിക്കാതിരിക്കാൻ പറ്റില്ല. ജനങ്ങൾ ഞങ്ങളെ കല്ലെറിഞ്ഞുകൊല്ലും..."

"അപ്പോൾ ഞാൻ ടീമിൽ നിന്നും പുറത്തുപോയാലും വേണ്ടില്ല എന്നർത്ഥം"

"അതിപ്പോ ഞാൻ അങ്ങനെയൊന്നും പറഞ്ഞില്ലല്ലോ. നിങ്ങളുടെ ടീമിലെ ഏറ്റവും നല്ല കളിക്കാരനെ കളിപ്പിക്കരുതെന്ന് പറഞ്ഞാൽ...."

"തക്കതായ കാരണം ഉണ്ടാക്കിയാൽ അവനെ ടീമിൽ നിന്നും പുറത്താക്കാൻ കഴിയില്ലേ? അല്ലെങ്കിൽ കുറേക്കാലത്തേക്ക് വിലക്ക് കൊടുക്കാനാവില്ലേ?"

സ്വതേ ചെറിയ കണ്ണുകൾ കുറേക്കൂടി ചെറുതാക്കി സ്പോർട്സ് മന്ത്രി അനന്തിരവനെ തുറിച്ചു നോക്കി.

"വെറുതെ ഒരു മനുഷ്യനെ ചതിക്കണോ?"

"വേണം. ഒന്നു നശിച്ചെങ്കിലേ മറ്റൊന്നിനു വളമാകൂ"

മന്ത്രി മിണ്ടിയില്ല. അച്ഛനും അമ്മയും ചെറുപ്പത്തിലെ നഷ്ട പ്പെട്ട അവനെ സ്വന്തം മകനായിത്തന്നെയാണ് അദ്ദേഹം വളർത്തി യത്. കാരണം മന്ത്രി പത്നിക്ക് ഒരു കുട്ടിക്ക് ജന്മം നൽകാനുള്ള കഴിവ് ഉണ്ടായിരുന്നില്ല....

മന്ത്രിയുടെ മൗനം ശങ്കറിന് ഉത്തേജകമാരുന്നായി. അവന്റെ കുടി ലബുദ്ധിയിൽ പല തന്ത്രങ്ങളും തെളിയുവാൻ തുടങ്ങി.....

** ** **

"ഐസ്ക്രീം പാർലറിന്റെ മൂലയിൽ അവർ ഇരുന്നു. പ്രതാപും മീരയും. വൈകിട്ട് ഒരുവിധത്തിൽ പഞ്ചുവിനെ ഒഴിവാക്കിയാണ് അവൻ അവിടെയെത്തിയത്.

മാസങ്ങൾക്കുശേഷമാണ് ഈ കൂടിക്കാഴ്ച

കോച്ചിംഗ്ക്യാമ്പിൽ എത്തിക്കഴിഞ്ഞാൽ പിന്നീടുള്ള നിയമങ്ങൾ കഠിനമാണ്. തന്റെ അറിവോ സമ്മതമോ കൂടാതെ ആരും പുറത്തു പൊയ്ക്കൂടാ എന്നതാണ് കോച്ച് കാർലോസിന്റെ നിർദ്ദേശം.

പിന്നെ വല്ലപ്പോഴും വീണുകിട്ടുന്ന ഇത്തരം അവസരങ്ങളാണ് പ്രതാപിനും മീരയ്ക്കും ആകെയുള്ളത്.

ഐസ്ക്രീം നാവിൽവെച്ചുകൊണ്ട് അവൾ വിടർന്ന് മിഴികളോടെ അവനെ നോക്കി.

മനോഹരിയായിരുന്നു മീര. സ്നേഹത്തിന്റെ നിറകുടം....സൗന്ദ ര്യവും ദയയും ഒത്തിണങ്ങിയവരെ കണ്ടുകിട്ടാൻ ബുദ്ധിമുട്ടാണ്. പക്ഷേ മീര അത്തരത്തിലായിരുന്നു.

"എന്താ ഇങ്ങനെ നോക്കുന്നത്?" പ്രതാപ് തിരക്കി

"ഇന്നലെ ഞാനുമുണ്ടായിരുന്നു അവിടെ...."

"എവിടെ?"

"തിങ്ങി നിറഞ്ഞ ഗ്യാലറിയിൽ...."

"ഉവ്വോ...." അവനത് വിശ്വസിക്കുവാൻ കഴിഞ്ഞില്ല

അവൾ തലകുലുക്കിക്കൊണ്ട് തലമുടി പിന്നോട്ടൊതുക്കി.

"നാളെ മുതൽ 'ഗോൾഡ് കപ്പി'നുവേണ്ടിയുള്ള കോച്ചിംഗ് തുടങ്ങുകയാ..."

അതുകേട്ടതേ അവളുടെ മുഖം വാടി.

"ഞാൻ വിചാരിച്ചു ഇത്തവണയെങ്കിലും ഒരാഴ്ചയുണ്ടാവുമെന്ന്"

അവൻ ചിരിച്ചു.

"അങ്ങനെ കാണുന്നത് കുഴപ്പമാ. മുഖ്യമന്ത്രിയുടെ മകളെ ഞാൻ പ്രേമിക്കുന്നുവെന്ന് ആരെങ്കിലും അറിഞ്ഞാൽ പിന്നീട് ഞാനുണ്ടാവില്ല"

"അതൊക്കെ വെറുതെ തോന്നുന്നതാ. ഇന്നലെയും രാത്രിയിൽ ഡാഡി പ്രതാപിനെ പുകഴ്ത്തി സംസാരിക്കുകകൂടി ചെയ്തു. പോലീസ് ടീമിന്റെ മുത്താണുപോലും പ്രതാപ്" അവളും ചിരിച്ചു.

"കാര്യമൊക്കെ ശരിയാ. മാങ്ങയുടെ പുളിയറിയണമെങ്കിൽ അണ്ടിയോടുക്കണം.."

"പിന്നെ പിന്നെ...."

ഏറെ നേരം അവിടെ ഇരുന്നതിനുശേഷമാണ് അവർ പിരിഞ്ഞത്.

പ്രതാപ് ബാപ്പുജി മെമ്മോറിയൽ സ്പോർട്സ് ക്ലബ്ബിലെത്തി കുറേ നേരം ഇരുന്നു. പഞ്ചുവും മറ്റും അവിടെയുണ്ടായിരുന്നു.

നേരം ഇരുട്ടിക്കഴിഞ്ഞു.

"ഇനി ഞാൻ ഇറങ്ങുകയാ" പ്രതാപ് എണീറ്റു

"ഞാൻ കൂടി വരാം അളിയാ കൂട്ടിന്"

"വേണ്ടെടാ ഞാൻ പൊയ്ക്കോളാം"

അവൻ വേഗം ഇരുട്ടിലൂടെ നടന്നു. വെളുപ്പിനെ യാത്ര തിരിക്കാനുള്ളതാണ്.

റെയിൽവേ ട്രാക്കിനരുകിലേക്ക് പോകുന്ന ഇടുങ്ങിയ റോഡിലെത്തിയപ്പോൾ പൊടുന്നനെ പിന്നിൽ നിന്നും ഒരു വാഹനം പാഞ്ഞുവന്ന് അവന്റെ അരുകിൽ ബ്രേക്ക് ചെയ്തു. ഒരു ജീപ്പ്.

പ്രതാപ് ഒരു വശത്തേക്കൊഴിഞ്ഞു.

പെട്ടെന്ന് ജീപ്പിൽ നിന്നു നാലഞ്ചുപേർ ചാടിയിറങ്ങി

"നീയല്ലേടാ ഫുട്ബോൾ കളിക്കാരൻ പ്രതാപ്?"

"നീ വലിയ ഗോളടി വീരനാണ് അല്ലേടാ?"

പ്രതാപ് നടുങ്ങി

എന്താണിവരുടെ ഉദ്ദേശം

"ഇനി അവൻ ഗോളടിക്കുന്നതൊന്നു കാണട്ടെ. നോക്കി

നിൽക്കാതെ അടിച്ചോടിക്കെടാ അവന്റെ കാലുകൾ...."
കൂട്ടത്തിൽ ആരോ അലറി.

മൂന്ന്

അവർ തന്റെ നേരെ ഓടിയടുക്കുന്നത് വല്ലാത്തൊരു ഞെട്ടലോടെ പ്രതാപ് കണ്ടു. അവരുടെ കൈകളിൽ ഇരുമ്പുവടിപോലെ തോന്നിക്കുന്ന എന്തൊക്കെയോ ഇരിപ്പുണ്ടായിരുന്നു.

അവർ തന്നെ അടിച്ചുകൊല്ലുമെന്ന് പ്രതാപിനുറപ്പായി. ഇത്രയും പേരോട് പിടിച്ചുനില്ക്കാനും കഴിയില്ലെന്നവനറിയാം.

പിന്നെ മറ്റൊന്നുമാലോചിച്ചില്ല

ഒറ്റയോട്ടമായിരുന്നു....

"വിടരുതവനെ...." പിന്നിൽ ഗർജ്ജനം. തനിക്കാറിയാവുന്ന ഊടിവഴികളിലൂടെ അവൻ ഓടി. പിന്നിൽ കരിയിലകൾ ഞെരിഞ്ഞമരുന്ന ശബ്ദം കേൾക്കാമായിരുന്നു....

ഒരു വിധത്തിൽ അവൻ റെയിൽവേട്രാക്കിനരുകിലെത്തി.

വടക്കുനിന്നും ഒരു ട്രെയിൻ പാഞ്ഞുവന്നു.

അവിടെ വെളിച്ചം പരന്നു

അപ്പുറം കടക്കാൻ കഴിഞ്ഞില്ല. ട്രെയിൻ അടുത്തെത്തിക്കഴിഞ്ഞിരുന്നു.

അവൻ തിരിഞ്ഞുനോക്കി.

തൊട്ടുപിന്നിൽ കാളക്കൂറ്റനെപ്പോലെ ഒരാൾ! ഒഴിഞ്ഞുമാറുവാൻ അവസരം കിട്ടിയില്ല.

അടിവീണു

പ്രതാപിന്റെ നിലവിളി ട്രെയിനിന്റെ ശബ്ദത്തിൽ ലയിച്ചുചേർന്നു. ബാക്കിയുള്ളവരും ഓടിയെത്തി.

പ്രതാപിന് തറയിൽ നിന്നെണീക്കാൻ കഴിഞ്ഞില്ല.

ട്രെയിൻ കടന്നുപോയി.

തൊട്ടപ്പുറത്തെ ഗേറ്റ് കീപ്പർ അവന്റെ നിലവിളി കേട്ടു.

റോഡിലൂടെ വന്ന ചില കാൽനടക്കാരും അവിടെയുണ്ടായിരുന്നു.

എല്ലാവരുംകൂടി നിലവിളകേട്ട ഭാഗത്തേക്കു കുതിച്ചു. അവർ വിചാരിച്ചത് ആരെയോ ട്രെയിനിടിച്ചുവെന്നാണ്.

അവർ ഓടിയടുക്കുന്നത് അക്രമികൾ കണ്ടു.

"വരിൻ..."

അവർ ഇരുളിലേക്ക് ഊളിയിട്ടു

ഓടിയെത്തിയവർ ആ രംഗം കണ്ട് അമ്പരന്നുപോയി...

ഗേറ്റ് കീപ്പർ ടോർച്ചിന്റെ വെളിച്ചത്തിൽ ആളിനെ മനസ്സിലാക്കി.

"ഇത് പ്രതാപനല്ലേ?"

തിരിച്ചറിയാത്ത വിധത്തിൽ ചോരയിൽ കുളിച്ചു കിടക്കുകയായിരുന്നു അവൻ! ചെറിയ ഞരക്കം മാത്രമുണ്ട്...

"വെള്ളം...വെള്ളം..."

** ** **

പ്രതാപ് കണ്ണുതുറക്കുമ്പോൾ അരികിൽ കോച്ച് കാർലോസ് ഇരിക്കുന്നതാണ് കണ്ടത്.

താൻ ഹോസ്പിറ്റലിലാണെന്ന് മനസ്സിലാക്കുവാൻ അവന് ഏതാനും നിമിഷങ്ങൾ വേണ്ടിവന്നു. എന്താണുണ്ടായതെന്ന് അവന് നേരിയ ഓർമ മാത്രമേ ഉള്ളൂ..... ആദ്യം ഏറ്റ അടികൊണ്ടുതന്നെ തലയ്ക്ക് മരവിപ്പു ബാധിച്ചു കഴിഞ്ഞിരുന്നു....

"പ്രതാപ്...." കാർലോസ് മെല്ലെ വിളിച്ചു.

അവൻ മൂളി. ഒപ്പം തന്നെ ആ കണ്ണുകൾ നിറയുകയും ചെയ്തു. മുറിയുടെ വാതിൽക്കൽ പോലീസുകാർ കാവൽ നില്പുണ്ടായിരുന്നു.

"ഈ അവസ്ഥയിലും നിന്നോട് എനിക്കൊരു സന്തോഷ വർത്തമാനം പറയാനുണ്ട്..."

പ്രതാപ് കാതോർത്തു

"നിനക്ക് ഹെഡ്കോൺസ്റ്റബിളായി പ്രമോഷൻ കിട്ടിയിരിക്കുന്നു..."

ഇത്രയും നാൾ അവൻ കോൺസ്റ്റബിൾ റാങ്കായിരുന്നു...

അവന്റെ മുഖത്ത് ഒരു തെളിച്ചമുണ്ടായി

"എങ്ങനെയായിരുന്നു മോനെ സംഭവം?"

"അവർ നാലഞ്ചുപേരുണ്ടായിരുന്നു. ഞാൻ ഫുട്ബോൾ കളിക്കുന്നതിനോട് എതിർപ്പുള്ളവർ. ഞാൻ അവർക്ക് പിടികൊടുക്കാതെ ഓടി രക്ഷപെട്ടതാണ്. പക്ഷേ അപ്പോൾ ആ ട്രെയിൻ വന്നതാണു കുഴപ്പമായത്..." തനിക്ക് ഓർമ്മയുള്ള സംഭവം അവൻ ചുരുക്കിപ്പറഞ്ഞു.

"ജീപ്പിന്റെ നമ്പർ നോട്ടു ചെയ്തിരുന്നോ?"

"അതിനുള്ള സാവകാശം കിട്ടിയില്ല..."

കാർലോസ് ചിന്തിച്ചിരുന്നു. ഇത് അത്ര ചെറിയ സംഭവമായി അദ്ദേഹത്തിനു തോന്നിയില്ല. ആസൂത്രിതമായ ഒരു നീക്കം തന്നെയുണ്ട് ഇതിനുപിന്നിൽ.

"ഇരുപത്തിനാലു മണിക്കൂറിനുള്ളിൽ കുറ്റവാളികളെ അറസ്റ്റു ചെയ്യണമെന്നാണ് മുഖ്യമന്ത്രി ഉത്തരവു പുറപ്പെടുവിച്ചിരിക്കുന്നത്. ഈ സംഭവത്തിൽ വളരെ അസ്വസ്ഥനാണ് അദ്ദേഹം. ഒരു മണിക്കൂർ മുമ്പും നിനക്ക് ബോധം വീണ്ടുകിട്ടിയോ എന്ന് എന്നോട് ഫോണിലൂടെ തിരക്കിയിരുന്നു...."

മീരയും ഈ വിവരം അറിഞ്ഞിട്ടുണ്ടാവുമെന്ന് അവൻ ചിന്തിച്ചു.

പിന്നെ പെട്ടെന്നെന്തോ ഓർമ്മിച്ചിട്ടെന്നവണ്ണം അവൻ കാർലോസിനെ നോക്കി തിടുക്കത്തിൽ വിളിച്ചു.

"സർ"

"എന്താ മോനെ?"

"എന്റെ കാലുകൾക്ക് എന്തെങ്കിലും കുഴപ്പം?"

"ദൈവം രക്ഷിച്ചു. നിന്റെ കാലുകൾക്ക് യാതൊരു കുഴപ്പവും ഇല്ല"

പ്രതാപിന് അതിൽക്കവിഞ്ഞ ഒരാഹ്ലാദവും ഉണ്ടായിരുന്നില്ല.

ശിരസ്സിനുണ്ടായ മുറിവുണങ്ങിക്കൊള്ളും. എന്നാൽ ഒരു ഫുട്ബോളറെ സംബന്ധിച്ചിടത്തോളം അവന്റെ കാലുകൾക്കാണ് ഏറെ പ്രാധാന്യം.

സർക്കിൾ ഇൻസ്പെക്ടർ വില്യംസും ഏതാനും കോൺസ്റ്റബിൾസും കടന്നുവന്നു

കാർലോസ് എണീറ്റു പുറത്തേക്കു പോയി. വില്യംസ് പ്രതാപിൽ നിന്നും കാര്യങ്ങൾ ചോദിച്ചു മനസ്സിലാക്കി.

ഹോസ്പിറ്റലിനു മുന്നിൽ സൈറനിട്ടുകൊണ്ട് ഒരു പോലീസ് ജീപ്പും അതിനു തൊട്ടുപിന്നാലെ ബെൻസ് കാറും വന്നുനിന്നു.

പോലീസുകാർ പെട്ടെന്ന് പുറത്തിറങ്ങി. അവിടെ നിന്നിരുന്ന ആൾക്കാരുടെ നെറ്റി ചുളിഞ്ഞു. കാക്കിക്കുപ്പായങ്ങൾക്കു പകരം നീല നിറത്തിലുള്ള വസ്ത്രങ്ങളായിരുന്നു അവർക്ക്. കയ്യിൽ യന്ത്രത്തോക്കുകൾ.

"ബ്ലൂക്യാറ്റ്സ്" ആരോ പിറുപിറുത്തു.

അടുത്തകാലത്ത് മുഖ്യമന്ത്രിയുടെ സംരക്ഷണത്തിനുമാത്രമായി രൂപം കൊടുത്തതാണ് 'ബ്ലൂക്യാറ്റ്സിനെ'

ബെൻസ് കാറിന്റെ പിൻസീറ്റിൽ നിന്നും മുഖ്യമന്ത്രി ശിവദാസനും മകൾ മീരയും ഇറങ്ങി. മുൻസീറ്റിൽ നിന്നും യന്ത്രത്തോക്കേന്തിയ മറ്റൊരാളും.

അവർ നേരെ ഹോസ്പിറ്റലിലേക്ക് നടന്നു.

പ്രതാപിന്റെ റൂമിൽനിന്നും പുറത്തേക്കു വരികയായിരുന്ന സി.

ഐ. വില്യംസും മറ്റും തൊട്ടുമുന്നിൽ അപ്രതീക്ഷിതമായി മുഖ്യമന്ത്രിയെ കണ്ടപ്പോൾ ഒന്നുപരുങ്ങി. എങ്കിലും വേഗത്തിൽ അറ്റൻഷനായി നിന്ന് സല്യൂട്ട് ചെയ്തു.

"സർ"

മുഖ്യമന്ത്രിയുടെ കണ്ണുകൾ സി.ഐ.യുടെ മുഖത്തു തറഞ്ഞു.

"അക്രമികളെക്കുറിച്ച് എന്തെങ്കിലും സൂചനകൾ...?"

"സർ....തേടിക്കൊണ്ടിരിക്കുന്നു"

അദ്ദേഹം ഒന്നമർത്തിമൂളി

കാർലോസ് മുഖ്യമന്ത്രിയെ സ്വീകരിച്ചു.

അദ്ദേഹം പ്രതാപിന്റെ മുഖത്തുനോക്കി ചിരിച്ചുകൊണ്ട് കസേരയിൽ ഇരുന്നു. തൊട്ടുപിന്നിൽ അയാളെത്തന്നെ ഉറ്റുനോക്കിക്കൊണ്ട് മീരയും. അപ്പോൾ അവർ അപരിചിതത്വം ഭാവിച്ചു.

മുറിയുടെ വാതിൽക്കൽ ബ്ലൂക്യാറ്റ്സ് കാവൽനിന്നു

"എങ്ങനെയുണ്ട് പ്രതാപാ?" മുഖ്യമന്ത്രി തിരക്കി

അവൻ ചിരിക്കാൻ ശ്രമിച്ചു.

"താൻ ഒന്നുകൊണ്ടും വിഷമിക്കണ്ട. ഇനി തനിക്ക് ഒന്നും സംഭവിക്കാതെ ഞാൻ ശ്രദ്ധിച്ചുകൊള്ളാം."

"സാർ"

"കുറ്റവാളികളെ എത്രയുംവേഗം അറസ്റ്റു ചെയ്യണമെന്ന് ഞാൻ നിർദ്ദേശിച്ചിട്ടുണ്ട്. ഏതുഭാഗത്തുനിന്നാണ് ആക്രമണമുണ്ടായതെന്നു നമുക്കു മനസ്സിലാക്കി വേണ്ടതു ചെയ്യാം."

അദ്ദേഹം തിരിഞ്ഞ് കാർലോസിനെ നോക്കി.

"നിങ്ങക്ക് ശത്രുവിനെക്കുറിച്ച് എന്തെങ്കിലും ധാരണകളുണ്ടോ? ഐ മീൻ ടീമിനുള്ളിൽ എതിരാളികൾ ആരെങ്കിലും?"

കാർലോസിന്റെ മനസ്സിൽ ആദ്യം തെളിഞ്ഞത് ശങ്കറുടെ മുഖമാണ്. പക്ഷേ അവനിൽ നിന്നും ഇത്തരം ഒരു ആക്രമണം ഉണ്ടാകുമെന്ന് അദ്ദേഹവും വിശ്വസിക്കുന്നില്ല. കാരണം മനസ്സിൽ വൈരാഗ്യമുണ്ടായിരിക്കാം. എന്നാലും ഒരു സഹപ്രവർത്തകനോട് ഇങ്ങനെ പ്രതികാരം തീർക്കുമോ?

കാർലോസ്, പ്രതാപിനെ നോക്കി. അവൻ കണ്ണടച്ചുകാണിച്ചു. അരുതാത്തതൊന്നും പറയരുതേയെന്ന്....

"അങ്ങനെ ശത്രുക്കളായി ആരും ഉണ്ടെന്ന് തോന്നുന്നില്ല സർ... പിന്നെ മനുഷ്യരല്ലേ...ഒരാളുടെ ഉയർച്ചയിൽ മനസ്സുകൊണ്ട് ഇഷ്ടപ്പെടാത്തവർ ഉണ്ടാവുക സ്വാഭാവികമാണല്ലോ...."

"പ്രതാപിന്റെ ഹോസ്പിറ്റൽ ചെലവിലേക്ക് ഞാൻ പതിനായിരം

രൂപകൂടി നല്കുന്നുണ്ട്"

"താങ്ക്യൂ സാർ"

മുഖ്യമന്ത്രിയുടെ പിന്നിൽ നിന്നിരുന്ന മീരയ്ക്ക് ഒന്നുറക്കെ പൊട്ടിക്കരയണമെന്ന് തോന്നിയതാണ്. തലയിൽ വച്ചുകെട്ടുമായുള്ള അവന്റെ കിടപ്പ്. അവളുടെ ചങ്കു തകർന്നു.... ഏതു നിമിഷവും ഒരു പൊട്ടിത്തെറിക്കൽ ഉണ്ടാകാമെന്ന് ആ മുഖം കണ്ടാൽ തോന്നുമായിരുന്നു. പ്രതാപിന് അത് മനസ്സിലായി.

"ങാ, പ്രതാപ്, പരിചയപ്പെടുത്താൻ മറന്നു. ഇത് എന്റെ മകൾ മീര. തന്റെയൊരു ഫാനാണ് കേട്ടോ"

മീര കൈ കൂപ്പി

പ്രതാപ് ചിരിച്ചു.

ഏതാണ്ട് പതിനഞ്ചു മിനിട്ടോളം അവിടെ കഴിഞ്ഞതിനുശേഷമാണ് മുഖ്യമന്ത്രി തിരിച്ചുപോയത്. വാതില്ക്കൽ എത്തിയപ്പോൾ മീര ഒന്നുകൂടി തിരിഞ്ഞുനോക്കി. കാർലോസ് കാണാതെ പ്രതാപ് കണ്ണിറുക്കി.

പോലീസ് ടീമിൽപ്പെട്ട കളിക്കാരിൽ ഒരാളൊഴികെയുള്ളവർ പ്രതാപിനെ കാണാനെത്തി.

ശങ്കർ മാത്രം വന്നില്ല.

കാർലോസ് അന്നത്തെ ദിവസം മുഴുവൻ അവന്റെ കിടയ്ക്കകരുകിലായിരുന്നു.

വിനോദാണ് പ്രതാപിന്റെ വീട്ടിൽനിന്നും എല്ലാവരെയും ഹോസ്പിറ്റലിൽ കൊണ്ടുവന്നതും തിരിച്ചു കൊണ്ടുപോയതു. അമ്മയെമാത്രം ഹോസ്പിറ്റലിൽ നിർത്തി. വാതിൽക്കൽ പോലീസുകാരുണ്ട്. എന്തെങ്കിലും ആവശ്യമുണ്ടെങ്കിൽ അവരോട് പറഞ്ഞാൽ മതി.

വീടിനടുത്തുവച്ചായിരുന്നു സംഭവമെങ്കിലും നേരം പുലർന്നശേഷമാണ് പ്രതാപിന്റെ വീട്ടുകാർ സംഗതി അറിഞ്ഞത്.

റെയിൽവേട്രാക്കിനടുത്തുനിന്നും എവിടെയോ പോയി മടങ്ങുകയായിരുന്ന ഒരു കാറിലാണ് അവനെ ഹോസ്പിറ്റലിൽ എത്തിച്ചത്. വിവരമറിഞ്ഞയുടനെ പോലീസ് പാഞ്ഞെത്തുകയായിരുന്നു.

കേരളത്തിലെ ഏറ്റവും മികച്ച ഫുട്ബോളറെയാണ് ആക്രമിച്ചിരിക്കുന്നത്. അതുകൊണ്ടുതന്നെ ഇനിയും എന്തെങ്കിലും ഉണ്ടായാലോ എന്നു വിചാരിച്ചാണ് പോലീസ് കാവൽ വേണമെന്ന് ഐ. ജി. തീരുമാനിച്ചത്.

അപരിചിതരായ ആരെയും മുറിയിൽ കയറ്റിവിടേണ്ടെന്നും ഉത്ത

രവിട്ടു.

ഉച്ചയോടുകൂടി മുറിയിലേക്ക് ഓടിക്കയറിവന്ന പഞ്ചുവിനെയും സുഹൃത്തുക്കളെയും പോലീസ് തടഞ്ഞു.

"ഞങ്ങൾ പ്രതാപിന്റെ കൂട്ടുകാരാ" പഞ്ചു പറഞ്ഞു "അവനൊരു അപകടം ഉണ്ടായാൽ അത് ഞങ്ങൾക്കു സംഭവിച്ചതുപോലെയാണ്..."

"കാര്യമൊക്കെ ശരിതന്നെ... പക്ഷേ അപരിചിതരെ മുറിയിലേക്ക് കടത്തിവിടരുതെന്നാ ഞങ്ങൾക്ക് ഓർഡർ കിട്ടിയിരിക്കുന്നത്...."

"ഞങ്ങൾ അപരിചിതരല്ലല്ലോ..."

"എന്നാരു പറഞ്ഞു? ഞങ്ങൾക്ക് നിങ്ങളെ അറിയില്ല..."

"നിങ്ങളെന്തിനാ അറിയുന്നെ? നിങ്ങളല്ലല്ലോ പേഷ്യന്റ്?"

പോലീസുകാർ അവരെ തുറിച്ചുനോക്കി.

അപ്പോഴാണ് പഞ്ചു കണ്ടത് പ്രതാപിന്റെ അമ്മ കിടക്കയ്ക്കരുകിലിരിക്കുന്നു.

"അമ്മേച്ചിയെ ഞങ്ങളാ..."

അമ്മ തിരിഞ്ഞുനോക്കി. പിന്നെ വാതിൽക്കൽ വന്ന് പോലീസുകാരോട് പറഞ്ഞു.

"ഇവരു ഞങ്ങടെ പിള്ളേരാ സാറന്മാരേ..."

പിന്നീടാണ് അവർക്ക് പ്രവേശനം കിട്ടിയതി.

"ഞാൻ കൂട്ടുവരാമെന്ന് പറഞ്ഞപ്പോൾ നീ വേണ്ടെന്നു പറഞ്ഞു. അല്ലെങ്കിൽ ഇങ്ങനെ വല്ലതും സംഭവിക്കുമായിരുന്നോടാ? പഞ്ചു അവനെ കുറ്റപ്പെടുത്തി.

പ്രതാപ് ചിരിച്ചു

"ഇനി വേണമെങ്കിൽ സാറന്മാരു പൊയ്ക്കൊള്ളു. ഞങ്ങൾ ഇവിടെത്തന്നെ കാണും. ഒരുത്തനും ഇവിടെ ചലിക്കത്തില്ല"

"ഫ. റാസ്കൽ...."പോലീസുകാരുടെ ക്ഷമ നശിച്ചിരുന്നു.

"പെട്ടെന്ന് ഇവിടെനിന്നും സ്ഥലം കാലിയാക്കിക്കോണം"

പഞ്ചു ഭയന്നുപോയി

അവൻ എന്തോ പറയാൻ ഭാവിച്ചു.

പോലീസുകാർ ശബ്ദിക്കരുതെന്ന് ആംഗ്യം കാണിച്ചു.

അധികനേരം നിൽക്കാതെ പഞ്ചുവും കൂട്ടുകാരും അവിടെ നിന്നും പോകുകയും ചെയ്തു.

പ്രതാപും വിനോദും മാത്രം മുറിയിലുള്ള ഒരു അവസരം

"എന്നാലും ആരായിരിക്കുമെടാ പ്രതാപേ ഇത് ചെയ്തത്? സത്യം പറ, നിനക്ക് വല്ല സംശയവും തോന്നുന്നുണ്ടോ?"

"ശങ്കർ അങ്ങനെ ചെയ്യിക്കുമോ?"

"എനിക്കും സംശയമില്ലാതെയില്ല. ഏതായാലും ഇനി എപ്പോഴും അവന്റെ മേൽ ഒരു കണ്ണുവേണം"

"ഗോൾഡ് ട്രോഫിക്കുവേണ്ടി എനിക്ക് കളിക്കാൻ പറ്റുമോടാ?"

"നീയെന്ത് ഭ്രാന്താ ഈ പറയുന്നത്? ഒരു മാസംകൊണ്ട് നിന്റെ ആരോഗ്യം പൂർണ്ണമാകുമോ. അടുത്ത വർഷവും വരുമല്ലോ ഗോൾഡ് ട്രോഫി...."

"എന്നാലും...എന്റെയൊരു ആഗ്രഹമായിരുന്നെടാ...ഒരു കളിയിൽ പങ്കെടുക്കാൻ കഴിഞ്ഞില്ലെങ്കിൽ ഞാൻ ഒരു തവണ പരാജയപ്പെട്ടു എന്നർത്ഥം"

"വിഷമിക്കാതെടാ" വിനോദിനും വല്ലായ്മ തോന്നി "നിനക്ക് ഇങ്ങനെ സംഭവിച്ചതിനാൽ കോച്ചിംഗ് തുടങ്ങുന്നത് രണ്ടു ദിവസ ത്തേക്ക് നീട്ടി വച്ചിരിക്കുകയാണ്. നാളെ കഴിഞ്ഞ് ഞങ്ങൾ ക്യാമ്പിൽ ജോയിൻ ചെയ്യണം.."

വല്ലാത്ത നിരാശ തോന്നി പ്രതാപിന്.

ഒരു പോലീസുകാരൻ അകത്തേക്ക് വന്ന് അറിയിച്ചു.

"സ്പോർട്സ് മന്ത്രി വരുന്നു...."

നാല്

ദിവസങ്ങൾ നാലഞ്ചു കഴിഞ്ഞു. 'ഗോൾഡ് ട്രോഫി' ക്കുവേ ണ്ടിയുള്ള കോച്ചിംഗ് ക്യാമ്പ് സജീവമായതിനാൽ കോച്ച് കാർലോസും കളിക്കാരുമെല്ലാം അവിടേക്ക് പോയിക്കഴിഞ്ഞിരുന്നു.

പ്രതാപ് എല്ലാം ഓർത്തുകൊണ്ട് ആശുപത്രിനിൽ കഴിഞ്ഞു. ആ കോച്ചിംഗ് ക്യാമ്പിൽ പങ്കെടുക്കാൻ കഴിയാതിരുന്നത് പ്രതാ പിന് വല്ലാത്ത ഒരുതരം ആഘാതമായിരുന്നു... 'ഗോൾഡ് ട്രോഫി' മത്സരത്തിൽ വെറും ഒരു കാഴ്ചക്കാരനായി പുറത്തിരിക്കേണ്ടി വരി ക... ചിന്തിച്ചപ്പോൾത്തന്നെ സമനില കൈവിട്ടുപോകുന്നത് അവ നറിഞ്ഞു.

അമ്മയാണ് ഇപ്പോഴും ആശുപത്രിയിൽ അവന്റൊപ്പം. വീട്ടിൽ നിന്ന് ദിവസവും ആരെങ്കിലും വരും. ഇടയ്ക്കിടെ പഞ്ചുവും.

മുഖ്യമന്ത്രി പറഞ്ഞതുപോലെ തന്നെ സ്പോർട്സ് മന്ത്രിയും അവനോട് പറഞ്ഞിരുന്നു. കുറ്റവാളികളെ ഉടനെ കണ്ടെത്തി ശിക്ഷി ക്കുമെന്ന്. പക്ഷേ ഇത്രയും ദിവസങ്ങളായിട്ടും സംശയത്തിന്റെ പേരിൽപോലും ആരെയും അറസ്റ്റു ചെയ്തിട്ടില്ല.

ഇതിനിടെ ഒരു പത്രം എഴുതി. ബംഗാളിലെ മാഫിയാക്കാരാണ് പ്രതാപിനെ മർദ്ദിച്ചതെന്ന്. അവരുടെ സംസ്ഥാനത്തെ തോൽപ്പിച്ചതിന്റെ പ്രതികാരമായി. പത്രം വായിച്ചപ്പോൾ പ്രതാപ് ചിരിച്ചുപോയി.

സ്പോർട്സ് മാഗസിനുകളിലൊക്ക് അവന്റെ വിവിധ ഭാവങ്ങളിലുള്ള കളർ ഫോട്ടോകൾസ്ഥാനം പിടിച്ചു. ഒപ്പം അവനെ വാനോളം പുകഴ്ത്തിക്കൊണ്ടുള്ള വാർത്തകളും. ഇന്ത്യൻ 'മറഡോണ' യാണ് പ്രതാപെന്ന് അവർ തുറന്നെഴുതി. അവന്റെ ഈ ഉയർച്ചയിൽ പലർക്കും അതൃപ്തിയുണ്ടെന്നും....

എട്ടാം ദിവസം പ്രതാപിന്റെ ശിരസ്സിലെ സ്റ്റിച്ചുകൾ എടുത്തു.

“ഡോക്ടർ... എനിക്ക് ഈ ആഴ്ചതന്നെ പ്രാക്ടീസ് തുടങ്ങാമോ?” അവൻ ആകാംക്ഷയോടെ തിരക്കി.

“നോ...നോ...” ഡോക്ടർ വിലക്കി

“ഒരു മാസത്തെ ബെഡ് റെസ്റ്റെങ്കിലും വേണം”.

പ്രതാപിന്റെ മുഖം മങ്ങി

ഡോക്ടർ തോളിൽ തട്ടി ആശ്വസിപ്പിച്ചു.

“പ്രതാപിന്റെ നന്മയ്ക്കുവേണ്ടിയല്ലേ പറയുന്നത്...”

അവൻ ഒന്നു പറഞ്ഞില്ല.

പത്താം ദിവസം പ്രതാപിനെ ഡിസ്ചാർജ്ജു ചെയ്തു. വീട്ടിലും പോലീസ് സംരക്ഷണം വേണോയെന്ന് സി.ഐ. വില്യംസ് വന്നു തിരക്കി.

“വേണ്ട സാർ” ഉത്തരം കൊടുത്തത് പഞ്ചുവാണ്. “ഇനി ഇവന്റെ നേരെ ആരെങ്കിലും വന്നാൽ ഞങ്ങൾ നോക്കിക്കൊള്ളാം”

സി.ഐ. അവനെയൊന്നു നോക്കി.

“പോലീസ് പ്രൊട്ടക്ഷൻ വേണ്ട സാർ...” പ്രതാപും പറഞ്ഞു. അങ്ങനെ അവൻ വീട്ടിലേക്ക് മടങ്ങി. കൂട്ടുകാർ ആരെങ്കിലും ഒരാൾ മിക്കവാറും അവിടെ കാണും. അതുമാത്രമല്ല പുറമ്പോക്കിലെ മറ്റ് വീടുകളിൽ ഉണ്ടായിരുന്നവർക്കും എപ്പോഴും ശ്രദ്ധയായി. ഇനി ആരെങ്കിലും വന്നാൽ അവിടെ നിന്നും രക്ഷപെടില്ലെന്ന് ഉറപ്പായിരുന്നു., അവരുടെ ഇടയിൽ നിന്നും ഒരു മനുഷ്യൻ ഉന്നതങ്ങളിലേക്കുയരുന്നതിന്റെ അഭിമാനമായിരുന്നു ഓരോരുത്തർക്കും...

ദിവസങ്ങൾ ഇഴഞ്ഞുനീങ്ങി.

ഒരുച്ചനേരത്ത് ഹെൽമറ്റ് ധരിച്ച ഒരു മനുഷ്യൻ ആ മുറ്റത്ത് ബൈക്ക് നിർത്തി.

പ്രതാപും പഞ്ചുവും കൂടി വീടിന്റെ തിണ്ണയിലിരുന്ന് സംസാരി

ക്കുകയായിരുന്നു.

പഞ്ചു പെട്ടെന്ന് അരയിൽ നിന്നും കത്തി വലിച്ചെടുത്തു.

വന്നിരിക്കുന്ന ആൾ ആരാണെന്ന് എങ്ങനെ അറിയും?

ആഗതൻ ഹെൽമറ്റ് മാറ്റി.

“എന്താ പഞ്ചു ഇത്? താൻ എന്നെ കുത്തിമലർത്താൻ ഭാവിക്കുകയാണോ?”

ആളിനെ കണ്ടപ്പോൾ പഞ്ചു ചമ്മിപ്പോയി.

സി.ഐ. വില്യംസ്....

ഇരുവരും ഇരിപ്പിടങ്ങളിൽ നിന്നും എഴുന്നേറ്റു.

“ഇങ്ങോട്ടിരിക്കാം സാർ...”

“വേണ്ട...വേണ്ട..അതിനൊന്നും സമയമില്ല. ഇതു തരാനാണ് ഞാൻ വന്നത്” വില്യംസ് ഒരു കവർ പ്രതാപനു നേരെ നീട്ടി.

അവൻ അതു വാങ്ങി തുറന്നുനോക്കി.

അൻപതിനായിരം രൂപയുടെ ചെക്ക്!

മുഖ്യമന്ത്രി പ്രഖ്യാപിച്ച പണം....

“എങ്കിൽ ഞാൻ പോകട്ടെ....”

“സാർ, എന്തെങ്കിലും കുടിക്കാതെപോലും...”

“താങ്ക്സ്. ഇനിയൊരിക്കലാവട്ടെ”

അയാൾ ബൈക്കിൽ കയറി

“പഞ്ചുവാണ് ബോഡിഗാർഡ്, അല്ലേ കൊള്ളാം” വില്യംസ് ചിരിച്ചു. അവരും അതിൽ പങ്കുചേർന്നു.

ബൈക്ക് അകന്നുപോയി.

ഇനി രേണുകചേച്ചിയുടെ വിവാഹം വച്ചു താമസിപ്പിച്ചുകൂടാ.

അന്നുതന്നെ അവൻ അച്ഛനോട് വിവരം പറഞ്ഞു.

അടുത്ത ദിവസം തന്നെ ദല്ലാൾ രാഘവൻ അവിടെയെത്തി കുറെ ഫോട്ടോകൾ കാണിച്ചു.

“കാര്യമൊക്കെ കൊള്ളാം” പ്രതാപ് പറഞ്ഞു “ചെറുക്കൻ നല്ല സ്വഭാവമുള്ളവൻ ആയിരിക്കണം. അതുപോലെ ആർഭാടങ്ങളൊന്നുമില്ലാതെയേ വിവാഹം നടക്കൂ. പത്തുപവന്റെ പൊന്ന് ചേച്ചിക്ക് കൊടുക്കും. മറ്റൊന്നും ഇവിടെയില്ലെന്ന് രാഘവൻചേട്ടന് അറിയാമല്ലോ...”

“പിന്നെ എനിക്കറിയില്ലേ?” വെറ്റിലയിൽ ചുണ്ണാമ്പു തേച്ചുകൊണ്ട് രാഘവൻ വെളുക്കെ ചിരിച്ചു.

ദിവസങ്ങൾ കടന്നുപോയി

രാഘവൻ ഒരു പയ്യനെ കൊണ്ടുവന്നു.

കണ്ടാൽ രേണുകയ്ക്കാണ് പ്രായക്കൂടുതൽ എന്നു തോന്നുമായിരുന്നു.

എന്നിരുന്നാലും വിവാഹം ഉടനെയുണ്ടാകുമെന്നറിഞ്ഞപ്പോൾ രേണുകയിലും കാര്യമായ മാറ്റങ്ങൾ ഉണ്ടായി. അവൾ അണിഞ്ഞൊരുങ്ങിയപ്പോൾ അഞ്ചുവയസ്സെങ്കിലും കുറഞ്ഞതുപോലെയായി.

പയ്യന്റെ പേര് അജയൻ

ഒരു ചെറിയ സ്റ്റേഷനറിക്കട നടത്തുന്നു.

ചെറുക്കനും പെണ്ണിനും പരസ്പരം ഇഷ്ടമായി.

അജയന്റെ വീട്ടിലാണെങ്കിൽ പറയത്തക്ക പ്രാരാബ്ധങ്ങളൊന്നുമില്ല. അച്ഛനും അമ്മയും ഒരു ചേച്ചിയും. ഉള്ള വസ്തുവിൽ പകുതിയിലധികം വിറ്റിട്ട് ചേച്ചിയെ കെട്ടിച്ചയക്കാം.

ഇനി പതിനഞ്ചുസെന്റ് സ്ഥലവും ഒരു ചെറിയ വീടുമുണ്ട്. പ്രതാപും അച്ഛനും കൂടി അവിടൊന്നുപോയി. ചുറ്റുപാടുകൾ കൊള്ളാം.

വളരെ അടുത്ത മുഹൂർത്തത്തിൽത്തന്നെ വിവാഹം നിശ്ചയിച്ചു. ഉപേക്ഷിക്കാൻ സാധിക്കാത്ത നാലഞ്ചുപേരെ മാത്രം ക്ഷണിച്ചു. രജിസ്റ്റർ കച്ചേരിയിൽ വെച്ച് വിവാഹം.

പിന്നെ റെയിൽവേ പുറമ്പോക്കിൽ താമസിക്കുന്നവർക്ക് ചായ സല്ക്കാരം.

വിവാഹദിവസം അടുത്തു.

വീട്ടിലുള്ളവർക്കെല്ലാം പ്രതാപ് പുത്തൻ തുണിത്തരങ്ങളെടുത്തു.

രേണുകയ്ക്ക് ആഭരണങ്ങളും...

വിവാഹത്തിന്റെ തലേദിവസം.

മുറ്റത്ത് ഒരു ഓട്ടോറിക്ഷ വന്നു നിന്നു.

പ്രതാപ് അപ്പോൾ മുറ്റത്തു നില്ക്കുകയായിരുന്നു.

ഓട്ടോയിൽ നിന്നിറങ്ങിയ ആളിനെ കണ്ടപ്പോൾ അമ്പരന്നുപോയി അവൻ...

മീര.....!

അവൻ ചുറ്റും പകച്ചുനോക്കി.

"എന്താ പ്രതാപ്..... പ്രതീക്ഷിച്ചില്ല അല്ലേ? അവൾ ചിരിച്ചു.

അമ്മ തിണ്ണയിൽ എത്തിക്കഴിഞ്ഞു.

അവൻ പതറി

"ആരാ മോനെ ഇത്?" അമ്മ ചോദിച്ചു

എന്ത് മറുപടി പറയണമെന്ന് അവന് അറിഞ്ഞുകൂടായിരുന്നു.

"ഞാൻ മീര..." എന്നു പറഞ്ഞ് അവൾ അമ്മയുടെ അരികിലേക്ക് ചെന്ന് ആ കരം ഗ്രഹിച്ചു. "ഞാൻ പ്രതാപിനെ ഒന്നു കാണാൻ വന്നതാ... ഒരിക്കൽ ആശുപത്രിയിൽ വന്നിരുന്നു..."

പ്രതാപിന്റെ പെങ്ങൻമാർ അവൾക്ക് ചുറ്റും കൂടി.

താൻ ആരാണെന്നു മാത്രം മീര വെളിപ്പെടുത്തിയില്ല... പ്രതാപിന്റെ കൂടെ പഠിച്ചതാണെന്നുമാത്രം പറഞ്ഞു.

മീര തന്റ ഈ കുടിലിലിലേക്ക് വന്നതിന്റെ ജാള്യതക്കുറവൊന്നും ആയിരുന്നില്ല പ്രതാപിന്.

അവൻ എന്തുപറയണമെന്നറിയാതെ തളർച്ചയോടെ നിൽക്കുകയാണ്.

അമ്മയ്ക്കും പെങ്ങൻമാർക്കും എന്തോ മനസ്സിലായതുപോലെ അവർ അകത്തേക്കു വലിഞ്ഞു.

"എന്താ പ്രതാപേ ഒരു ആതിഥ്യമര്യാദപോലുമില്ലാതെ നിൽക്കുന്നത്?"

"ങേ...?"

ഒരു സ്വപ്നത്തിൽ നിന്നെന്നവണ്ണം അവൻ ഉണർന്നു

തിണ്ണയിലേക്ക് കയറി ഒരു കസേരയിൽ ഇരുന്നിട്ട് കുറ്റപ്പെടുത്തുംപോലെ നോക്കി.

"എന്തിനാ ഇവിടേക്ക് വന്നത്?"

"ഞാൻ വന്നുകൂടേ?"

"പാടില്ലായിരുന്നു.... അവൻ പറഞ്ഞു "ഒരു കത്തിട്ടിരുന്നുവെങ്കിൽ ഞാൻ അങ്ങോട്ടു വന്നു കണ്ടേനെ... ഇവിടെ മീര ആരെന്ന് പുറത്താരെങ്കിലും അറിഞ്ഞാൽ. എന്തിന് ഈ ഓട്ടോറിക്ഷ ഡ്രൈവർ അറിഞ്ഞാലും മതി. നാളത്തെ പത്രങ്ങളിൽ വാർത്തയായിരിക്കും."

"അറിഞ്ഞങ്കിലല്ലേയുള്ളൂ?"

അവൾ ചിരിക്കുകയാണ്.

രേണുക ചായ കൊണ്ടുവന്നു.

മീര അത് കഴിച്ചു.

"നാളെ ചേച്ചിയുടെ കല്യാണമാണ്..." പ്രതാപ് അറിയിച്ചു.

"എന്നിട്ട് മുറ്റത്ത് പന്തലിടുന്നില്ലേ?"

അവൾ അവന്റെ കണ്ണുകളിലേക്ക് നോക്കി. "എന്നോട് ഒരക്ഷരം പോലും പറഞ്ഞില്ല" ആ സ്വരത്തിൽ പരിഭവം.

"ആരെയും ക്ഷണിക്കാൻ പാകത്തിലുള്ള വിവാഹമൊന്നുമല്ല മീരാ. രജിസ്റ്റർ കച്ചേരിയിൽ വച്ചാണ് ചടങ്ങ്. നാലോ അഞ്ചോ

പേർ പോകും അത്രതന്നെ. മീരയുടെ അച്ഛൻ തന്ന അമ്പതിനായിരം രൂപയുടെ ക്യാഷ് അവാർഡ് കൊണ്ടാണ് കാര്യം നടത്തുന്നത്.”

“എങ്ങനെയുള്ള വിവാഹമായിരുന്നെങ്കിലും എന്നോടൊന്ന് പറയാമായിരുന്നു. എന്നെ പ്രതാപ് ഇപ്പോഴും അന്യയായിട്ടുതന്നെയാണ് കാണുന്നത്...”

പിന്നെയും കുറെനേരം അവർ സംസാരിച്ചിരുന്നു. അവസാനം മീര എണീറ്റു.

“ഒന്നു നേരിൽ കാണണമെന്ന ആശ കുറച്ചു ദിവസങ്ങളായി മനസ്സിൽ കിടന്ന് പിടയുന്നു. അതുകൊണ്ടാണ് വന്നത്”

അവൾ വന്ന ഓട്ടോറിക്ഷക്കരികെ തിരികെ പോയിക്കഴിഞ്ഞപ്പോൾ അമ്മയും പെങ്ങന്മാരും അവന്റെ മുന്നിലെത്തി.

“ഏതാ ചേട്ടാ ആ പെണ്ണ്?” സാവിത്രിയാണ് ചോദിച്ചത്.

അവൻ തിരിഞ്ഞുനോക്കി.

എല്ലാമുഖങ്ങളിലും കള്ളച്ചിരി.

“അതൊക്കെയുണ്ട്” പറഞ്ഞിട്ട് അവൻ ഇറങ്ങി ഒരു നടത്തം വച്ചുകൊടുത്തു.

രേണുകയുടെ വിവാഹം കഴിഞ്ഞു.

അവൾ ഭർത്താവിന്റെ വീട്ടിലായി.

‘ഗോൾഡ് കപ്പ്’ ഫുട്ബോളിന്റെ ഉത്ഘാടനദിവസം ആഗതമായി. വമ്പൻ ടീമുകളൊക്കെ പങ്കെടുക്കുന്നുണ്ട്. ഇന്ത്യയിലെതന്നെ ഏറ്റവും മികച്ച ഫുട്ബോൾ പ്ലേയേഴ്സിനെ അണിനിരത്തുന്ന കൽക്കത്തയിലെ പേരുകേട്ട ക്ലബ്ബുകളും രംഗത്തുണ്ട്.

കേരളത്തിൽ നിന്നു തന്നെ മൂന്നു ടീമുകൾ ഉണ്ട്. കേരളാ പോലീസും, കെ.എസ്.ഇ.ബി. യും കിരൺ ബ്രദേഴ്സ് എന്ന പുതിയ ക്ലബ്ബും.

മത്സരം ഗോവയിൽ വച്ചായിരുന്നതിനാൽ കളിക്കാരും കോച്ചും അവിടേക്ക് പൊയ്ക്കഴിഞ്ഞിരുന്നു.

പോലീസ് ടീമിന്റെ ലിസ്റ്റ് പത്രങ്ങളിൽ വന്നു. ശങ്കർ തന്നെ ക്യാപ്റ്റൻ.

ഫിക്സർ കണ്ടപ്പോഴാണ് പ്രതാപ് ശരിക്കും ഞെട്ടിപ്പോയത്. കരുത്തന്മാരായ പഞ്ചാബുമായിട്ടാണ് പോലീസിന്റെ ആദ്യമത്സരം. ബി പൂളിൽ പോലീസിന്റെ എതിരാളികളെല്ലാം തന്നെ മികച്ചവർ.

ആകെ ഇരുപത്തിനാലു ടീമുകൾ മത്സരിക്കുന്നുണ്ട്.

കളിയുടെ തലേദിവസം ക്യാപ്റ്റൻ ശങ്കറിന്റെ അഭിപ്രായം പത്രത്തിൽ വന്നു.

"മികച്ച കളിക്കാരിൽ ഒരാൾക്ക് പങ്കെടുക്കാൻ കഴിഞ്ഞില്ലെന്നു കരുതി പോലീസ് ടീം അത്രവേഗം തോറ്റുകൊടുക്കില്ല. പരിചയ സമ്പന്നതയും വേഗതയേറിയ നീക്കങ്ങളുമുള്ള കളിക്കാർ ടീമിലുണ്ട്. ഇത്തവണ് ഗോൾഡ് കപ്പുമായിട്ടല്ലാതെ മടക്കയാത്രയില്ല...."

അവന്റെ തുറന്നടിച്ചുള്ള ആ അഭിപ്രായം പ്രതാപിന് ഇഷ്ടമായില്ല. ഏതു മികച്ച കളിക്കാരനാണെങ്കിലും ഒരിക്കലും ഇങ്ങനെ പറയുവാൻ പാടുള്ളതല്ല. ഫുട്ബോൾ എന്നു പറയുന്നത് തീർച്ചയായും അട്ടിമറികളുടെ കലയാണ്. ഏതു വമ്പൻ ടീം പോലും നിലംപരിശാകുന്നത് നമ്മൾ കണ്ടിട്ടുള്ളതാണ്. മുൻവിധിയോടെ ഒരിക്കലും ഗ്രൗണ്ടിലിറങ്ങിക്കൂടാ.

'ഗോൾഡ് കപ്പി' ന്റെ ഉദ്ഘാടനം കഴിഞ്ഞു.

മൂന്നാം ദിവസമായിരുന്നു കേരളത്തിന്റെ കളി. സന്ധ്യയായപ്പോൾത്തന്നെ പ്രതാപും പഞ്ചുവുമെല്ലാം ബാപ്പുജി മെമ്മോറിയൽ സ്പോർട്സ് ക്ലബ്ബിന്റെ വിശാലമായ ഹാളിൽ സ്ഥാനം പിടിച്ചു.

പന്തുകളി കാണുന്നതിനായി അന്ന് പഞ്ചു ഉച്ചയായപ്പോൾ തന്നെ ബസ്സിൽ നിന്നിറങ്ങിയിരുന്നു.

അന്ന് ക്ലബ്ബിൽ നിറയെ ആൾക്കാരുണ്ടായിരുന്നു.

ടി.വി. ഓൺ ചെയ്തു. കളി തുടങ്ങി. മുന്നേറ്റനിരയിൽ വിനോദും അലക്സും ശങ്കറുമാണ്. ആദ്യവിസിൽ മുഴങ്ങിയപ്പോൾ തന്നെ കളിയുടെ നിയന്ത്രണം പഞ്ചാബുകാർ ഏറ്റെടുത്തതുപോലെ തോന്നി. രണ്ട് കുറിയ പാസുകൾ, പിന്നെയൊരു ലോംഗ് പാസ്, ഈ ശൈലിയായിരുന്നു പഞ്ചാബിന്റേത്. ജോസ് അത് ലോംഗ് പാസിലൂടെ അലക്സിന്റെ കാൽക്കൽ എത്തിച്ചു. അലക്സ് വലതുവിങ്ങിലൂടെ പെനാൽറ്റി ഏരിയയ്ക്കു അടുത്തെത്താറയ ശങ്കറിലേക്കും പാസ് നൽകി. ശങ്കറിന്റെ മുന്നിൽ പ്രതിരോധനിരയിലെ ഒരാളും ഗോളിയും മാത്രം....

അവൻ നീട്ടിയടിച്ചു

ഗോളാണെന്ന് ഒരു നിമിഷം വിശ്വസിച്ചുപോയി...

പക്ഷേ ഗോൾ പോസ്റ്റിന് ഉദ്ദേശം മൂന്നുമീറ്റർ അകലെക്കൂടി പന്ത് കാണികൾക്കിടയിലെത്തി.

പ്രതാപ് തല കുനിച്ചു "ഛേ..."

കളി തുടർന്നു

പതിനഞ്ചു മിനിട്ടുകൾ കഴിയും മുമ്പ് കേരളത്തിന്റെ നെറ്റു ചലിച്ചു.

സുഖ്വന്തർസിംഗിന്റെ ഒരു ഉഗ്രൻ അടി...!

അഞ്ച്

പഞ്ചാബുമായുള്ള കളിയിൽ കേരളപോലീസ് ദയനീയമായി പരാജയപ്പെട്ടു. ഗോൾ നില, മൂന്ന്- സീറോ.

തകർന്ന മനസ്സോടെയാണ് പ്രതാപ് ക്ലബ്ബിൽ നിന്നിറങ്ങിയത്. ഇത്തരം ഒരു തോൽവി അവൻ സ്വപ്നേവി ചിന്തിച്ചിരുന്നില്ല.

"അഹങ്കാരത്തിന്റെ ഫലമാണിതെല്ലാം" പഞ്ചു പറഞ്ഞു.

"കപ്പുമായിട്ടല്ലാതെ കേരളത്തിലേക്കില്ല എന്നായിരുന്നു ക്യാപ്റ്റന്റെ വീരവാദം"

അടുത്ത കളിക്കുകൂടി തോറ്റാൽ ആദ്യ റൗണ്ടിൽ തന്നെ പോലീസിന് മടങ്ങേണ്ടി വരും. അടുത്ത കളി അഞ്ചു ദിവസങ്ങൾകൂടി കഴിഞ്ഞിട്ടാണ്. അലിമാവോ ബ്രദേഴ്സുമായിട്ട്... കൽക്കത്തയിലെ ഏറ്റവും മികച്ച ക്ലബ്ബാണ് അലിമാവോ ബ്രദേഴ്സ്.

പ്രതാപിനെ വീട്ടിലെത്തിച്ച ശേഷമാണ് പഞ്ചു മടങ്ങിയത്.

രാത്രി ഏറെയായിട്ടും പ്രതാപിന് ഉറക്കം വന്നില്ല. എത്രയൊക്കെയായിട്ടും തോൽവി അംഗീകരിക്കാൻ അവന്റെ മനസ്സ് തയ്യാറാകുന്നില്ല. പോലീസ് ടീം തോറ്റിട്ടില്ല. അങ്ങനെ ആശ്വസിക്കാൻ ശ്രമിച്ചു അവൻ.

തന്റെ ജീവിതത്തിലെ ഏറ്റവും വലിയ ആഗ്രഹങ്ങളിലൊന്നായിരുന്നു 'ഗോൾഡ് ട്രോഫി' യിൽ മുത്തമിടുക എന്നതെന്ന് അവൻ ഓർത്തു. ഇനി ഒരുവസരം ഉണ്ടാവണമെങ്കിൽ ഒരു വർഷം കാത്തിരിക്കണം.

രാത്രിയുടെ അവസാന യാമങ്ങളിലെപ്പോഴോ അവന്റെ കണ്ണുകളിലേക്ക് ഉറക്കം മെല്ലെ എത്തി. ഉണർന്നപ്പോൾ ഒൻപതുമണി കഴിഞ്ഞിരുന്നു.

അന്നത്തെ പത്രം കണ്ടു.

പോലീസ് ടീമിന്റെ പരാജയം മുൻപേജിൽത്തന്നെ നാലുകോളം വാർത്തയായിരുന്നു. ഒപ്പം ശങ്കറുടെ അഹങ്കാരരീതിയിലുള്ള അഭിപ്രായത്തെയും അവർ ദുഷിച്ചെഴുതിയിരുന്നു.

മിക്കവാറും അടുത്ത കളിയോടുകൂടി പോലീസ് ടീം കേരളത്തിൽ തിരികെയെത്തും എന്നതായിരുന്നു പത്രക്കാരുടെ അഭിപ്രായം. എന്നാൽ പ്രതാപ് ടീമിൽ ഉണ്ടായിരുന്നുവെങ്കിൽ തീർച്ചയായും ഈ തോൽവി ഒഴിവാക്കപ്പെടുമായിരുന്നുവെന്നും അവർ എഴുതിപ്പിടിപ്പിച്ചു. അത് വായിച്ചപ്പോൾ അവന്റെ ശരീരത്തിൽ കുളിരുണ്ടായി.

ദിവസങ്ങൾ പിന്നെയും കഴിഞ്ഞു.

കേരളവും അലിമാവോ ബ്രദേഴ്സുമായുള്ള മത്സരദിവസമായി.

അന്നും പ്രതാപും പഞ്ചുവുമൊക്കെ ക്ലബ്ബിൽ ടി.വി.ക്കു മുന്നിലായിരുന്നു.

എന്തുവന്നാലും വിജയം കണ്ടേ പറ്റൂ എന്ന അവസ്ഥയിലായിരുന്നു പൊലീസ് ടീം. ഇത് അവരുടെ നിർണ്ണായക മത്സരമാണ്. പോരെങ്കിൽ കെ.എസ്.ഇ.ബി.യും കിരൺ ബ്രദേഴ്സും ഓരോ കളിയിൽ ജയിച്ചു നിൽക്കുകയാണ്.

എന്നാൽ....

ഹാഫ് ടൈമിനുമുമ്പ് ശങ്കർ ചുവപ്പുകാർഡുകണ്ട് പുറത്തുപോയി. അലിമാവോ ഡിഫന്ററൻമാരിൽ ഒരാളുടെ കാൽ ചവിട്ടിയൊടിച്ചതായിരുന്നു കാരണം. മാത്രമല്ല അലിമാവോ ബ്രദേഴ്സ് രണ്ടു ഗോളുകൾക്ക് മുന്നിട്ടു നിൽക്കുകയുമായിരുന്നു.

പ്രതാപ് എണീറ്റു

ഇനി ഇരുന്നാൽ കേരളാ പോലീസിന്റെ നെറ്റിനുള്ളിൽ വീണ്ടും ഗോൾ വീഴുന്നതു കാണേണ്ടിവരും.

“നീ പോകുകയാണോ?” മറ്റുള്ളവർ തിരക്കി

“ങാ...”

അവൻ ഇരുളിലൂടെ നടന്നു. പഞ്ചുവും കൂട്ടുവന്നു

“കണക്കായിപ്പോയി തോറ്റത്” അവൻ പറഞ്ഞു. അസഹ്യതയോടെ പ്രതാപൻ തിരിഞ്ഞുനോക്കി. “നിനക്ക് വിഷമം തോന്നുമെന്നറിയാം. എന്നാലും പറയാതിരിക്കാൻ നിവർത്തിയില്ല. ശങ്കർ ഒരു പാഠം പഠിക്കണമെങ്കിൽ ഇതല്ലാതെ വേറെ മാർഗ്ഗമില്ല...”

എങ്കിലും പൊലീസ് ടീമിന്റെ അഭിമാനത്തെ തകർത്തുകൊണ്ടു വേണോ ശങ്കറെ പാഠം പഠിപ്പിക്കേണ്ടത് എന്ന് പ്രതാപ് ചോദിക്കാൻ തുനിഞ്ഞതാണ്. പിന്നെ വേണ്ടെന്നു വച്ചു.

രണ്ടു ദിവസങ്ങൾ കൂടി കഴിഞ്ഞപ്പോൾ പൊലീസ് ടീം മടങ്ങിയെത്തി.

പത്രക്കാർ ശങ്കറെ ആവോളം താറടിച്ചു കഴിഞ്ഞിരുന്നു. അവനെ ക്യാപ്റ്റൻ സ്ഥാനത്തുനിന്നും മാറ്റാതെ പൊലീസ് ടീം രക്ഷപെടുകയില്ലെന്നും കളിക്കാൻ അറിയാത്തവൻ ടീമിൽ ഇരിക്കുന്നത് സ്പോർട്സ് മന്ത്രിയുടെ അനന്തിരവൻ എന്ന ലേബലിലാണെന്നും അവനെ പുറത്താക്കേണ്ട കാലം എന്നേ കഴിഞ്ഞിരിക്കുന്നുവെന്നും വാർത്തകൾ വന്നു. മാത്രമല്ല കഞ്ചാവിനും മറ്റു മയക്കുമരുന്നുകൾക്കും അടിമയാണ് അവനെന്നും ശ്രുതിപരന്നു.

കേരളത്തിൽ തിരിച്ചെത്തിയതിന്റെ തൊട്ടടുത്ത ദിവസംതന്നെ

കോച്ച് കാർലോസും വിനോദും പ്രതാപിനെ കാണാനെത്തി.
അവരെ കണ്ടപ്പോൾ പ്രതാപ് മുഖം തിരിച്ചു.
“നീ പരിഭവിച്ചിട്ടു കാര്യമൊന്നുമില്ല” വിനോദ് പറഞ്ഞു.
“ഞങ്ങൾ പരമാവധി പയറ്റിനോക്കി”
പ്രതാപ് ഒന്നും പറഞ്ഞില്ല.
കാർലോസ് ആശ്വസിപ്പിച്ചു
“പോട്ടെ പ്രതാപേ...അടുത്ത വർഷം നമുക്ക് ഗോൾഡ് കപ്പു നേടാം. അന്നു നീയും ടീമിൽ ഉണ്ടായിരിക്കും”
അവർ വിശേഷങ്ങൾ പറഞ്ഞ് ഏറെ നേരം ഇരുന്നു
“നിന്റെ മെഡിക്കൽ ലീവ് എന്നു തീരും?”
“പതിനഞ്ചാം തീയതി”
ഇനി പതിമൂന്ന് ദിവസം
“ശരി അപ്പോൾ കാണാം” അവർ എണീറ്റു.

** ** **

“ഞാൻ ഒരു കാര്യം പറഞ്ഞാൽ നിനക്ക് വിഷമം തോന്നുമോ?” സ്പോർട്സ് മന്ത്രി അരവിന്ദാക്ഷൻ ശങ്കറെ നോക്കി.
“അങ്കിളു പറ”
“നിനക്ക് ഒട്ടും യോജിച്ചതല്ല ഈ ഫുട്ബോൾ കളി”
അവൻ ചുളിഞ്ഞ നെറ്റിയോടെ തലവെട്ടിത്തിരിച്ചു.
“ഞാൻ സത്യം തന്നെയാടാ പറഞ്ഞത്. നീ പൊലീസ് ടീമിൽ നിന്നും എന്തെങ്കിലും കാര്യം പറഞ്ഞ് രാജിവച്ച് പുറത്തുപോരെ. മറ്റേതെങ്കിലും നല്ല ഒരു സ്ഥാനത്ത് നിന്നെ ഞാനെത്തിക്കാം”
“ഏതായാലും ഞാൻ അതിന് തയ്യാറല്ല” അവൻ തീർത്തു പറഞ്ഞു “ഇനിയും ഞാൻ പൊലീസ് ടീമിന്റെ ക്യാപ്റ്റനായിത്തന്നെ തുടരും”
“ഇപ്പോൾത്തന്നെ പത്രങ്ങൾ ആവശ്യത്തിനു പറഞ്ഞിട്ടുണ്ട്. വെറുതെ നീ ഇനിയും ഓരോന്നു പറയിക്കും....”
അവൻ ചിരിച്ചു. വന്യമായ ഏതോ ആനന്ദം അനുഭവിക്കുന്നതു പോലെ....
“അവർ എഴുതട്ടെ. ഞാൻ ടീമിൽ നിന്ന് മാറിയാൽ പ്രതാപിനെ അവർ ക്യാപ്റ്റനാക്കും. അതു പാടില്ല”
“അങ്ങനെയാണെങ്കിൽ ടീം ജയിക്കും”
“അവൻ ക്യാപ്റ്റനായി ടീം ജയിക്കണ്ട.”
“നീ നിൽക്കുമ്പോൾത്തന്നെ നിന്നെ മാറ്റി നിർത്തി അവനെ

ക്യാപ്റ്റനാക്കിയാലോ?"

"നല്ലതാ, എന്നാൽ കാർലോസിന്റെ തലമണ്ട അടിച്ചുപൊട്ടിക്കും ഞാൻ"

ഇവൻ രക്ഷപെടുന്ന മട്ടില്ലെന്ന് അരവിന്ദാക്ഷന് ഉറപ്പായി.

"മുഖ്യമന്ത്രി കഴിഞ്ഞ ദിവസം എന്നോട് ചോദിച്ചു. തന്റെ അനന്തിരവൻ പൊലീസ് ടീമിനെ നശിപ്പിച്ചേ അടങ്ങുവോയെന്ന്"

"കിളവന് എന്തിന്റെ അസുഖമാ?" അവിടെയെങ്ങാനും അടങ്ങിയിരിക്കാൻ പറ" ശങ്കറിന് ശരിക്ക് കോപം വന്നു കഴിഞ്ഞിരുന്നു.

"പൊലീസ് ടീം ജയിക്കുക എന്നു പറഞ്ഞാൽ അത് അദ്ദേഹത്തിന്റെ അഭിമാനത്തിന്റെ പ്രശ്നം കൂടിയാണ്."

"എങ്കിൽ ആഭ്യന്തരം വിട്ടൊഴിഞ്ഞേക്കാൻ അയാളോട് അങ്കിളു പറ"

അരവിന്ദാക്ഷനും ശരിക്കും ദേഷ്യം വന്നു. എന്തോ പിറുപിറുത്തുകൊണ്ട് അദ്ദേഹം എണീറ്റുപോയി.

** ** **

പ്രതാപ് തിരികെ ജോയിൻ ചെയ്തു.

കളിക്കാർക്കൊക്കെ ഒരു നവോൻമേഷം കൈവന്നതുപോലെയായി.

അവനാണെങ്കിൽ കഴിഞ്ഞ ഒരു മാസക്കാലം നിർത്തിവച്ചിരുന്ന പ്രാക്ടീസ് കൂടുതൽ ജാഗ്രതയോടുകൂടി ചെയ്തുതുടങ്ങി. അതു കാണുമ്പോൾ ശങ്കറുടെ കോപം ഇരച്ചുകയറും. ഒരുവിധത്തിൽ അവൻ പല്ലുകടിച്ച് സഹിക്കും.

ദിവസവും പ്രാക്ടീസ് കഴിയുമ്പോൾ ശങ്കറും രണ്ട് കൂട്ടുകാരും കഞ്ചാവാണ് പുകയ്ക്കുന്നതെന്ന് പ്രതാപിനറിയാം.

അടുത്തത് ഫെഡറേഷൻ കപ്പാണ്. അതെങ്കിലും ജയിച്ചേ പറ്റൂവെന്ന് കാർലോസ് തീരുമാനിച്ചു. അതുമാത്രമല്ല ആഭ്യന്തരംകൂടി കൈകാര്യം ചെയ്യുന്ന മുഖ്യമന്ത്രി കത്തു മുഖേന കാർലോസുമായി ബന്ധപ്പെട്ടു. കളിക്കാർ ഫിറ്റാണെങ്കിൽ മാത്രം അടുത്ത മത്സരങ്ങളിൽ പങ്കെടുത്താൽ മതി. വെറുതെ നാണക്കേട് വലിച്ചു വയ്ക്കരുത്.

ആ കത്ത് കാർലോസ് എല്ലാവരെയും കേൾക്കെത്തന്നെ വായിച്ചു.

എന്നിട്ട് പ്രതികരണമറിയാൻ ഓരോ മുഖങ്ങളിലും നോക്കി.

"നിങ്ങൾ എന്തു പറയുന്നു?" ഫെഡറേഷൻ കപ്പിൽ പങ്കെടു

ക്കണോ"

"വേണം" പെട്ടെന്നായിരുന്നു പ്രതാപിന്റെ മറുപടി.

ഭൂരിഭാഗത്തിനും അതെ അഭിപ്രായം തന്നെയായിരുന്നു. എന്നാൽ ശങ്കറും അയാളോടു ചേർന്നു നില്ക്കുന്ന രണ്ടുപേർക്കും എതിര ഭിപ്രായവും.

ശങ്കർ പറഞ്ഞു.

"നമ്മുടെ ടീം അംഗങ്ങൾ ഫിറ്റാണെന്ന് എനിക്ക് തോന്നുന്നില്ല. അതുകൊണ്ട് നമുക്ക് ഈ മത്സരത്തിൽ പങ്കെടുക്കാതിരിക്കാം."

കാർലോസ് പ്രതാപിന്റെ മുഖത്തേക്കു നോക്കി.

"നമുക്ക് മത്സരിക്കണം." അവൻ വീണ്ടും പറഞ്ഞു.

"അതു നീയങ്ങ് തീരുമാനിച്ചാൽ മതിയോ?" ശങ്കർ പ്രതാപിന്റെ നേരെ ചൂടായി.

"നമ്മളാരും തീരുമാനിക്കണ്ട. ജയിക്കുമെന്ന് കാർലോസ് സാറി നുറപ്പുണ്ടെങ്കിൽ നമ്മളെ അയയ്ക്കട്ടെ"

ശങ്കർ അത് പുച്ഛിച്ചു തള്ളി

പ്രതാപിന്റെ ആത്മവിശ്വാസം കാർലോസിനും ഉത്തേജകമായി. എന്നിരുന്നാലും ആരെങ്കിലും ചിലപ്പോൾ ചതിക്കുമോ എന്നൊരു ഭീതിയും അദ്ദേത്തിനുണ്ടായിരുന്നു.

ഏതായാലും ഫെഡറേഷൻ കപ്പിനുവേണ്ടി മത്സരിക്കുവാൻ തന്നെ കാർലോസ് തീരുമാനിച്ചു. അതിനിടെ ഒരു സംഘം കളി ക്കാർ നിവേദനവുമായി അദ്ദേഹത്തിനരികിലെത്തി.

"ശങ്കറാണ് ക്യാപ്റ്റനെങ്കിൽ കളിക്കുവാൻ ഞങ്ങൾക്ക് ബുദ്ധിമു ട്ടുണ്ട്"

കാർലോസ് പകച്ചു.

ടീമിനുള്ളിൽ പൊട്ടലും ചീറ്റലും അപകടകരമാണ്.

അദ്ദേഹം അവരെ മിഴിച്ചുനോക്കി.

"നിങ്ങൾ പറയുന്നത്?"

"നേരുതന്നെയാണ് സാർ. ക്യാപ്റ്റന്റെ സ്ഥാനത്തുള്ള ആൾ എല്ലാത്തരത്തിലും മറ്റുള്ളവർക്ക് മാതൃകയായിരിക്കണം. ശങ്കറെ മാതൃകയാക്കിയാൽ... ബാക്കി ഞങ്ങൾക്കിപ്പോൾ പറയാൻ ബുദ്ധി മുട്ടുണ്ട്. അതുമാത്രമല്ല. ഒരു ക്യാപ്റ്റൻ ചുവന്ന കാർഡ് കാണിക്ക പ്പെട്ടു പുറത്തുപോകുന്നത് കേരളത്തിന്റെ ചരിത്രത്തിൽ ആദ്യത്തേ താണ്. എന്നാൽ ഇവിടെ അതും സംഭവിച്ചിരിക്കുന്നു...."

അവർ പറയുന്നതൊക്കെ നേരാണെന്ന് കാർലോസിനും അറി യാം.

പക്ഷേ, പെട്ടെന്നൊരു തീരുമാനമെടുക്കുവാൻ അദ്ദേഹം മടിച്ചു. കാരണം സ്പോർട്സ് മന്ത്രിയുടെ ആധിപത്യംതന്നെ. അദ്ദേഹത്തിനു വേണമെങ്കിൽ പെട്ടെന്ന് ഒരു ആക്ഷനെടുക്കാനും കഴിയും.

ഏതായാലും മന്ത്രിയെ ഒന്നു കാണണമെന്നുതന്നെ കാർലോസ് തീരുമാനിച്ചു.

അടുത്ത ദിവസം തന്നെ അതിനുള്ള അവസരം ശരിയാക്കി.

കാര്യങ്ങൾ മുഴുവൻ കേട്ടുകഴിഞ്ഞപ്പോൾ മന്ത്രി പറഞ്ഞു.

"ഏതായാലും ശങ്കറെ തൽക്കാലം ക്യാപ്റ്റൻ സ്ഥാനത്തുനിന്നും മാറ്റുന്നതിനോട് എനിക്ക് യോജിപ്പില്ല. പിന്നെ, കളിക്കാൻ ബുദ്ധിമുട്ടുള്ളവർ കളിക്കണ്ട. അവർക്കെതിരെ വേണ്ട നടപടികൾ കൈക്കൊള്ളാനുള്ളത് ഞാൻ ചെയ്തുകൊള്ളാം. അതല്ലെങ്കിൽ അവർ ടീമിൽ നിന്നും രാജിവെച്ചു പോകട്ടെ..."

ഇത്രയും കഠിനമായ ഒരു മറുപടി ഒരിക്കലും കാർലോസ് പ്രതീക്ഷിച്ചിരുന്നില്ല.

അദ്ദേഹം അവിടെനിന്നിറങ്ങി.

** ** **

പ്രതാപിന്റെ അമ്മയ്ക്ക് പെട്ടെന്നാണ് അസുഖം മൂർച്ഛിച്ചത്.

നേരത്തെമുതൽ വലിവിന്റെ അസുഖമുണ്ടായിരുന്നുവെങ്കിലും നാട്ടുവൈദ്യന്റെ ചികിത്സയിൽ കഴിയുകയായിരുന്നു.

എന്നാൽ ഇപ്പോൾ അവിടംകൊണ്ടും രക്ഷയില്ലെന്ന അവസ്ഥ വന്നിരിക്കുന്നു!

ദേവകിയെ ഹോസ്പിറ്റലിൽ അഡ്മിറ്റു ചെയ്തു. ശ്വാസം കഴിക്കുവാൻ ബുദ്ധിമുട്ട്.

"മെഡിക്കൽ കോളേജിലേക്ക് കൊണ്ടുപോകുന്നതാണ് നല്ലത്" ഡോക്ടർ അഭിപ്രായപ്പെട്ടു.

പഞ്ചു സ്ഥലത്തുണ്ടായിരുന്നു.

ഉടൻ ഒരു വണ്ടി വിളിച്ചുകൊണ്ടുവന്നു.

നേരം സന്ധ്യയോടടുക്കാറാവുന്നു.

അമ്മയോടൊപ്പം മൂത്ത പെൺമക്കൾ രണ്ടുപേരും, അച്ഛനും കാറിൽ കയറി.

പ്രതാപിന്റെ തൊട്ടു മൂത്തചേച്ചി ശ്രീദേവി കാറിൽ കയറാൻ ഭാവിക്കുമ്പോൾ പഞ്ചു പറഞ്ഞു.

"ചേച്ചി പ്രതാപിനെക്കൂടി വിവരമറിയിച്ചിട്ട് നിങ്ങൾ രണ്ടാളും

കൂടി പോന്നോളൂ"

"അതു ശരിയാ" അച്ഛനും പറഞ്ഞു.

ശ്രീദേവി തല കുലുക്കി.

പ്രതാപ് സാധാരണ കാണാറുള്ളത് എവിടെയാണെന്ന് അവൾക്കറിയാം.

അവൾ അവിടെയെത്തുമ്പോഴേയ്ക്കും സന്ധ്യയായിരുന്നു.

"പ്രതാപ് ഗ്രൗണ്ടിലാണ്" ഒരു പോലീസുകാരൻ അറിയിച്ചു.

അവിടെനിന്നും അരകിലോമീറ്റർ അകലെയാണ് ഗ്രൗണ്ട്.

അവൾ ധൃതിയിൽ നടന്നു.

സ്ട്രീറ്റ് ലൈറ്റുകൾ തെളിഞ്ഞു കിടപ്പുണ്ട്.

പ്രാക്ടീസ് കഴിഞ്ഞ് വിശ്രമിക്കുകയായിരുന്നു പ്രതാപും മറ്റും.

ശങ്കറും രണ്ടു സുഹൃത്തുക്കളും സമയം കളയാതെ മാരുതി വാനിൽ കയറി.

ഇനി ബാറിലേക്ക്

അത് മിക്കവാറുമുണ്ട്.

വഴിയിലൂടെ ഒറ്റയ്ക്ക് ഒരു പെണ്ണ് നടന്നുവരുന്നതു കണ്ടപ്പോൾ അവൻ ബ്രേക്ക് അമർത്തി.

വാഹനങ്ങൾ അങ്ങിങ്ങു പോകുന്നുണ്ട്.

"പ്രതാപിന്റെ പെങ്ങളാ" ഒരാൾ പറഞ്ഞു.

"അതെയോ, പെണ്ണ് കൊള്ളാമല്ലോ...."

"പ്രതാപ് അവിടെയില്ല" ഒരാൾ അറിയിച്ചു.

"വൈകിട്ട് എവിടേക്കോ പോയി"

അവൾ ചിന്തിച്ചു നിന്നു

"വല്ല അത്യാവശ്യകാര്യവുമാണോ?"

അവൾ സംഗതി പറഞ്ഞു.

"എങ്കിൽ ഒരു കാര്യം ചെയ്യ്, ചേച്ചി കയറിക്കോ, ഞങ്ങളും വരാം മെഡിക്കൽ കോളേജിലേക്ക്"

അവരെയെല്ലാം കണ്ടിട്ടുണ്ട്. എന്നാലും ഒരു മടി.

"പ്രതാപിന്റെ ചേച്ചി ഞങ്ങളുടെയും ചേച്ചി തന്നെയാ"

അവർ മൂവരും മുൻസീറ്റിൽ ഒതുങ്ങി.

പിന്നെ ശ്രീദേവി മടിച്ചു നിന്നില്ല

അവളും കയറി

ഡോർ അടഞ്ഞു

മാരുതി കുതിച്ചു.

ആറ്

സ്ട്രീറ്റ് ലൈറ്റുകൾ തെളിഞ്ഞുനിൽക്കുന്ന റോഡുകളിലൂടെ അതി വേഗം കുതിക്കുകയായിരുന്നു മാരുതി വാൻ.

"പ്രതാപ് എവിടെ പോയതാണെന്നറിയില്ലേ?" അവൾ തിരക്കി

"ആവോ ആർക്കറിയാം." ഒരാൾ കൈമലർത്തി

ശ്രീദേവി പുറത്തേക്ക് നോക്കിയിരുന്നു

"ഇവിടെ വലിയ ബുദ്ധിമുട്ട്. ഒരാൾ പിറകിൽ പോയിരിക്ക്.

ശങ്കർ പറഞ്ഞു.

അത് കേൾക്കാത്ത താമസം ഒരാൾ മുൻസീറ്റുകൾക്കിടയിലൂടെ പിൻസീറ്റിലെത്തി.

ശ്രീദേവി ഒരു വശത്ത് ഒതുങ്ങിയിരുന്നു.

പ്രതാപിന്റെ സഹോദരിമാരിൽ ഏറ്റവും സുന്ദരി ശ്രീദേവി ആയി രുന്നു.

വാഹനത്തിനുള്ളിൽ നേരിയതോതിൽ ഇരുട്ടാണ്. എതിരെ മറ്റു വാഹനങ്ങൾ വരുമ്പോൾ മാത്രം നല്ല വെളിച്ചമുണ്ടാകും.

പിൻസീറ്റിൽ ഇറങ്ങിയിരുന്നവൻ- സൈമൺ ശ്രീദേവിയെ ഒന്ന് നോക്കി.

അവൾ പുറത്തേക്കു തന്നെ നോക്കിയിരിക്കുകയാണ്. അവന്റെ കൈ സീറ്റിലൂടെ ഇഴഞ്ഞുചെന്ന് അവളുടെ തുടകളിൽ പതിയെ അമർത്തി.

ഒരു തേൾ കുത്തിയതുപോലെ ഞെട്ടിപ്പിടഞ്ഞു അവൾ. പുറ ത്തേക്കു വന്ന ശബ്ദം അവൾ തടഞ്ഞു.

വാഹനത്തിനുള്ളിൽ ഇരിക്കുന്ന മറ്റുള്ളവരെക്കൂടി എന്തിനറി യിക്കണം? അവൾ അവന്റെ കൈ ബലമായി എടുത്തുമാറ്റി.

സൈമൺ ഒന്നും അറിയാത്ത ഭാവത്തിൽ ഇരുന്നു

അവൾക്ക് ആശ്വാസം തോന്നി.

എന്നാൽ വീണ്ടും ആ കൈ നീണ്ടു ചെന്നു. അവളുടെ മാറിനു നേരെ...

"ഛീ.... ഇത്തവണ അവളിൽ നിന്നും ശബ്ദമുണ്ടായി.

ശങ്കർ പെട്ടെന്ന് ബ്രേക്കമർത്തി.

തിരിഞ്ഞുനോക്കി.

"എന്താ ചേച്ചി?"

"ഒ...ഒന്നുമില്ല...."

അവൻ വീണ്ടും വണ്ടി മുന്നോട്ടെടുത്തതും സൈമൺ അവളെ മടിയിലേക്ക് വലിച്ചിട്ട് അമർത്തി ചുംബിച്ചതും ഒന്നിച്ചായിരുന്നു.

ആ ക്ഷണം ശങ്കർ ടേപ്പ് റിക്കോർഡ് ഓൺ ചെയ്തു. കാതിൽ തുളച്ചിറങ്ങുന്ന ഇംഗ്ലീഷ് മ്യൂസിക് ഉയർന്നു. വാനിന്റെ ഗ്ലാസ്സുകൾ നേരത്തേതന്നെ ഉയർത്തി വച്ചിരിക്കുകയായിരുന്നു.

"വിട്...വിടാൻ...." ശ്രീദേവി പിടഞ്ഞു.

പക്ഷേ സൈമണിന്റെ കൈകളിൽ അവൾ ഞെരിഞ്ഞമർന്നു.

അവളുടെ ബ്ലൗസും ബ്രായും കടലാസുപോലെ അവൻ വലിച്ചു കീറിയെറിഞ്ഞു.

"ഉപദ്രവിക്കരുതേ...."

അവളുടെ യാചന ഭ്രാന്തൻ സംഗീതത്തിൽ ലയിച്ചു ചേർന്നു.

** ** **

പ്രതാപ് ക്വാർട്ടേഴ്സിൽ തിരികെയെത്തിയപ്പോൾ എട്ടുമണിയോളമായി.

ഒരു മൂളിപ്പാട്ടും പാടി വിനോദിനൊപ്പം റൂമിലേക്ക് നടക്കുമ്പോൾ വാച്ചർ ദേവസ്യ എതിരെവന്നു.

"പ്രതാപ് മെഡിക്കൽ കോളേജിലേക്ക് പോയില്ലേ?"

"എന്തിനാ ദേവസ്യ ചേട്ടന്റെ ആരെങ്കിലും അവിടെ കിടപ്പുണ്ടോ?"

അവൻ ചിരിച്ചു

ദേവസ്യ അവനെ തുറിച്ചു നോക്കി.

"ഞാൻ കാര്യായിട്ട് ചോദിച്ചതാ. അതിനു നീയെന്തിനാടാ ഇളിക്കുന്നത്?"

പ്രതാപിന്റെ നെറ്റി ചുളിഞ്ഞു.

"മെഡിക്കൽ കോളേജിൽ ആരെ കാണുന്ന കാര്യത്തിനാ?"

"അപ്പോ നീ ഒന്നുമറിഞ്ഞില്ലേ?"

"ഇല്ല എന്താ?"

"നിന്റെ ചേച്ചി നിന്നെ കാണാൻ വന്നില്ലേ?"

"ഇല്ല" പ്രതാപിന് നെഞ്ചിടിപ്പേറി. "ചേച്ചി ഇവിടെ വന്നിരുന്നോ"

"വന്നു... സുകുമാരൻ സാറുമായി സംസാരിക്കുന്നതാണ് ഞാൻ കേട്ടത്...തന്റെ അമ്മയ്ക്ക് അസുഖം കൂടുതലാണെന്നോ മെഡിക്കൽ കോളേജിലേക്ക് കൊണ്ടുപോയെന്നോ ഒക്കെ..."

"ഈശ്വരാ" നെഞ്ചിൽ കൈവച്ചുപോയി പ്രതാപ് "എന്നിട്ട്"

"താൻ ഗ്രൗണ്ടിലായതിനാൽ ആ കൊച്ച് അങ്ങോട്ടു പോയി"

"എന്റെ ഏതു ചേച്ചി ആയിരുന്നു?"

"ആവോ എനിക്ക് പേരറിയില്ല.... സുകുമാരൻ സാറിനറിയാം."

പ്രതാപും തൊട്ടുപുറകേ വിനോദും സുകുമാരൻ സാറിന്റെയടു ക്കലേക്ക് കുതിച്ചു.

പ്രായം കൊണ്ട് അവർക്കെല്ലാം സാറാണ് കോൺസ്റ്റബിൽ സുകു മാരൻ.

മുറിയിൽ നിന്ന് പുറത്തേക്ക് വരികയായിരുന്നു സുകുമാരൻ.

“പ്രതാപ് പോയില്ലേ?” അയാളും തിരക്കി

“അതേക്കുറിച്ചറിയാനാ ഞാൻ വന്നത്...”

“ശ്രീദേവി ഗ്രൗണ്ടിൽ വന്നില്ലേ?”

“ഇല്ല” അപ്പോൾ ശ്രീദേവി ചേച്ചിയാണ് വന്നത്.

“ഞാൻ അവിടേക്ക് പറഞ്ഞയച്ചിരുന്നു. പിന്നെ അവിടേക്ക് ഫോൺ ചെയ്യാനും ശ്രമിച്ചു. ആരും റിസീവർ എടുത്തുമില്ല.”

“റൂം പൂട്ടിയിരിക്കുകയായിരുന്നു.”

ബെൽ മുഴങ്ങുന്നത് തങ്ങളും കേട്ടിരുന്നുവെന്ന് പ്രതാപ് ഓർത്തു.

“പിന്നെ ആ കൊച്ച് എവിടേക്ക് പോയി...” സുകുമാരനും ചിന്താ ധീനനായി.

“എന്നാലും നിന്നെ കണ്ട് വിവരം പറയാതെ മടങ്ങി പോകി ല്ലെന്ന് തീർച്ചയാണ്.”

“വാ വിനോദേ”

പ്രതാപ് പുറത്തേക്കോടി.

എതിരെ വരുന്നുണ്ടായിരുന്നു കാർലോസ്. അവർ കോച്ചിനോടും വിവരം പറഞ്ഞിട്ട്, അദ്ദേഹത്തേയും കൂട്ടി വാനിൽ ചാടിക്കയറി.

** ** **

മെഡിക്കൽ കോളേജിനു മുന്നിലൂടെ തന്നെ ആ മാരുതി വാൻ എയർപോർട്ട് റോഡിലൂടെ അതിവേഗം പാഞ്ഞുപോയി.

അതിന്റെ പിൻസീറ്റിൽ സംസാരിക്കാനാവാത്ത അവസ്ഥയിലാ യിരുന്നു ശ്രീദേവി. വലിച്ചുകീറിയെടുത്ത അവളുടെ ബ്ലൗസുതന്നെ വായിലേക്ക് കുത്തിത്തിരുകുകയായിരുന്നു സൈമൺ.

“നിന്റെ ആങ്ങള വലിയ ഗോളടി വീരനല്ലേടീ. ഇനി നിന്റെ ഗോൾ പോസ്റ്റിലേക്ക് ഞങ്ങളും ഒന്നു ഗോളടിച്ചു നോക്കട്ടെടീ...” അവൻ വല്ലാത്ത ഭാവത്തിൽ ചിരിച്ചു. പക്ഷേ അതൊക്കെ ഭ്രാന്തൻ സംഗീ തത്തിൽ ലയിച്ചതേയുള്ളൂ.

ഇവരുടെ മുന്നിൽ യാചനകൊണ്ട് പ്രയോജനമില്ലെന്ന് മനസ്സി ലാക്കിയ ശ്രീദേവി എതിർത്തുനോക്കി. അപ്പോഴും പരാജയം അവൾക്കുതന്നെയായിരുന്നു.

ഒരു കൈകൊണ്ട് അവളെ അമർത്തിപ്പിടിച്ച് മറു കൈ കൊണ്ട് അവളുടെ ബാക്കി വസ്ത്രങ്ങൾക്കൂടി പിച്ചിച്ചീന്തുകയായിരുന്നു അപ്പോൾ.

അവന്റെ സഹായത്തിനായി ആൻഡ്രൂസും പിന്നിലെത്തി.

നിമിഷനേരത്തിനുള്ളിൽ ശ്രീദേവി പൂർണ്ണമായും വിവസ്ത്രയായിക്കഴിഞ്ഞിരുന്നു.

യാതൊന്നും സംഭവിക്കാത്ത ഭാവത്തിൽ മയക്കുമരുന്ന് കയറ്റിയ ഒരു സിഗരറ്റ് പുകച്ചുകൊണ്ട് വാൻ പായിക്കുകയായിരുന്നു അപ്പോൾ ശങ്കർ.

** ** **

പ്രതാപും വിനോദും കോച്ച് കാർലോസും മെഡിക്കൽ കോളേജിലെത്തി.

ദേവകിയമ്മ എവിടെയാണ് കിടക്കുന്നതെന്ന് കണ്ടെത്തി. ഇന്റൻസീവ് കെയർ യൂണിറ്റിൽ....

കൃത്രിമശ്വാസം കൊടുത്തുകൊണ്ടിരിക്കുകയായിരുന്നു അപ്പോൾ.

അച്ഛനും രണ്ടു ചേച്ചിമാരും പഞ്ചുവും വരാന്തയിലെ ബഞ്ചുകളിൽ ഇരിപ്പുണ്ടായിരുന്നു. അവരെ കണ്ടയുടനെ പഞ്ചു എണീറ്റു വന്നു.

“ഇപ്പോഴേ ഒന്നും പറയാനാവില്ലെന്നാ ഡോക്ടർ പറഞ്ഞിരിക്കുന്നത്” പിന്നെ അവന്റെ പിന്നിലേക്ക് നോക്കിയിട്ട് തിരക്കി “ശ്രീദേവിചേച്ചി എവിടെ?”

“ഇവിടെ വന്നില്ലേ?”

അപ്പോഴേയ്ക്കും അച്ഛനും ചേച്ചിമാരും അവന്റെ അരുകിൽ എത്തിയിരുന്നു.

“ശ്രീദേവി എന്തിയേടാ?” അച്ഛൻ ചോദിച്ചു.

പ്രതാപ് ആദ്യം ഒന്ന് പതറി. പിന്നെ പെട്ടെന്ന് പറഞ്ഞു. “രാത്രിയായതുകൊണ്ട് വരേണ്ടെന്ന് ഞാൻ പറഞ്ഞു. വീട്ടിൽ സാവിത്രി തനിച്ചല്ലേയുള്ളൂ...”

“അതു ശരിയാ...” അവർക്ക് തൃപ്തിയായി. പക്ഷേ പ്രതാപിന്റെ മനസ്സ് വിങ്ങുകയായിരുന്നു.

“ചേച്ചിക്ക് എന്തുപറ്റി?”

“വന്നേ പ്രതാപേ...” കാർലോസ് അവനെയും വിളിച്ചുകൊണ്ട് വരാന്തയിൽ കുറച്ചപ്പുറത്തേക്ക് മാറി നിന്നു. “നീയൊരു കാര്യം ചെയ്യ്. ഇവിടത്തെന്നെ നില്ക്ക്. ഞാനും വിനോദും കൂടി പോകാം.

വില്യംസിനെ വിളിച്ച് വിവരം പറഞ്ഞിട്ട് ഞങ്ങളും അന്വേഷിക്കാം."

അവന് തലകുലുക്കേണ്ടി വന്നു.

വിനോദും കാർലോസും അവിടെനിന്നും മടങ്ങി.

പ്രതാപ് തളർന്നിരുന്നു.

അവന്റെ ഭാവം കണ്ട് പഞ്ചു സാന്ത്വനിപ്പിച്ചു.

"നീ പേടിക്കേണ്ടടാ, അമ്മയ്ക്ക് ഒന്നും സംഭവിക്കില്ല."

അവൻ തലകുലുക്കി.

കണ്ണുകൾ നിറഞ്ഞു വരികയാണ്. ഹൃദയത്തിനു ഭാരം താങ്ങാൻ കഴിയുന്നില്ല.

"പഞ്ചൂ..."

"എന്താടാ ഇങ്ങനെ?"

"ഞാൻ പിന്നെ എന്തുചെയ്യണമെടാ?"

"ഡോക്ടർമാർ കഴിയുന്നത്ര ശ്രമിക്കും. നിന്റെ അമ്മയാണെന്നറിഞ്ഞതോടെ അവർക്ക് വലിയ ഉത്സാഹമാണ്."

ഇനി പിടിച്ചു നില്ക്കാൻ തനിക്ക് കഴിയില്ലെന്ന് അവനുറപ്പായി.

"എടാ പഞ്ചൂ..."

"എന്താടാ?"

"വാ"

അവൻ എണീറ്റു നടന്നു.

പഞ്ചു പിന്നാലെയെത്തി.

"ഞാൻ നിന്നോടൊരു കാര്യം പറയുവാന് പോകുകയാണ്. നീ അതാരോടും തൽക്കാലം പറയരുത്. എന്റെ മനസ്സിലിരുന്നു വീർപ്പുമുട്ടുകയാണെടാ."

പഞ്ചുവിന്റെ മുഖത്ത് ഉത്കണ്ഠ ഇരച്ചുകയറി.

"പറയെടാ."

"ശ്രീദേവിച്ചേച്ചി എവിടെയാണെന്ന് എനിക്കറിയില്ലെടാ..."

"ങേ..." അമ്പരന്നുപോയി അവൻ.

"അതെ, ഞാൻചേച്ചിയെ കണ്ടില്ല. ക്വാർട്ടേഴ്സിൽ വന്നിട്ട് എന്നോട് വിവരം പറയുവാൻ ഗ്രൗണ്ടിലേക്ക് വന്നെന്നാണ് പറയുന്നത്. പക്ഷേ..."

പഞ്ചുവിന്റെ നെറ്റി ചുളിഞ്ഞു.

"നീ ഗ്രൗണ്ടിൽ തന്നെയുണ്ടായിരുന്നില്ലേ?"

അവൻ തലകുലുക്കി.

"നിന്നെ കാണാതെ വീട്ടിലേക്ക് പോകില്ല. അതുറപ്പ്."

"തൽക്കാലം ഇതാരും അറിയേണ്ട. നേരം പുലരുംമുമ്പ് ചേച്ചിയെ

കണ്ടുപിടിക്കാൻ കഴിഞ്ഞാൽ...."

അവന് ശബ്ദിക്കാനേ കഴിയുന്നില്ല. തലകുലുക്കി. അത്രമാത്രം. കാരണം പ്രതാപിന്റെ ചേച്ചിമാർ അവന്റെയും ചേച്ചിമാരായിരുന്നു. പഞ്ചുവിന് അച്ഛനോ സഹോദരങ്ങളോ ഇല്ല. അമ്മ മാത്രം.

കാർട്ടേഴ്സിൽ നിന്നും സ്റ്റേഡിയത്തിലേക്കുള്ള ഇടുങ്ങിയ പാതയിൽ അഞ്ച് ഇടവഴികൾ സന്ധിക്കുന്നുണ്ട്. ഏതുവഴിപോയാലും രണ്ട് പ്രധാന പാതകളിലെത്താം.

സാധാരണ ടാക്സിക്കാരും ഓട്ടോറിക്ഷക്കാരുമൊക്ക ഈ പാത കുറുക്കുവഴിയായി ഉപയോഗിക്കുന്നുണ്ട്. റോഡുകൾക്കിരുവശത്തും വീടുകളും.

ഇതുവഴിയൊക്കെ ഒരു പെൺകുട്ടി തനിച്ചു പോയാലും ആരും ശ്രദ്ധിച്ചെന്നു വരില്ല. പിന്നെ നഗരത്തിലെ വൃത്തികെട്ട സന്തതികൾ വാഹനത്തിൽ വരുമ്പോഴാണ് ഒറ്റയ്ക്ക് ഒരു പെണ്ണിനെ കാണുന്നതെങ്കിൽ അവളുടെ ശവശരീരം പിന്നീടെ എവിടെയെങ്കിലും നോക്കിയാൽ മതി.

പ്രതാപിനോട് ഒരു പ്രത്യേക മമതയുണ്ടായിരുന്ന സി.ഐ. വില്യംസും കാര്യമായ അന്വേഷണത്തിൽ വ്യാപൃതനായി.

പക്ഷെ മഹാനഗരത്തിലെ ഏതെങ്കിലും തിരക്കിൽ പെട്ടു പോയിട്ടുണ്ടാവുമോ അവൾ.

അങ്ങനെയെങ്കിൽ കണ്ടുപിടിക്കുക അസാദ്ധ്യമാണ്.

ഇതിനിടെ വില്യംസിന്റെ നിർദ്ദേശാനുസരണം ഒരു എസ്. ഐ.യും പോലീസുകാരും പ്രതാപിന്റെ വീട്ടിലെത്തി തിരക്കി. അവൾ അവിടെയുമില്ല. തങ്ങളിൽ ഒരാളുടെ സഹോദരിയാണ് കാണാതായിരിക്കുന്നതെന്ന ഓർമ്മ പോലീസുകാർക്കും ഉണ്ടായിരുന്നു. പക്ഷേ എന്തു ചെയ്യാൻ?

കാർലോസും വിനോദും തളർന്നു.

"ഇനി എന്തു ചെയ്യും സാർ?"

"ഞാനും അതുതന്നെയാണ് ആലോചിക്കുന്നത്..."

"അവൻ ഹോസ്പിറ്റലിൽ ഒറ്റയ്ക്കല്ലേ? നമുക്കും അങ്ങോട്ടു പോകാം. യാതൊരു വിവരവുമറിയാതെ വിഷമിച്ചിരിക്കുകയാവും അവൻ..."

കാർലോസ് തലകുലുക്കി.

നേരം പുലരുവാൻ ഇനി അധികസമയമില്ല. ഇതുവരെ തിരച്ചിലിലായിരുന്നു.

ഇതിനിടെ ക്വാർട്ടേഴ്സിൽ തിരിച്ചെത്തിയ ശങ്കറും സുഹൃത്തു

ക്കളും കാര്യമറിഞ്ഞു.

"അതിനാണോ ഈ അന്വേഷണമൊക്കെ?" ശങ്കർ പുച്ഛിച്ചു തള്ളി.

"ഏതവന്റെയെങ്കിലും പിന്നാലെ പോയിക്കാണണമെന്നേ. കല്യാണം കഴിക്കാതെ എത്രകാലമാ കഴിയുന്നത്? അവളും മനുഷ്യജീവിയല്ലേ...അല്ലേടാ ആൻഡ്രൂസേ..."

"അതേയതെ. പക്ഷേ അതിനിങ്ങനെ ചെയ്യണമായിരുന്നുവോ. വേറെ എത്രയോ നല്ല മാർഗ്ഗങ്ങൾ ഉണ്ടായിരുന്നു. ഇരുചെവി അറിയത്തുമില്ലായിരുന്നു. അവൾക്ക് വീട്ടിൽത്തന്നെ കിടന്ന് ഉറങ്ങുകയുമാവാരുന്നു..."

ഈ പ്രസ്താവനയിൽ മറ്റു കളിക്കാരിൽ പലരിലും അസ്വസ്ഥതയുണ്ടായെങ്കിലും വെറുതെ ഒരു വഴക്കുവേണ്ട എന്നു വിചാരിച്ച് മൗനം പാലിച്ചു. ശങ്കറും സുഹൃത്തുക്കളും നല്ല ഫോമിലായിരുന്നുതാനും.

വഴിക്കണ്ണുകളുമായി കാത്തിരിക്കുന്ന പ്രതാപിനെ പ്രതീക്ഷിച്ചാണ് കാർലോസും വിനോദും മെഡിക്കൽ കോളേജിൽ എത്തിയതെങ്കിലും അവരെ എതിരേറ്റത് മറ്റൊരു കാഴ്ചയായിരുന്നു...

ഇന്റൻസീവ് കെയർ യൂണിറ്റിന്റെ വാതിൽ തുറന്ന് സ്ട്രെച്ചറിൽ പുറത്തേക്ക് കൊണ്ടുവരുന്ന വെളുത്ത തുണിയിട്ടു മൂടിയ മൃതദേഹം...!

ഏഴ്

കാർലോസും വിനോദും ഒരു നിമിഷം ആ കാഴ്ച നോക്കിനിന്നു. സ്ട്രെച്ചറിലേക്ക് ചാഞ്ഞ് പൊട്ടിക്കരയുന്ന പെൺകുട്ടികൾ. എല്ലാം തകർന്നവനെപ്പോലെ നിൽക്കുന്ന പ്രതാപിന്റെ അച്ഛൻ. പഞ്ചുവിന്റെ തോളിൽ ചാഞ്ഞുനിന്ന് ഏങ്ങലടിക്കുന്ന പ്രതാപ്.

ആ രംഗത്തെ എങ്ങനെ അഭിമുഖീകരിക്കണമെന്ന് അവർക്കറിയില്ലായിരുന്നു.

പെൺകുട്ടികൾ അച്ഛനെ പിടിച്ചുമാറ്റി.

"അച്ഛാ..."അവർ നിലവിളിച്ചുകൊണ്ട് അദ്ദേഹത്തിന്റെ ശരീരത്തിലേക്ക് ചാഞ്ഞു.

സ്ട്രെച്ചർ പുറത്തേക്ക് നീങ്ങി.

പിന്നാലെ അവരും

അതിനിടെ പ്രതാപ് കാർലോസിനെയും വിനോദിനെയും കണ്ടു.

"സാർ... ചേച്ചിയെക്കുറിച്ച് എന്തെങ്കിലും വിവരം?"

അവർക്ക് ശബ്ദിക്കാൻ കഴിഞ്ഞില്ല. ഇത്തിരിനേരം കഴിഞ്ഞ് കാർലോസ് പറഞ്ഞു.

"ഇപ്പോഴും അന്വേഷണം നടക്കുകയാണ്...."

എല്ലാം നഷ്ടപ്പെട്ടവനായി പ്രതാപ് സ്ട്രെച്ചറിന് പിന്നാലെ സാവധാനം നടന്നു.

നേരം പുലർന്നുകഴിഞ്ഞാണ് ആംബുലൻസ് റെയിൽവേ പുറമ്പോക്കിൽ എത്തിയത്.

ആ വാഹനം കണ്ടപ്പോൾത്തന്നെ ആൾക്കാർ ഓടിക്കൂടി. പോരെങ്കിൽ ദേവകിയമ്മയെ ആശുപത്രിയിൽ കൊണ്ടുപോയിരിക്കുകയുമായിരുന്നല്ലോ.

മൃതദേഹം പുറത്തിറക്കി.

ഒരു കട്ടിൽ തിണ്ണയിൽ പിടിച്ചിട്ട് അതിൽ കിടത്തി.

"എന്റമ്മച്ചിയേ...." പച്ചമുള വെട്ടിച്ചീന്തുംപോലെ ഒരു നിലവിളി.

സാവിത്രി....

അവൾ അമ്മയുടെ മൃതദേഹത്തിൽ വീണ് തേങ്ങിക്കരഞ്ഞു.

"എന്തിനാ ഞങ്ങളെ ഇട്ടേച്ചുപോയത്?"

ഹോസ്പിറ്റലിൽ നിന്നെത്തിയ പ്രതാപിന്റെ ചേച്ചിമാരായ സുമയും പ്രഭയും ശ്രീദേവിയെ തിരഞ്ഞു.

"അവളെവിടെ?"

ഒരുവിധത്തിൽ സാവിത്രിയെ ആശ്വസിപ്പിച്ച് അവർ മൃതദേഹത്തിനരികിൽ നിന്നും മാറ്റി.

രേണുകചേച്ചിയുടെ വീട്ടിൽ വിവരം പറയുവാൻ ആളിനെ അയച്ചു.

സുമ സാവിത്രിയുടെ മുടിയിൽ മെല്ലെ തലോടി. ഒരു അമ്മയുടെ സാന്ത്വനം പോലെ. അവൾ സുമയുടെ തോളിൽ തലചായ്തു കിടക്കുകയായിരുന്നു.

"ശ്രീദേവി എത്തിയോ മോളേ?"

അതിനിടെ അവൾ തിരക്കി.

"ആശുപത്രീന്ന് വന്നില്ലല്ലോ..."

"ങേ?" സുമയിൽ ഒരു നടുക്കം.

"മോളെന്താ പറഞ്ഞത്?"

"ചേച്ചി ഇന്നലെ നിങ്ങളുടെ കൂടയല്ലേ ആശുപത്രിയിലേക്ക് വന്നത്. അതുകഴിഞ്ഞ് ഇവിടെ വന്നില്ലല്ലോ"

സുമ സാവിത്രിയെ തന്റെ ശരീരത്തിൽ നിന്നും അടർത്തി.

സാവിത്രി പകപ്പോടെ സുമയെ നോക്കി.

"ഇന്നലെ രാത്രി പോലീസുകാരും ശ്രീദേവിചേച്ചിയെ തിരക്കി ഇവിടെ വന്നിരുന്നു."

"ങേ...?" ഒരു നടുക്കം കൂടി. അപ്പോൾ പ്രതാപൻ എന്തൊക്കൊയോ ഒളിച്ചിരിക്കുന്നു. ഇന്നലെ ശ്രീദേവിയെക്കുറിച്ച് ചോദിച്ചപ്പോൾ ആ മുഖത്ത് ഒരു വല്ലാത്ത ഭാവമുണ്ടായത് അവൾ ഓർത്തു.

എവിടെയോ എന്തോ കുഴപ്പം സംഭവിച്ചിട്ടുണ്ട്.

സുമ എണീറ്റു.

കാർലോസിന്റെയും വിനോദിന്റെയും മറ്റും അരികിൽ തളർന്നിരിക്കുകയായിരുന്നു പ്രതാപ്.

സുമ അവനെ വിളിച്ച് പുരയുടെ വടക്ക് ഭാഗത്തേക്ക് കൊണ്ടുപോയി.

"എന്താ ചേച്ചി?" പിടയ്ക്കുന്ന ഹൃദയത്തോടെ അവൻ തിരക്കി.

സുമ അവന്റെ കണ്ണുകളിലേക്ക് നോക്കി.

"നീ ചേച്ചിയോട് സത്യം മാത്രമേ പറയാവൂ..."

താൻ ഏറ്റവും ഭയന്നിരുന്ന ആ നിമിഷം ആഗതമാകുകയാണെന്ന് അവനുറപ്പായി

"ചേച്ചി പറഞ്ഞുവരുന്നത്..."

"ശ്രീദേവി എവിടെ?"

"ചേച്ചി...അത്..."

"ഇനി ഒന്നും മറച്ചുവയ്ക്കാൻ നീ നോക്കണ്ടാ. എനിക്ക് സത്യമറിയാണം. ശ്രീദേവി എവിടെയാണ്?"

"ചേച്ചീ...."അവൻ വിതുമ്പി "ശ്രീദേവിചേച്ചി എവിടെയാണെന്ന് എനിക്ക് അറിയില്ല..."

അവൻ ഉണ്ടായ കാര്യങ്ങൾ മുഴുവൻ പറഞ്ഞു കേൾപ്പിച്ചപ്പോൾ സ്തംബ്ധയായി നിൽക്കുകയായാരുന്നു സുമ. ഒന്നിനുമേൽ മറ്റൊരു ദുരന്തംകൂടി വഹിക്കാനുള്ള കരുത്തില്ലാഞ്ഞതിനാലാണ് ഇന്നലെ പ്രതാപ് ഇത് പറയാതിരുന്നത്.

എന്തുവേണമെന്നറിയാതെ സുമയും പകച്ചുപോയി. അച്ഛനോട് എങ്ങനെ ഇതുകൂടി പറയും?

സി.ഐ. വില്യംസും ശങ്കറും രണ്ട് സുഹൃത്തുക്കളും ഒഴികെയുള്ള ടീമംഗങ്ങളുമെല്ലാം ശവസംസ്കാരത്തിൽ പങ്കുകൊണ്ടു.

എല്ലാംകഴിഞ്ഞ് തലയിൽ ഇരുൾ നിറഞ്ഞതുമാതിരി പ്രതാപൻ വിദൂരതയിലേക്ക് നോക്കിയിരിക്കുമ്പോഴാണ് അച്ഛൻ സാവിത്രിയോട് ചോദിക്കുന്നത് കേട്ടത്.

"ശ്രീദേവി എന്തിയേ സാവിത്രി"

പ്രതാപ് ഞെട്ടി.

"അച്ഛാ..." ഒരു പൊട്ടിക്കരച്ചിലായിരുന്നു സാവിത്രിയുടെ മറുപടി.

"എന്തുപറ്റി മോളേ..."

അപ്പോഴേയ്ക്കും പ്രതാപ് ഇടപെട്ടു.

"അച്ഛൻ വിഷമിക്കരുത്. ഇന്നലെ ഞാൻ ഒരു കള്ളം പറഞ്ഞു..." എന്നു പറഞ്ഞാണ് പ്രതാപ് എല്ലാം അറിയിച്ചത്.

ശ്വാസം നഷ്ടപ്പെട്ടമാതിരി അച്ഛൻ തുറിച്ച കണ്ണുകളോടെ ഇരുന്നു...

രേണുകചേച്ചിയുടെ ഭർത്താവ് മടങ്ങിപ്പോയിരുന്നു. അടുത്ത വീട്ടിലുള്ളവർ രാത്രിയിൽ ഭക്ഷണംകഴിക്കാൻ ആകുന്നത്ര നിർബന്ധിച്ചെങ്കിലും ആരും വഴങ്ങിയില്ല....

** ** **

റെയിൽവേ ലൈനിലൂടെ അനേകം തീവണ്ടികൾ അലറിക്കുതിച്ച് പാഞ്ഞുപോയി.

തന്റെ മനസ്സിലൂടെയാണ് ഇരുമ്പുചക്രങ്ങൾ കയറിയിറങ്ങുന്നതെന്ന് പ്രതാപിന് തോന്നിപ്പോയി. മനസ്സ് മരുഭൂമിപോലെയായിരിക്കുന്നു. ഒന്നിനും യാതൊരു ഉത്സാഹവുമില്ല.

രാത്രികളും പകലുകളും മാറിമാറി വന്നു. ഫെഡറേഷൻ കപ്പിനുള്ള തീയതി അടുത്തു വരികയാണ്.

അമ്മ മരിച്ചിട്ട് ആഴ്ച ഒന്നു കഴിഞ്ഞിരിക്കുന്നു. അതിനിടെ മീരയുടെ കത്തു കിട്ടി. അമ്മയുടെ ശവസംസ്കാരത്തിൽ പങ്കുകൊള്ളണമെന്നുണ്ടായിരുന്നു. ആരെങ്കിലും തന്നെ തിരിച്ചറിഞ്ഞെങ്കിലോ എന്നു വിചാരിച്ചാണ് വരാതിരുന്നത്. പ്രതാപിനെ അത്യാവശ്യമായി ഒന്നു കാണണം...എന്നിങ്ങനെ പോകുന്നു കാര്യങ്ങൾ....

അവൻ മീരയുമായി കണ്ടുമുട്ടി.

"എന്താ ഇനിയിപ്പോ കോച്ചിംഗിൽ പങ്കെടുക്കുന്നില്ല എന്നതാണോ തീരുമാനം?" അവൾ തിരക്കി.

മറുപടി പറയാതെ അവളുടെ മുഖത്തേക്കു നോക്കി അവൻ ഇരുന്നു.

"ഞാൻ കാര്യമായിട്ട് പറയുകയാ. പ്രതാപ് കോച്ചിംഗ് ക്യാമ്പിലെത്തണം. പ്രാക്ടീസ് തുടരണം"

"എനിക്കെങ്ങനെ കഴിയും മീരേ... എന്റെ അമ്മ...ചേച്ചീ...."

"ഒക്കെ കഴിഞ്ഞില്ലേ? അതേക്കുറിച്ച് ചിന്തിച്ചുകൊണ്ടിരുന്നാൽ അതിനേ സമയം കാണൂ... പിന്നെ മറ്റൊരു കാര്യം... നിങ്ങളുടെ ക്യാപ്റ്റൻ ശങ്കറില്ലേ, അവനുമായി എന്റെ വിവാഹം നടത്തിയാലോ എന്നൊരു ആലോചന എന്റെ ഡാഡിക്കും സ്പോർട്സ് മന്ത്രി അരവിന്ദാക്ഷനും തമ്മിൽ ഉണ്ടായിട്ടുണ്ട്."

പ്രതാപ് ചുളിഞ്ഞ നെറ്റിയോടെ അവളെ നോക്കി.

ഇതും സംഭവിക്കുമോ?

തന്റെ നഷ്ടങ്ങളുടെ പട്ടികയിൽ ഇനിയും കണക്കുകൾ കൂടി വരികയാണോ? ഓരോന്നായി തന്നിൽ നിന്നും അകന്നുപോകുകയാണോ....

അവന്റെ മാനസിക വ്യാപാരം മീരയ്ക്ക് മനസ്സിലായി.

സങ്കടത്തോടെ അവൾ പറഞ്ഞു.

"പ്രതാപ് വിഷമിക്കരുത്. ജീവിച്ചിരിക്കുമ്പോൾ പ്രതാപല്ലാതെ മറ്റൊരാളും എന്നെ കൊണ്ടുപോകില്ല. അവർക്ക് അങ്ങനെയൊരു ആലോചനയുണ്ടന്നല്ലേ ഞാൻ പറഞ്ഞുള്ളൂ... അതു നടക്കണമെന്നില്ലല്ലോ. ഞാൻ പറഞ്ഞുവരുന്നത് അതല്ല എനിക്ക് പ്രതാപിന്റെ കാര്യം ഡാഡിയോടു പറയണമെങ്കിൽ പ്രതാപിങ്ങനെ മൂലയിൽ കുത്തിയിരുന്നാൽ പറ്റില്ല. പ്രാക്ടീസ് ചെയ്യണം. ഇന്ത്യയിലെ ഏറ്റവും മികച്ച ഫുട്ബോളർ എന്ന പേരെടുക്കണം..."

അവൻ തലകുലുക്കി.

"ഞാൻ എത്ര മികച്ച ഫുട്ബോളറായാലും തന്റെ ഡാഡി തന്നെ എനിക്ക് തരുമെന്ന് വിശ്വസിക്കാൻ എന്തോ എനിക്ക് കഴിയുന്നില്ല."

"അതൊക്കെ പ്രതാപിന്റെ തോന്നലുകളാണ്" അവൻ ചിരിച്ചു.

"നമുക്ക് കാണാം"

അവളുടെ വാക്കുകളുടെ മന്ത്രശക്തികൊണ്ടോയെന്തോ ആയിരിക്കണം രണ്ടു ദിവസത്തിനുശേഷം പ്രതാപ് കോച്ചിംഗ് ക്യാമ്പിലെത്തി.

നിറഞ്ഞ മനസ്സോടെ കാർലോസ് അവനെ സ്വീകരിച്ചു.

"ഞാൻ ആകെ തളർന്നിരിക്കുകയായിരുന്നു പ്രതാപേ...ഈ മത്സരം കൂടി തോറ്റാൽ...ഏതായാലും നീ വന്നല്ലോ. എനിക്ക് സന്തോഷമായി. ഇനി നമ്മൾ ജയിക്കും എനിക്കുറപ്പുണ്ട്."

പ്രതാപിന്റെ സുഹൃത്തുക്കൾക്കെ സന്തോഷമായിരുന്നു.

അവന്റെ മനസ്സ് ഏകാഗ്രമാക്കി പ്രാക്ടീസിൽ ശ്രദ്ധ ചെലുത്താൻ തുടങ്ങി.

എന്നാൽ എങ്ങനെയും അവനെ തളർത്തണമെന്ന് ശങ്കറും കൂട്ടുകാരും തീരുമാനിച്ചു.

അവസരം കിട്ടുമ്പോഴൊക്കെ അവൻ കുത്തുവാക്കുകൾ പറയും.

"അല്ലേലും ഒളിച്ചോടിയവരെക്കുറിച്ച് യാതൊരു വിവരവുമില്ല, അല്ലേടാ സൈമണേ..."

അവർ ഉറക്കെ ചിരിക്കും.

"ഇനിയും ഒളിച്ചോടാൻ അംഗങ്ങളുണ്ടെന്നാണല്ലോ അറിവ്?" ആൻഡ്രൂസ്.

"ഉണ്ടുണ്ട്, ഒരുപാടുണ്ട്. പട്ടി പെറ്റിടുന്നപോലല്ലേ പുഴുക്കളെ പെറ്റിട്ടിരിക്കുന്നത്"

പലപ്പോഴും എന്തുകേട്ടാലും ഒഴിഞ്ഞുപോകുമായിരുന്നു പ്രതാപ്. എന്നാൽ അത്രയും കഠിനമായ പ്രയോഗങ്ങൾ വന്നപ്പോൾ അവന് ക്ഷമിക്കുവാൻ കഴിഞ്ഞില്ല.

പ്രതാപ് പല്ലുകൾ ഞെരിച്ചമർത്തി അവരുടെ മുമ്പിലെത്തി. തന്റെ ശരീരം ചുട്ടുപൊള്ളുന്നതുപോലെ തോന്നി അവന്.

അവനെ മുന്നിൽ കണ്ടപ്പോൾ അവർ വീറോടെ പറഞ്ഞുതുടങ്ങി.

"അല്ല നമുക്ക് ആരുടെയും കുറ്റം പറയുവാൻ കഴിയില്ല. കാരണം ദൈവം കൊടുത്തിരിക്കുന്ന അവയവങ്ങൾ വേണ്ടസമയത്ത് ഉപയോഗിക്കാൻ കഴിഞ്ഞില്ലെങ്കിൽ ഇങ്ങനെയൊക്കെ സംഭവിക്കും. ഇത് മൂക്കിൽ പല്ലു കിളിർത്താലും കല്യാണം നടക്കില്ലെന്ന് അവൾക്കറിയാമായിരുന്നിക്കണം.... കഷ്ടം."

പ്രതാപിന്റെ സകല ക്ഷമാശക്തിയും നശിച്ചു കഴിഞ്ഞിരുന്നു.

"എടാ...." എന്ന വിളിയോടെ അവൻ ശങ്കറുടെ ഷർട്ടിൽ കുത്തിപ്പിടിച്ചുയർത്തി.

വലതു മുഷ്ടി കുടംപോലെ അവന്റെ മൂക്കിൽ പതിഞ്ഞു.

വല്ലാത്തൊരു നിലവിളി ശങ്കറിൽ നിന്നുയർന്നു. അവന്റെ മൂക്കിൽ നിന്നും രക്തത്തുള്ളികൾ ചിതറി.

ഇടിയുടെ ആഘാതത്തിൽ പിന്നോട്ടുതെറിച്ച അവൻ ഒരു കസേരയിലേക്കും അതുൾപ്പെടെ തറയിലേക്കും മറിഞ്ഞു.

"നീ ഇത്രയ്ക്കായോടാ" എന്ന് ചോദിച്ചുകൊണ്ട് സൈമണും ആൻഡ്രൂസും ചാടിയെണീറ്റു.

"ഇനി അനാവശ്യമായി എന്നെപ്പറ്റിയോ എന്റെ വീട്ടുകാരെപ്പറ്റിയോ എന്തെങ്കിലും പറഞ്ഞാൽ...." അവൻ അവർക്കുനേരെ കൈചൂണ്ടി.. "ഇനി മേൽപോട്ടും കീഴ്പോട്ടും നോക്കുകയില്ല ഞാൻ...."

ശങ്കറും സുഹൃത്തുക്കളും വൈരാഗ്യത്തോടെ തറയിൽ നിന്നും ചാടിയെണീറ്റു.

ശങ്കർ പുറംകൈകൊണ്ട് ചോര തുടച്ചു കളഞ്ഞു. പക്ഷേ അപ്പോഴേയ്ക്കും മറ്റു ടീമംഗങ്ങളും കോച്ചുമൊക്കെ അകത്തേക്കോടിക്കയറി വന്നു.

രണ്ടു കൂട്ടരെയും പിടിച്ചുമാറ്റി....

ആ സംഭവം അവിടെക്കൊണ്ടവസാനിച്ചെങ്കിലും ശങ്കറുടെയും കൂട്ടുകാരുടെയും മനസ്സിൽക്കിടന്ന് നീറുകയായിരുന്നു.

ഫെഡറേഷൻ കപ്പിനുള്ള ദിവസങ്ങൾ അടുക്കുകയാണ്.

പ്രതാപ് നല്ല ഫോമിലായതിനാൽ കാർലോസിന് നല്ല പ്രതീക്ഷയാണുള്ളത്.

ഈ അവസരത്തിൽ ശങ്കറും സുഹൃത്തുക്കളും മറ്റുചില പദ്ധതികൾ ആസൂത്രണം ചെയ്യുകയായിരുന്നു. എന്തുവന്നാലും കേരളാ പോലീസ് ഫെഡറേഷൻ കപ്പിൽ ജയിക്കാൻ പാടില്ല. പ്രതാപ് ടീമിലുള്ളതുകൊണ്ട് യാതൊരു പ്രയോജനവുമില്ലെന്ന് വരുത്തിത്തീർക്കണം.

അവസാന ഇലവൻ ലിസ്റ്റ് പ്രഖ്യാപിക്കപ്പെട്ടു. ശങ്കർതന്നെ ക്യാപ്റ്റൻ. ആക്രമണനിരയുടെ മദ്ധ്യഭാഗത്ത് പ്രതാപും. ലെഫ്റ്റ് വിംഗിൽ വിനോദും റൈറ്റ് വിംഗിൽ അലക്സും.

മദ്ധ്യനിരയിൽ ശങ്കറും സൈമണും ആൻഡ്രൂസും... പ്രതിരോധനിരയ്ക്കാണ് ഊന്നൽ.

ലിസ്റ്റ് അറിഞ്ഞയുടനെ ഒന്ന് തുള്ളിച്ചാടണമെന്ന് തോന്നി ശങ്കറിനും സുഹൃത്തുക്കൾക്കും....

എട്ട്

ഫെഡറേഷൻ കപ്പിന് ടീമംഗങ്ങൾ യാത്രതിരിക്കുന്നതിന്റെ തലേദിവസം പ്രതാപും മീരയും കൂടി സന്ധിച്ചു.

പാർക്കിലെ തിരക്കൊഴിഞ്ഞ മൂലയിൽ

ഏറെ നേരത്തോളം ആരും സംസാരിച്ചില്ല. കണ്ണുകൾ തമ്മിൽ കൊരുത്തമട്ടിൽ ഇരുന്നു.

കടലക്കാരൻ പയ്യന്റെ കൈയിൽ നിന്നും രണ്ടുപൊതി നിലക്കടല വാങ്ങി കൊറിച്ചുകൊണ്ട് ആ ഇരിപ്പു തുടർന്നു. അവസാനം മൗനത്തിനു വിരാമം കുറിച്ചത് പ്രതാപാണ്.

"മീരേ...."

"ഉം..." അവൾ ഈണത്തിൽ വിളികേട്ടു.

"നേരം ഒരുപാടാകുന്നു. എനിക്ക് യാത്രയ്ക്കുള്ള തയ്യാറെടുപ്പുകൾ ചെയ്യണം."

അവൾ മനോഹരമായി ചിരിച്ചു.

"കപ്പുമായിട്ടല്ലാതെ തിരിച്ചുവരില്ലല്ലോ..."

"ശ്രമിക്കാം"

"ശ്രമിച്ചാൽ പോര, നടത്തണം"

അവൾ ഉറച്ചശബ്ദത്തിൽ പറഞ്ഞു.

"ഞാൻ പ്രാർത്ഥിക്കുന്നുണ്ട് എന്നും. കളി തുടങ്ങുമ്പോൾ മുതൽ ടി.വി.യുടെ മുമ്പിൽ ഞാനുണ്ടാകും."

അവൻ തലകുലുക്കി.

"ശങ്കറുമായുള്ള വിവാഹാലോചനയുടെ കാര്യം പിന്നീടൊന്നും പറഞ്ഞില്ലല്ലോ"

"അതേക്കുറിച്ച് പിന്നീട് ഡാഡിയും ഒന്നും പറഞ്ഞ് ഞാനും കേട്ടില്ല."

"എനിക്ക് തിരിച്ചുവരുന്നതുവരെ ഓർമ്മിക്കാൻ നീ എന്തുതരും?"

കൂടുതൽ ചിന്തിക്കാൻ അവൾക്കില്ലായിരുന്നു.

അവന്റെ ശിരസ്സുപിടിച്ച് തന്നിലേക്കടുപ്പിച്ചിട്ട് ആ കവിളുകളിൽ ഓരോ ഉമ്മ കൊടുത്തു.

"പോരെ?" അവൾ കുലുങ്ങിച്ചിരിച്ചു.

"മതി...മതി..."

ഇരുവരും എണീറ്റ് കൈകോർത്ത് ചിരിച്ചുകൊണ്ട് നടന്നു.

** ** **

"അളിയാ നല്ല നാലു ഗോളു കാച്ചണം. ഞാനും മഹാലക്ഷ്മീ ട്രാവൽസിലെ കിളി സിദ്ദിക്കും തമ്മിൽ ബെറ്റുവച്ചിരിക്കുകയാണ്. ഇത്തവണ ഫെഡറേഷൻ കപ്പ് കേരളാപോലീസ് കൊണ്ടുപോരുമെന്ന് ഞാനും അതല്ല പഞ്ചാബ് കൊണ്ടുപോകുമെന്ന് അവനും. നൂറ്റിയൊന്നു രൂപയാണ് ബെറ്റ്." പഞ്ചു കസേര വലിച്ചിട്ട് അതിൽ ഇരുന്നു.

അവനും ആകെ ഫുട്ബോൾ ലഹരിയിലായിരുന്നു. പ്രതാപിനേക്കാൾ ആവേശം പഞ്ചുവിനാണെന്നു തോന്നും.

"ബെറ്റ് കിട്ടിക്കഴിഞ്ഞാൽ നീ എനിക്കെന്തു തരും?"

"ഫിഫ്റ്റി ഫിഫ്റ്റി..." അവനു കൂടുതൽ ചിന്തിക്കേണ്ട കാര്യമില്ലായിരുന്നു.

"ഓക്കെ..."

എല്ലാവരോടും യാത്രപറഞ്ഞ് അവൻ ഇറങ്ങി.

** ** **

കേരളാപോലീസ്, ഹോട്ടൽ 'ഇന്ദ്രധനുഷിലാണ്' താമസിച്ചത്. അതിന്റെ തൊട്ടടുത്തുതന്നെ അവർക്ക് പ്രാക്ടീസ് ചെയ്യാനുള്ള സ്ഥലസൗകര്യങ്ങളും ഉണ്ടായിരുന്നു.

പ്രതാപും വിനോദും അലക്സും ഒരു മുറിയിൽ.

ഫിക്സർ അനുസരിച്ച് പോലീസ് ടീമിന് ആദ്യമായി ഏറ്റുമുട്ടേണ്ടത് കൽക്കത്തയിലെ അലിമാവോ ബ്രദേഴ്സുമായാണ്.

കിടക്കയിൽ ഒരുവശം ചരിഞ്ഞുകിടന്ന് ഏതോ വാരിക മറിച്ചുനോക്കുകയായിരുന്നു പ്രതാപ്. അപ്പോൾ സമയം രാത്രി ഒൻപതുമണി കഴിഞ്ഞിരുന്നു.

"അലിമാവോ ബ്രദേഴ്സ് ഇന്ന് ഭാരതത്തിലുള്ള ഏറ്റവും മികച്ച ടീമികളിൽ ഒന്നാണ്. ശരിക്ക് പൊരുതേണ്ടി വരും...." അലക്സ് ബെഡ്ഷീറ്റ് നേരെയാക്കി ഇടുന്നതിനിടയിൽ പറഞ്ഞു.

പ്രതാപും വിനോദും ശിരസ്സിളക്കി

"പ്രതിരോധത്തിലും ആക്രമണത്തിലും ഒരേപോലെ ഊന്നിക്കളിക്കുന്നതാണ് അവരുടെ പ്രത്യേകത. പൊതുവേ മദ്ധ്യനിരയാണവരുടെ ദുർബ്ബലഭാഗം" അലക്സു തന്നെ തുടർന്നു. "പ്രതിരോധനിരയിൽ പേരുകേട്ട കളിക്കാരാണ്. അവിടെ വിള്ളൽ വീഴ്ത്താൻ കഴിഞ്ഞാൽ രക്ഷപെട്ടു."

പ്രതാപ് മറുപടി പറയാതെ ആ രംഗം മനസ്സിൽ കാണുകയായിരുന്നു. എങ്ങനെയും അവരുടെ പ്രതിരോധം പൊളിക്കേണ്ടിയിരിക്കുന്നു.

കളിയെപ്പറ്റിമാത്രം ചർച്ചചെയ്തുകൊണ്ട് അവരങ്ങനെയിരിക്കുമ്പോൾ മറ്റൊരു മുറിയിൽ ശങ്കറും ആൻഡ്രൂസും സൈമണും കഞ്ചാവു ലഹരിയിൽ അങ്ങനെ പറന്നു നടക്കുകയായിരുന്നു.

"എങ്ങനെയും ഈ കളിയിൽ തോൽക്കണം. ആ ഒരാഗ്രഹമേ എനിക്കുള്ളൂ..." ശങ്കർ പകുതിയടഞ്ഞ കണ്ണുകളോടെ സൈമണെ നോക്കി.

"അങ്ങനെതന്നെ. പക്ഷേ ആർക്കും നമ്മളിൽ യാതൊരു സംശയത്തിനും ഇടയുണ്ടാക്കുകയും ചെയ്യരുത്"

"അതിനുവേണ്ട മരുന്നുകളല്ലേ നമ്മുടെ കൈവശം ഏറെയുള്ളത്."

മൂവരും ചിരിച്ചു.

"ഒന്നു കറങ്ങിയാലോ. ഈ സിറ്റിയിൽ രാത്രികാലങ്ങളിൽ നല്ല ചരക്കിനെ കിട്ടുമെന്നാണ് പറയുന്നത്..."

ആൻഡ്രൂസ് തലയിളക്കി.

"അതൊന്നും തൽക്കാലം വേണ്ട. ഒന്നാമതേ മറ്റുള്ളവർക്ക് നമ്മളോട് നല്ല താൽപര്യമില്ല. അതിന്റെ കൂടെ ഏതായാലും വെറുതെ പൊല്ലാപ്പിനൊന്നും പോകണ്ട..."

"എന്നാലും ബാംഗ്ലൂർവരെ വന്നിട്ട് രണ്ട് കിളികളെപ്പോലും കിട്ടിയില്ലെന്നുവന്നാൽ...സായാഹ്നത്തിൽ വെറുതെ ലാൽബാഗിലൊന്ന് ചുറ്റിയടിച്ചിരുന്നുവെങ്കിൽ ഇങ്ങോട്ടുകയറി കൊത്തിയേനെ. നല്ല ഒന്നാന്തരം സാധനങ്ങള്. നമ്മുടെ നാട്ടിലെപ്പോലെ 'സി' ക്ലാസ്സൊന്നുമല്ല 'എ' ക്ലാസ്സുതന്നെ"

"ദേ ശങ്കർ, ഓരോന്നിനും അതിന്റേതായ സമയമുണ്ട് കേട്ടോ. നമ്മുടെ ഭാഗത്തുനിന്നും എന്തൊക്കെ വീഴ്ചകളുണ്ടാകുന്നുണ്ടെന്ന് നോക്കി നിൽക്കുകയാണ് മറ്റുള്ളവർ" സൈമണിന്റെ മുന്നറിയിപ്പ്.

"നോക്കിയിരുന്നാലെന്താ, മൂക്കിൽകേറി വലിച്ചു കളയുമോ? പോകാൻ പറയെടാ" ശങ്കറിന്റെ തലയ്ക്ക് കഞ്ചാവ് നല്ലതുപോലെ ഏറ്റുകഴിഞ്ഞിരുന്നു.

അവസാനം സുഹൃത്തുക്കൾ രണ്ടുപേരുംകൂടി ഒരുവിധത്തിലാണ് ഒതുക്കിത്തീർത്തത്.

ഫെഡറേഷൻ കപ്പിനുവേണ്ടി ബാംഗ്ലൂർ അണിഞ്ഞൊരുങ്ങിയിരുന്നു.

സമ്പന്നരുടെ ക്ലബ്ബുകളിൽ ലക്ഷക്കണക്കിനു രൂപയുടെ പന്തയങ്ങൾ...

കുതിരപ്പന്തയം പോലെ...

കിട്ടുന്നവൻ ലക്ഷപ്രഭു അല്ലാത്തവൻ തെരുവുതെണ്ടി.

പത്തുരൂപ മുതൽ ബെറ്റു വച്ചവരുണ്ട്.

കിക്കോഫ് വിസിലിന് ഇനി ഒരു ദിവസം മാത്രം.

എല്ലാ ടീമുകളും ഹോട്ടലുകളിൽ തങ്ങളുടെ അവസാന അടവുകളും പരിശോധിച്ച് തൃപ്തിപ്പെട്ട് കാത്തിരുന്നു.

ഫുട്ബോൾ ഭ്രാന്തന്മാർ തെരുവുകളിലൂടെ കുടിച്ചു കൂത്താടി പാട്ടു പാടി ആടി നടന്നു.

താൽക്കാലികമായി കച്ചവടത്തിൽ ഏർപ്പെടുന്ന കൊച്ചുകുട്ടികൾ മുതൽ ടിക്കറ്റ് കൂടിയ നിരക്കിൽ ബ്ലാക്കിൽ വിൽക്കുന്നവർക്കുവരെ തിരക്കായിത്തുടങ്ങി.

മത്സരദിവസം രാവിലെ മുതൽ ടിക്കറ്റ് കൗണ്ടറുകൾക്ക് മുന്നിൽ ആരംഭിച്ച ക്യൂ കിലോമീറ്ററുകളോളം നീണ്ടു.

അവരിൽ പകുതിപേർക്കും ടിക്കറ്റു കിട്ടിയെന്നു വരില്ല.

ടിക്കറ്റു കിട്ടാത്തവർ മൈതാനത്തിനു പുറത്തുള്ള കൂറ്റൻ ടവറുകൾക്കു മുകളിൽ വലിഞ്ഞുകയറി. ഇലക്ട്രിക് പോസ്റ്റുകൾക്ക് മുകളിൽ കയറിയവരെ പോലീസ് താഴെയിറക്കി.

ഉദ്ഘാടനമത്സരം ഗോവയും ബംഗാളും തമ്മിലായിരുന്നു. കഴിഞ്ഞ വർഷത്തെ ചാമ്പ്യൻമാരായിരുന്നു ഗോവക്കാർ. അന്ന് പെനാൽറ്റി ഷൂട്ടിലൂടെയാണ് അലിമാവോ ബ്രദേഴ്സിനെ തറപറ്റിച്ചത്. അതും ഭാഗ്യംകൊണ്ടുമാത്രം. അലിമാവോ ബ്രദേഴ്സിലെ ഒരുവൻ അടിച്ച പന്ത് ബാറിൽ തട്ടി പുറത്തേക്ക് പോയി.

പക്ഷേ അതിനുശേഷം തുടരെയുള്ള മൂന്നു മത്സരങ്ങളിൽ അലിമാവോ ബ്രദേഴ്സ് ഗോവയോട് മധുരമായി പ്രതികാരം ചെയ്തു.

ഉദ്ഘാടനമത്സരം കാണുവാൻ കേരളാപോലീസ് ടീമും പോയി.

ഇരുകൂട്ടരെയും വിലയിരുത്തി.

ആ മത്സരത്തിൽ ഗോവയെ ഒരട്ടിമറിയിലൂടെ വീഴ്ത്തി 2-1 എന്ന സ്കോറിൽ ബംഗാൾ ജയിച്ചു.

പ്രവചനങ്ങൾ തെറ്റി...

ഗോവ വിജയം മുന്നിൽ കണ്ടിരുന്നതാണ്.

“ഇതാണ് ഫുട്ബോൾ... അവസാന വിസിൽ മുഴങ്ങുന്നതുവരെ കാത്തിരിക്കാതെ തരമില്ല. അല്ലെങ്കിൽ നേരത്തെ വ്യക്തമായ ലീഡ് നേടണം” കാർലോസ് പ്രതാപിനോട് പറഞ്ഞു. “നമുക്ക് ആ തന്ത്രമാണ് വേണ്ടത്, ഹാഫ്ടൈമിനു മുമ്പ് കഴിയുന്നത്ര ഗോൾ സ്കോർ ചെയ്യുക... ഹാഫ് ടൈം കഴിഞ്ഞ് പ്രതിരോധത്തിൽ ഊന്നി കളിക്കുകയാണെങ്കിൽ ഭയത്തിന്റെ കാര്യമേ വേണ്ട...”

പ്രതാപ് തലകുലുക്കി.

മൂന്നാം ദിവസമാണ് കേരളത്തിന്റെ കളി.

അവൻ മനസ്സിൽ പല കണക്കുകളും കൂട്ടുകയും കുറയ്ക്കുകയും ചെയ്തു. ഇനി കളി തീരുന്നതുവരെ മനസ്സിൽ ടെൻഷനാണ്. മീരയുടെ മുഖം മനസ്സിൽ ഇടയ്ക്കിടെ തെളിയും. അവളുടെ വാക്കുകൾ....അവൾ കവിളിൽതന്ന ചുംബനത്തിന്റെ ലഹരി.

അറിയാതെ അവൻ കവിളിൽ തലോടിപ്പോയി. താൻ കളിക്കളത്തിൽ ഇറങ്ങുമ്പോൾ മുതൽ വിടർന്ന കണ്ണുകളോടെ അവൾ ടി.വി.യ്ക്കു മുന്നിൽ ഉണ്ടായിരിക്കും.

തനിക്ക് പതർച്ച പറ്റിയാൽ...

ഇല്ല. തോറ്റിട്ട് തനിക്ക് ബാംഗ്ലൂർ വിട്ടുപോകാൻ കഴിയില്ല... അവൻ മനസ്സിൽ പ്രതിജ്ഞയെടുക്കുകയായിരുന്നു. ജയിക്കണം. ജയിച്ചേ പറ്റൂ... അവസാന കരുത്തും അതിനായി വിനിയോഗിക്കണം. അല്ലെങ്കിൽ കളിക്കളത്തിൽ അവസാനിക്കണം എല്ലാം...

“പ്രതാപെന്താ ചിന്തിക്കുന്നത്?”

കാർലോസിന്റെ ശബ്ദം കേട്ടപ്പോൾ അവൻ ഞെട്ടിയുണർന്നു.

“സാർ...”

“താൻ ഇങ്ങനെ ടെൻഷനടിക്കേണ്ട കാര്യമൊന്നുമില്ലെടോ. ഒന്നുണർന്നു കളിച്ചാൽ മതി...”

പ്രതാപ് ഒന്നു ചിരിച്ചു.

മൂന്നാം ദിവസം ആഗതമായി...

പ്രതാപിന്റെ ഓരോ ചലനങ്ങളും വളരെ വേഗത്തിലായിരുന്നു. എത്രയും വേഗം കളിക്കളത്തിലെത്താൻ അവന്റെ മനസ്സ് വെമ്പി.

ടീമംഗങ്ങൾ ഒത്തൊരുമയോടെ നിൽക്കണം. പരസ്പരം വിശ്വാസമില്ലെങ്കിൽ, സഹായമില്ലെങ്കിൽ ഫലം തോൽവിയായിരിക്കും.

അതുകൊണ്ടുതന്നെ പ്രതാപ് രാവിലെ പ്രാക്ടീസ് നടക്കുമ്പോൾ ശങ്കറോടും മറ്റും എന്തോ ലോഹ്യം ചോദിച്ചു. പക്ഷേ അവർ അവനെ അവഗണിച്ചുകളഞ്ഞു. പ്രതാപിന് വല്ലായ്മതോന്നി. തൽക്കാലം എല്ലാ ദുഃഖങ്ങളെയും അകറ്റി മനസ്സ് തെളിയിച്ചെടുത്തിരുന്നതാണ്. എന്നാൽ ഈ അനുഭവം ഒരു കറുത്തകരടായി അടിഞ്ഞുകൂടിയിരിക്കുന്നു.

പ്രാക്ടീസ് കഴിഞ്ഞ് അവർ മുറികളിൽ തിരിച്ചെത്തി.

“എനിക്കെന്തോ ഒരു വല്ലായ്മ തോന്നുന്നല്ലോ വിനോദേ...” പ്രതാപ് പറഞ്ഞു. “ശങ്കറും മറ്റും നമ്മളെ ചതിക്കുമോ?”

“ഏയ് അതൊരിക്കലും ഉണ്ടാവില്ല. വ്യക്തിവൈരാഗ്യം കാണുമെങ്കിലും അതൊന്നും കളിയിൽ കാണിക്കില്ലെന്നേ...”

അന്നത്തെ നിമിഷങ്ങൾക്ക് മണിക്കൂറുകളുടെ ദൈർഘ്യമുണ്ടായിരുന്നുവെന്ന് പ്രതാപിന് തോന്നി. ഇടയ്ക്കിടെ അവൻ മീരയെക്കുറിച്ചോർക്കും. അപ്പോൾ മനസ്സിനുള്ളിൽ ഒരു തേൻതുള്ളി വീഴുന്ന അനുഭവമായിരിക്കും.

നാലുമണിയായപ്പോൾ ടീമംഗങ്ങൾക്ക് സ്റ്റേഡിയത്തിലേക്ക് പോകുവാനുള്ള വണ്ടിയെത്തി.

സർവ്വദൈവങ്ങളെയും മനസ്സിൽ വിചാരിച്ചുകൊണ്ടാണ് പ്രതാപ് തന്റെ ബാഗുമായി പുറത്തേക്കിറങ്ങിയത്. അപ്പോൾ തൊട്ടുമുന്നിൽ ശങ്കർ. അവന്റെ മുഖത്ത് ഗൂഢമായ ഒരു മന്ദഹാസം മൊട്ടിട്ടു.

അതിന്റെ അർത്ഥമെന്തെന്ന് പ്രതാപിന് ഊഹിക്കാൻപോലും കഴിയുമായിരുന്നില്ല....!

എല്ലാവരും വണ്ടിയിൽ കയറി.

ടീം മാനേജർ ജാവേദും കോച്ച് കാർലോസുമാണ് അവസാനം വണ്ടിയിൽ കയറിയത്.

അവർ മൈതാനത്തിനരുകിലെത്തി.

പോലീസ് കാവലുള്ള കെട്ടിടത്തിൽ കയറി ഡ്രസ്സ് ചെയിഞ്ചു ചെയ്തു.

ബ്രൗണും, മഞ്ഞയും ഇടകലർന്ന ജേഴ്സിയായിരുന്നു അന്നത്തേത്. താൻ ആദ്യം പോലീസ് ടീമിനുവേണ്ടി കളിക്കളത്തിലിറങ്ങുമ്പോഴും ഈ ജേഴ്സിയായിരുന്നുവെന്ന് പ്രതാപ് ഓർത്തു.

അവർ ഗ്രൗണ്ടിലെത്തി.

നിലം തൊട്ടുവന്ദിച്ചു.

ഗ്യാലറികളിൽ തിങ്ങി നിറഞ്ഞ ജനം.

ബാംഗ്ലൂരിലെ ഏറ്റവും വലിയ ഗ്രൗണ്ടാണത്.

മത്സരം തുടങ്ങേണ്ട സമയമായി.

4-3-3 എന്നാണ് കേരളത്തിന്റെ ശൈലി.

ടോസ് ചെയ്തു.

മുഖ്യറഫറി ഡൽഹിക്കാരനും ലൈൻ റഫറിമാർ യഥാക്രമം പഞ്ചാബ്, ബീഹാർ എന്നിവിടങ്ങളിൽ നിന്നും ഉള്ളവരുമാണ്.

വിസിൽ മുഴങ്ങി

സ്റ്റാർട്ടിംഗ് അലിമാവോ ബ്രദേഴ്സിനായിരുന്നു. മിന്നൽപോലെ അവർ ബോളുമായി കുതിച്ചു.

തുടക്കത്തിൽ തന്നെ അപകടമായൊരു മുന്നേറ്റം, പക്ഷേ, പ്രതിരോധത്തിലെ ശക്തനായ ജോസ് ആക്രമണം തടഞ്ഞു. പന്ത് ശങ്കറിനു കൈമാറി. ശങ്കർ അത് സൈമണും. വീണ്ടും തിരികെ ശങ്കറിലേക്കും തട്ടിക്കളിച്ചു. അപ്പോഴേയ്ക്കും ഓടിമുന്നേറിയ പ്രതാപും വിനോദും അലക്സും നെറ്റി ചുളിച്ചു.

പന്ത് അവർക്കു കൊടുക്കാതെ സൈമൺ നീട്ടിയടിച്ചു. ദുർബലമായ അടി. അത് കൽക്കത്ത ഗോളിയുടെ കൈയിൽത്തന്നെ ചെന്നു വീണു.

നിമിഷങ്ങൾ കഴിഞ്ഞു.

ആക്രമിച്ചു കളിക്കുക എന്ന തന്ത്രം തന്നെയായിരുന്നു അലിമാവോ ബ്രദേഴിസിന്റേത്.

അവർ കേരളത്തിന്റെ വിംഗിലേക്ക് ഇരച്ചുകയറി. പ്രതിരോധനി

രക്കാരെ തുടരെ പരീക്ഷിച്ചു.

അതിനിടെ ഏറെ ബുദ്ധിമുട്ട് അനുഭവിക്കേണ്ടി വന്നത് കേരളാ പോലീസിന്റെ ഗോളി സാമുവലിനാണ്. വെടിയുണ്ടകൾപോലെ ബോൾ പാഞ്ഞുവന്നു. അവയൊന്നും നെറ്റിൽ കുരുങ്ങാതെ രക്ഷിക്കുവാൻ സാമുവലിന് ഏറെ പ്രയത്നിക്കേണ്ടി വന്നു.

ഇതിനിടെ പ്രതാപിന്റെ കാലിൽ പന്തുകിട്ടി.

മിന്നൽ പോലൊരു കുതിപ്പായിരുന്നു.

കാണികൾ ഹർഷാരവം മുഴക്കി

അവൻ മുന്നിലുള്ള രണ്ട് ഡിഫന്റർമാരെയും വെട്ടിച്ച് ബോളുമായി മുന്നോട്ട്. മുന്നിൽ ഗോളിമാത്രം. പക്ഷേ....

പെനാൽറ്റി ബോക്സിൽ കയറും മുമ്പ് അവനെ അവർ കാലിൽ തട്ടി വീഴ്ത്തി.

റഫറിയുടെ വിസിൽ മുഴങ്ങി.

ഫൗൾ കിക്ക്!

കിക്കെടുക്കുവാൻ ശങ്കർ ഓടിയെത്തി.

അവനടിച്ച പന്ത് ഗോൾപോസ്റ്റുകളുടെ പരിസരത്തുപോലും ചെല്ലാതെ പാഞ്ഞുപോയി.

അവൻ മനഃപൂർവ്വം അങ്ങനെ ചെയ്തതാണെന്ന് പ്രതാപിനൊരു തോന്നൽ.

അത് ശരിയാണെന്ന് ഏറെ താമസിക്കാതെ മനസ്സിലാവുകയും ചെയ്തു.

മൈതാനമദ്ധ്യത്തുനിന്ന് പന്ത് കൽക്കത്തയുടെ വിംഗിലേക്ക് പോകുന്നതേയില്ല.

മദ്ധ്യനിരക്കാരായ ശങ്കർ, ആൻഡ്രൂസ്, സൈമൺ എന്നിവരുടെ കാലുകളിൽ വരെ പന്തെത്തുന്നു. എന്നാൽ മനഃപൂർവ്വം സൃഷ്ടിക്കുന്ന മിസ്പാസുകളിലൂടെ അത് എതിരാളികളുടെ കാൽക്കൽ ത്തന്നെ ചെന്നെത്തുന്നു.

പ്രതാപിന് ചതി ഉറപ്പായി.

അവർ തങ്ങൾ മൂന്നുപേർക്കും ബോൾ തരുന്നതേയില്ല. അഥവാ തരുന്നത് എതിരാളികൾക്ക് തട്ടിയെടുക്കാൻ പാകത്തിൽ....

കോച്ച് കാർലോസ് തന്റെ ഇരിപ്പിടത്തിൽനിന്നും എണീറ്റുനിന്ന് എന്തൊക്കെയോ വിളിച്ചു പറയുന്നുണ്ടായിരുന്നു.

പ്രതാപ് നിസ്സഹായനായി.

ഒരു തവണ ശങ്കറുടെ കാൽക്കൽ പന്തെത്തിയപ്പോൾ അവൻ നീട്ടി വിളിച്ചു

"ശങ്കർ"

പക്ഷേ അവൻ പാസു നൽകിയില്ല. പകരം നീട്ടിയടിച്ചു കളഞ്ഞു.

മത്സരം തുടങ്ങിയിട്ട് പതിനഞ്ചു മിനിട്ടുകളായി. അതിനിടയ്ക്ക് കേരളത്തിന്റെ പെനാൽറ്റി ബോക്സിനുള്ളിൽ എത്തിയ പന്ത് മനോഹരമായി കൽക്കത്തയുടെ കുന്തമുന എന്നു പറയാവുന്ന ഡേവിഡ്സൺ നെറ്റിലേക്ക് പായിച്ചു.

സാമുവലിന് ബോൾ രക്ഷിക്കാൻ കഴിഞ്ഞില്ല.

കേരളത്തിന്റെ നെറ്റിൽ ആദ്യത്തെ ഗോൾ വീണു.

പ്രതാപ് തളർന്നുപോയി.

പന്ത് വീണ്ടും മൈതാനമദ്ധ്യത്തിൽ. ഇത്തവണ വിനോദിന്റെയും പ്രതാപിന്റെയും അലക്സിന്റെയും കൂട്ടായ ആക്രമണം.

പ്രതാപ് തൊട്ടടുത്ത പന്ത് ലക്ഷ്യം കണ്ടുവെന്ന് ഏവരും കരുതി. പക്ഷേ അത് ബാറിൽ തട്ടി മടങ്ങി.

വീണ്ടും കളി പഴയരൂപത്തിൽ.

മൈതാനമദ്ധ്യത്തിനിപ്പുറം മാത്രം...

ഹാഫ്ടൈമിനു രണ്ടു മിനിട്ടുള്ളപ്പോൾ കേരളത്തിന്റെ പോസ്റ്റിൽ രണ്ടാമത്തെ ഗോൾ വീണു....!

അതിന്റെ മരവിപ്പിൽ നിന്നും മോചിതനാകാതെ പ്രതാപ് കുഴങ്ങുമ്പോൾ റഫറിയുടെ വിസിൽ മുഴങ്ങി.

ഹാഫ്ടൈം.

ഒൻപത്

ഹാഫ്ടൈം നേരത്ത് ഗ്രൗണ്ടിൽ നിന്നും വിടവാങ്ങുമ്പോൾ ഒരു കൊച്ചുകുട്ടിയെപ്പോലെ പൊട്ടിക്കരയുകയായിരുന്നു പ്രതാപ്. കാർലോസിന്റെ അരികിലെത്തിയപ്പോൾ അവനു നിയന്ത്രക്കാൻ കഴിഞ്ഞില്ല....

"സാർ...ഇതു മനഃപൂർവ്വമാണ്' അവൻ തീർത്തു പറഞ്ഞു.

"നമ്മൾ തോൽക്കണമെന്ന ആഗ്രഹം മനസ്സിൽവച്ചുകൊണ്ടുള്ള കളിതന്നെയാണ്. മദ്ധ്യനിരയിൽ നിന്നും ഞങ്ങൾക്ക് പാസ് ലഭിക്കുന്നതേയില്ല..."

കോച്ചിനും എല്ലാം മനസ്സിലായിക്കഴിഞ്ഞിരുന്നു. ഈ നിമിഷം ശങ്കറെയും സൈമണെയും ആൻഡ്രൂസിനെയും സസ്പൻഡു ചെയ്യുകയാണ് വേണ്ടത്... പക്ഷേ, സ്പോർട്സ് മന്ത്രിയെക്കുറിച്ചുള്ള

ഓർമ്മ അദ്ദേഹത്തിന്റെ മനസ്സിൽ നിറഞ്ഞുനിന്നു.

ഉടനെ എന്തെങ്കിലും ചെയ്തില്ലെങ്കിൽ വരുന്ന നാൽപ്പത്തഞ്ചു മിനിട്ടുകൾക്കുള്ളിൽ കേരളാപോലീസ് പരാജയത്തിന്റെ പടുകുഴിയിൽ പതിക്കും.

വിശ്രമവേളയിൽ കാർലോസ് ശങ്കർ, സൈമൺ, ആൻഡ്രൂസ് എന്നിവരെ മാറ്റി നിർത്തി സംസാരിച്ചു.

"നിങ്ങൾ ഈ കാണിക്കുന്നത് ശരിയല്ല. എന്താണ് മുന്നിലുള്ളവർക്ക് കൃത്യമായി പാസ് കൊടുക്കാത്തത്...?"

"ഞങ്ങൾ പാസ് കൊടുക്കുന്നുണ്ട്. അവർക്കത് അറ്റന്റുചെയ്യാൻ കഴിവില്ലെങ്കിൽ പിന്നെ ഞങ്ങളെന്തു ചെയ്യണം?" ശങ്കർ അലക്ഷ്യഭാവത്തിൽ പറഞ്ഞു.

"ഇങ്ങനെയായാൽ നമ്മൾ തോറ്റുപോകും.."

"നമ്മൾ ഫിറ്റല്ല. ഉടനെ കളിച്ചാൽ ശരിയാവില്ലെന്ന് ഞങ്ങൾ കഴിഞ്ഞമാസമേ പറഞ്ഞതല്ലേ..."

ഇവരുടെയടുത്ത് മര്യാദകൊണ്ട് പറ്റില്ലെന്ന് കാർലോസിന് ഉറപ്പായി.

"ഞാൻ പറയുന്നത് അനുസരിക്കാൻ നിങ്ങൾക്ക് കഴിയുമോ?"

"ഏതായാലും ഇതിൽ കൂടുതൽ കളിക്കാൻ ഞങ്ങൾക്കാവില്ല..."

"നിങ്ങൾ ബോധപൂർവ്വം കളി ഉഴപ്പുകയാണെന്ന് എനിക്കുറപ്പുണ്ട്..."

"അതുകൊണ്ട്?"

"എനിക്കും ചില അധികാരങ്ങളൊക്കെയുണ്ട് എന്ന കാര്യം ആരും വിസ്മരിക്കാതിരിക്കുന്നത് നല്ലത്.."

"സാർ ഭയപ്പെടുത്തുകയാണോ?"

ആ സംസാരം ഒട്ടും ഇഷ്ടപ്പെടാത്ത ഭാവത്തിൽ ശങ്കർ തിരക്കി.

"എങ്ങിനെ വേണമെങ്കിലും ചിന്തിക്കാം."

ശങ്കർ സുഹൃത്തുക്കളെ ഒന്നുനോക്കി. അവരും എന്തിനും തയ്യാറാണെന്ന് ആ മുഖഭാവങ്ങളിൽ നിന്നും വ്യക്തമാകുമായിരുന്നു.

"നിങ്ങൾ ഇതുവരെ കാട്ടിക്കൂട്ടിയ കോപ്രായങ്ങൾ ഞാൻ പൊറുക്കാം. ഹാഫ്ടൈം കഴിഞ്ഞുള്ള കളിയെങ്കിലും നേരാംവണ്ണം കളിച്ചാൽ."

കാർലോസ് കൂട്ടിച്ചേർത്തു.

അതിനു അവർ മറുപടി പറഞ്ഞില്ല.

പ്രതാപും മറ്റും ഇതുകേട്ടുകൊണ്ടിരിക്കുകയായിരുന്നു. അവന്റെ

കരച്ചിൽ ഇനിയും അടങ്ങിയിട്ടില്ല. വിനോദും അലക്സുമൊക്കെ അവനെ ആശ്വസിപ്പിക്കാൻ ശ്രമിക്കുന്നുണ്ട്...

പെട്ടെന്ന് ജോസും, അവന്റെയൊപ്പം പ്രതിരോധനിരയിൽ കളിക്കുന്നവരും പ്രതാപിന്റെ അരുകിലെത്തി.

** ** **

കേരളം

മുഖ്യമന്ത്രിയുടെ വസതി

മന്ത്രി കുടുംബാംഗങ്ങൾ മുഴുവൻ ടി.വി.ക്കു മുന്നിലുണ്ടായിരുന്നു.

കേരളത്തിന്റെ നെറ്റിൽ രണ്ടു ഗോളുകൾ വീഴുന്നതുകണ്ട് നിശ്ശബ്ദമായി തേങ്ങുകയായിരുന്നു മീര. സിം.എം. ശിവദാസൻ കോപം കൊണ്ട് ജ്വലിച്ചു.

“ഇവനൊന്നും കളിക്കാൻ അറിയില്ലെങ്കിൽ വെറുതെ സർക്കാറിന്റെ പണം മുടക്കരുതെന്ന് ഞാൻ നേരത്തേ പറഞ്ഞിരുന്നതാണ്.”

മീര അതേറ്റു പിടിച്ചു.

“ഇതു മനഃപൂർവ്വം ഉണ്ടാക്കുന്ന തോൽവിയാ ഡാഡീ...”

ശിവദാസൻ നെറ്റി ചുളിച്ചു.

“മദ്ധ്യനിരയിൽനിന്നും ഒരൊറ്റ പന്തുപോലും മുന്നോട്ടു കൊടുക്കുന്നില്ല. മുൻനിരയിലുള്ളവർക്ക് പന്തു നൽകാതെ എങ്ങനെ ഗോൾ വീഴും?”

മുഖ്യമന്ത്രി മകളെ മിഴിച്ചുനോക്കി.

അവൾ പറയുന്നതിലും അല്പം കാര്യമുണ്ടെന്ന് അദ്ദേഹത്തിന് തോന്നാതിരുന്നില്ല.

ഏതായാലും നാണക്കേടായിപ്പോയി....” അദ്ദേഹം എണീറ്റു. “ഇനി ഇവിടെയിരുന്നാൽ ഞാൻ എന്തെങ്കിലും കടുംകൈ ചെയ്തുപോകും.”

മീരയ്ക്ക് ഏതായാലും എണീറ്റുപോകാൻ മനസ്സുവരില്ലല്ലോ.

ഏതാണ്ട് ഇതേ അവസ്ഥ തന്നെയായിരുന്നു ബാപ്പുജി മെമ്മോറിയൽ സ്പോർട്സ് ക്ലബ്ബിലെയും അവസ്ഥ. റെയിൽവേ പുറമ്പോക്കിലെ ജനങ്ങൾ മിക്കവാറും അവിടെ തടിച്ചു കൂടിയിരുന്നു.

ക്ലബ്ബ് ഹാളിൽ സ്ഥലം തികയുകയില്ലെന്നുറപ്പായപ്പോൾ ടി.വി. മുറ്റത്തേക്ക് തിരിച്ചുവച്ചു.

സിനിമാഹാളിലെ തിരക്കായിരുന്നു അപ്പോൾ പുറത്ത്.

തങ്ങളുടെ പ്രതാപ് ഒരു ഗോളടിക്കുന്നത് കാണുവാനുള്ള ആവേശത്തിലായിരുന്നു അവരെല്ലാം.

പക്ഷേ ഹാഫ്ടൈമിനുമുമ്പ് കേരളത്തിനു രണ്ട് ഗോൾ വീണത് അവരെ അമ്പരപ്പിച്ചു. ഒന്നോ രണ്ടോ നീക്കങ്ങൾ പ്രതാപിന്റെ ഭാഗത്തുനിന്നും ഉണ്ടായി എന്നതൊഴിച്ചാൽ അവനു കാര്യമായിട്ടൊന്നും ചെയ്യാൻ കഴിഞ്ഞില്ല....

"അവന്മാർ ചതിക്കുന്നതാ...നമ്മുടെ പ്രതാപ് ഷൈൻ ചെയ്യുന്നത് സഹിക്കാൻ മേലാഞ്ഞിട്ട്.." പഞ്ചു തീർത്തു പറഞ്ഞു. "ഗോളടിച്ചാൽ എല്ലാ അഭിനന്ദങ്ങളും അവൻ കൊണ്ടുപോകും. അതു മറ്റുള്ളവർക്ക് പിടിക്കില്ല...."

"അതൊന്നും പറഞ്ഞിട്ടു കാര്യമില്ല പഞ്ചു" മറ്റൊരാൾ പറഞ്ഞു "നമ്മുടെ പ്രതാപിന് കഴിവുണ്ടെങ്കിൽ അവൻ തനിയെ ഗോളടിക്കണം."

"താൻ എവിടെ കിടന്നവനാടാ കൂവേ?" പഞ്ചു പരിഹസിച്ചു.

" ഒറ്റയ്ക്കു പോയി ഗോളടിക്കുന്നത് പണ്ട്. നയന്റീൻ ഫോർട്ടി സെവനു മുമ്പ്. ഇപ്പോഴത്തേത് ശാസ്ത്രീയ ഫുട്ബോളാ. പരസ്പരം പാസു കൊടുക്കാതെ കാര്യം നടക്കുവേല...പെലെ കഴിഞ്ഞാൽ ലോകം കണ്ടിട്ടുള്ള ഏറ്റവും മികച്ച ഫുട്ബോൾ കളിക്കാരൻ അർജന്റീനയുടെ ഡീഗോ മറഡോണയാ. പക്ഷേ പറഞ്ഞിട്ടെന്തു ഫലം? അയാടെ കൈയിൽ പന്തെത്തിയെന്നറിഞ്ഞാലുടൻ യാതൊരു ദാക്ഷിണ്യവുമില്ലാതെ എതിരാളികൾ കാലിൽ തട്ടി താഴെയിടുകയല്ലേ? അല്ലെങ്കിൽ രക്ഷയില്ലെന്ന് എതിരാളികൾക്കറിയാം. ഏതാണ്ട് അതേ അനുഭവമാ നമ്മുടെ പ്രതാപിനും. അവന്റെ ശത്രുക്കൾ പക്ഷേ കൂടെയുള്ളവരിൽ ചിലർ തന്നെയാണെന്നൊരു വ്യത്യാസമേയുള്ളൂ...."

അവിടെ അങ്ങനെ സംവാദം തുടർന്നുകൊണ്ടിരിക്കുമ്പോൾ ബാംഗ്ലൂരിൽ ഹാഫ്ടൈം കഴിഞ്ഞ് വീണ്ടും മത്സരം ആരംഭിക്കുകയായിരുന്നു.

ബാംഗ്ലൂരിൽ താമസിച്ചിരുന്ന മലയാളികൾ മുഴുവൻ മത്സരം കാണുവാൻ എത്തിയിരുന്നു. എന്നാൽ അവർ ഹാഫ്ടൈം കഴിഞ്ഞതോടെ കുനിഞ്ഞ ശിരസ്സുമായാണ് ഇരുന്നത്.

തങ്ങളുടെ കുട്ടികൾ ഇത്തവണം 'കപ്പു' കൊണ്ടുപോകുമെന്ന് അടുത്ത സുഹൃത്തുക്കളോടൊക്കെ അവർ പറഞ്ഞിരുന്നതാണ്.

എന്നിട്ടിപ്പോൾ...

പ്രതാപ് മിടിക്കുന്ന ഹൃദയത്തോടെ നിന്നു.

ഹാഫ്ടൈം കഴിഞ്ഞുള്ള സ്റ്റാർട്ടിംഗ് കേരളത്തിന്....ശങ്കർ ആൻഡ്രൂസിന് കൊടുത്തു.

തൊട്ടുമുന്നിൽ നിൽക്കുന്ന അലക്സിനെന്നവണ്ണം അവൻ പാസ് നല്കി. പക്ഷേ കല്ക്കത്തെയുടെ മിടുക്കനായ മദ്ധ്യനിരക്കാരന്റെ കാലുകളിൽ ബോൾ കുരുങ്ങി...

കേരളത്തിനുനേരെ വീണ്ടും മുന്നേറ്റം.

മലയാളികളല്ലാത്ത കാണികൾ ആർത്തുവിളിച്ചു

കാർലോസ് തലയിൽ കൈവച്ചുപോയി.

പക്ഷേ പ്രതിരോധനിരയിലെ ജോസ് ആ ബോൾ തടഞ്ഞു. പിന്നെ എതിരാളിയെ വെട്ടിച്ച് മുന്നോട്ട്. തൊട്ടുമുന്നിൽ ശങ്കർ... ജോസ് ശങ്കറിന് പാസ് കൊടുത്തില്ല.

പകരം മദ്ധ്യഭാഗത്തിനപ്പുറം നില്ക്കുന്ന പ്രതാപിനെ ലക്ഷ്യ മാക്കി ലോംഗ് പാസ്...

പ്രതാപ് അത് നെഞ്ചുകൊണ്ട് തടഞ്ഞിട്ടു. കടുപ്പക്കാരായ കൽക്കത്ത പ്രതിരോധ കളിക്കാർക്കിടയിൽ ലക്ഷ്യം കണ്ടെത്തുക ബുദ്ധിമുട്ടുള്ള ഏർപ്പാടാണ്.

നാലുപേർ പ്രതാപിന്റെ അരുകിൽ ഓടിയടുത്തു.

അവൻ പെനാൽറ്റി ബോക്സിനു തൊട്ടടുത്തെത്താറായി.

പൊടുന്നനെ അവൻ പന്ത് തറയിൽ നിന്നുയർത്തി. ശിരസ്സിന്റെ ഭാഗത്തോളം. അപ്പോൾ അവൻ ഗോൾപോസറ്റിനു പുറം തിരിഞ്ഞു നില്ക്കുകയായിരുന്നു. പ്രതാപ് എന്തിനുള്ള പുറപ്പാടാണെന്ന് എതി രാളികൾക്കു മനസ്സിലാകുംമുമ്പ് അവൻ അന്തരീക്ഷത്തിൽ ചാടി യുയർന്ന് മലക്കം മറിഞ്ഞ് ഒറ്റയടി....

എതിരാളികൾക്കിടയിലൂടെ ബോൾ പാഞ്ഞു. പ്രതാപ് തറയിൽ മലർന്നുവീണു...

"ഗോൾ....!"

കാണികൾ അലറി.

ടൂർണമെന്റ് ദർശിച്ച ഏറ്റവും മനോഹരമായ ഗോൾ,,,

കാർലോസിന്റെ സന്തോഷത്തിന് അതിരില്ലായിരുന്നു. മറ്റ് കളി ക്കാർ ഓടിവന്ന് പ്രതാപിനെ പിടിച്ചുയർത്തി നൃത്തമാടി.

അവൻ ഇത്തവണയും കരഞ്ഞു.

ആനന്ദക്കണ്ണീർ.

** ** **

"ഹായ്...." മീരയുടെ ആഹ്ലാദം നിറഞ്ഞ ശബ്ദം മുഖ്യമന്ത്രി

ശിവദാസൻ കേട്ടു. “ഡാഡീ...ഗോൾ...പ്രതാപ് ഗോളടിച്ചു... തകർപ്പൻ ഷോട്ട്.... പെട്ടെന്ന് വരാമെങ്കിൽ സ്ലോമോഷനിൽ കാണാം...”

ശിവദാസൻ വേഗം എണീറ്റു വന്നു

അദ്ദേഹം കണ്ടു

പ്രതാപ് എന്ന കളിക്കാരന്റെ അസാമാന്യപാടവം...

മിന്നുന്ന ഗോൾ

അപ്പോൾ ടി.വി.യ്ക്കു മുന്നിൽ നൃത്തം ചെയ്യുകയായിരുന്നു മീര. കളിയുടെ പകുതി ആരംഭിച്ചിട്ട് രണ്ടു മിനിട്ട് കഷ്ടിച്ചേ ആയിട്ടു ള്ളൂ...

** ** **

ബാപ്പുജി മെമ്മോറിയൽ സ്പോർട്സ് ക്ലബ്ബ്.

അതിനുമുന്നിൽ ആരവമുയർന്നു.

പഞ്ചു നിന്ന് അട്ടഹസിക്കുകയാണ്.

“കണ്ണ് തുറന്ന് കാണിനെടാ തെണ്ടികളേ.. നമ്മുടെ പ്രതാപ് ഗോള ടിച്ചത്. എന്തിയേടാ നേരത്തെ പറഞ്ഞവൻമാരൊക്കെ, പ്രതാപ് ഗോളടിക്കില്ലെന്ന്... ഇത്ര മനോഹരമായി ഗോളടിക്കുന്നവൻ ആരു ണ്ടെടാ ഇന്ത്യയിൽ?” അവൻ ആവേശം മൂത്ത് അലറുകയാണ്.

“ ഈ പഞ്ചുവാടാ പറയുന്നത് ഇനിയും പ്രതാപ് ഗോളടിക്കും. അലിമാവോ ബ്രദേഴ്സ് ഔട്ട്”

** ** **

തങ്ങളുടെ നെറ്റിൽ ഗോൾ കുരുങ്ങിയത് കുറച്ചൊന്നുമല്ല അലി മാവോ ബ്രദേഴ്സിനെ നടുക്കിയത്.

അതുകൊണ്ടുതന്നെ ശേഷിക്കുന്ന ഒരു ഗോളിന്റെ ലീഡു നില നിർത്തുവാൻതന്നെ അവർ തീരുമാനിച്ചു.

പ്രതിരോധത്തിനു കൂടുതൽ ഊന്നൽ കൊടുത്തുകൊണ്ടുള്ള കളി. പക്ഷേ, കളി പരുക്കനാവുകയായിരുന്നു....

ശങ്കറും സൈമണും ആൻഡ്രൂസും ഒറ്റപ്പെട്ടു. മറ്റുള്ള കളിക്കാർ അവർക്ക് പന്തുകൊടുക്കുന്നതേയില്ല. കേരളത്തിന്റെ ഭാഗത്ത് ഇപ്പോൾ കളിക്കുന്നത് പ്രതിരോധത്തിലെ നാലുപേരും ആക്രമണ നിരയിലെ മൂന്നുപേരും ഗോളിയും മാത്രമാണ്. മദ്ധ്യനിരക്കാർക്ക് ഒന്നും ചെയ്യുവാനില്ലെന്ന അവസ്ഥയായി.

മൂന്നുപേരെ ഒഴിച്ചുനിർത്തിയുള്ള കളിയായതിനാൽ ബാക്കിയു ള്ളവർ ഏറെ ക്ലേശിക്കേണ്ടി വന്നു.

മാത്രമല്ല കോച്ച് നിർദ്ദേശം നൽകിയ കളിയുടെ സ്റ്റൈൽ മാറിപ്പോയിരിക്കുന്നു.

എങ്ങനെയും ഇന്നത്തെ ദിവസം ഒന്നു ജയിക്കുക. ബാക്കി കാര്യങ്ങൾ പിന്നീട്.

രണ്ടാം പകുതി ആരംഭിച്ചിട്ട് പതിനഞ്ച് മിനിട്ടുകൾ കഴിഞ്ഞു.

ഇടതുവിങ്ങിലൂടെ മുന്നേറിയ വിനോദ് പ്രതാപിന് ക്രോസ് കൊടുത്തു.

ഒരു തകർപ്പൻ ഷോട്ടുകൂടി....

മിടുക്കനായ അലിമാവോ ബ്രദേഴ്സിന്റെ ഗോളി അത് കൈയിൽ ഒതുക്കി.

കേരളത്തിന്റെ പ്രതിരോധനിരക്കാർ കൂടി മുന്നോട്ടു നീങ്ങി.

ഇപ്പോൾ കളി കൽക്കത്തയുടെ വിംഗിൽ തന്നെയായി.

ഏതു നിമിഷവും ഒരു ഗോൾ വീണേക്കാവുന്ന അവസ്ഥ. കാണികൾ ശ്വാസം പിടിച്ചിരുന്നു.

കൽക്കത്ത ഗോളി തുടരെ പരീക്ഷിക്കപ്പെട്ടു.

അതിനിടെ കൽക്കത്തയുടെ പോസ്റ്റിൽ രണ്ടാമത്തെ ഗോളും വീണു.

പന്തുമായി പെനാൽറ്റി ബോക്സിലേക്ക് കുതിക്കുകയായിരുന്ന പ്രതാപിനെ കൽക്കത്ത ഡിഫന്റർ കൈകൊണ്ടുപിടിച്ച് വട്ടംകറിക്കിയതിനുശേഷം കിട്ടിയ ഫൗൾകിക്ക്.....

ശങ്കർ ഓടിയെത്തുമ്പോഴേയ്ക്കും പ്രതാപ് ഫൗൾകിക്ക് എടുത്തു കഴിഞ്ഞിരുന്നു.

നിരന്നു നില്ക്കുന്ന എതിരാളികൾക്ക് മുകളിലൂടെ അനായാസം പന്ത് നെറ്റിന്റെ വലതുമൂലയിൽ ചെന്നു കുരുങ്ങി.

ഗോളി ചലിച്ചതുകൂടിയില്ല. പന്ത് പുറത്തേക്ക് പോകുമെന്നാണ് അയാൾ കരുതിയത്.

അതോടെ മത്സരം കൂടുതൽ കടുത്തു.

ഗോൾ 2-2

ഇനി ഒരു ഗോൾ ആരുനേടും? കാണികൾ ഉദ്വേഗം പൂണ്ടു.

കേരളത്തിന്റെ കോച്ച് കാർലോസ് തുടരെതുടരെ സിഗരറ്റ് പുകച്ചുതള്ളി.

ഇത്രയും ടെൻഷൻ അനുഭവിക്കേണ്ട ഒരു നിമിഷം തനിക്കുണ്ടായിട്ടില്ലെന്ന് അദ്ദേഹത്തിന് തോന്നി.

കളി തുടരുകയാണ്.

ആക്രമണങ്ങളും പ്രത്യാക്രമണങ്ങളും...

കാണികളുടെ പ്രോത്സാഹനം.
ആകെ ബഹളം നിറഞ്ഞ ഒരു അന്തരീക്ഷം.
കളി തീരാൻ ഇനി പത്തുമിനിട്ടുകൾ മാത്രം!

പത്ത്

മത്സരം അവസാനിക്കുവാൻ പത്തുമിനിട്ട്. ഇതിനിടെ കോച്ച് കാർലോസ് മറ്റൊന്നു ചെയ്തു.

ആൻഡ്രൂസിനെയും ശങ്കറെയും പിൻവലിച്ചു. പകരക്കാരായി മറ്റു രണ്ടുപേർ ഇറങ്ങിയതോടെ മത്സരം കേരളത്തിന്റെ പിടിയിൽത്തന്നെ ഒതുങ്ങുകയാണെന്ന് അവസ്ഥ വന്നു.

അലിമാവോ ബ്രദേഴ്സിന്റെ നെഞ്ചിടിപ്പേറി. അവരുടെ കോച്ചും ഒരാളെ മാറ്റി പകരക്കാരനെ പരീക്ഷിച്ചു.

പരുക്കൻ കളിക്ക് ശക്തിയേറി. അലിമാവോയുടെ രണ്ടുകളിക്കാർ കൂടി മഞ്ഞക്കാർഡു കണ്ടു.

മത്സരം അവസാന നിമിഷങ്ങളോടടുക്കുന്നു. ഇപ്പോൾ പ്രതാപിന് കാവലായി രണ്ട് ഡിഫൻഡറൻമാർ ഉണ്ട്.

അവന് നേരാംവണ്ണം ഒന്ന് ചലിക്കാൻ കൂടി അവർ കാരണം കഴിയുന്നില്ല.

കാർലോസ് വാച്ചുനോക്കി.

ഇനി മൂന്നു മിനിട്ടുകൾ...

പന്തുമായി വലതുവിംഗിലൂടെ അലക്സ് മുന്നോട്ട്...പ്രതാപും വിനോദും ഒപ്പം ഓടിക്കയറി.

അലക്സ് ഇടതുകാൽകൊണ്ട് പന്തുയർത്തി പോസ്റ്റിന് വലതു ഭാഗത്തേക്ക് തൊടുത്തു. വിനോദ് കൃത്യമായി അവിടെനിന്നും പോസ്റ്റിലേക്ക് കണക്ടു ചെയ്തു.

പക്ഷേ....

ബാറിൽ തട്ടി തിരികെയെത്തിയ പന്ത് കൃത്യം മുന്നിൽ....

പെനാൽറ്റി ബോക്സിനുള്ളിൽത്തന്നെ...

ഒറ്റയടി....

ഡൈവ് ചെയ്ത് ബോൾ രക്ഷിക്കാൻ നോക്കിയ ഗോളിക്ക് ഉന്നം പിഴച്ചു.

"ഗോൾ....."

ഗ്യാലറിയിൽ ആർപ്പുവിളികൾ...

സ്കോർ 3-2

പ്രതാപിനെ കൂട്ടുകാർ കെട്ടിപ്പിടിച്ചു.

ഹാഫ്ടൈംവരെ തോൽവി മുന്നിൽകണ്ടിരുന്ന ടീമിന്റെ ശക്തമായ തിരിച്ചുവരവ്.

അവശേഷിച്ച മിനിട്ടുകൾകൂടി അലിമാവോ ബ്രദേഴ്സ് കളിച്ചുനോക്കി.

റഫറിയുടെ ലോംഗ് വിസിൽ മുഴങ്ങി....

"മക്കളേ..." കൈകൾ വിടർത്തിക്കൊണ്ട് കാർലോസ് കളിക്കളത്തിലേക്ക് ചെന്നു. എല്ലാവരേയും ഒന്നിച്ച് ആലിംഗനം ചെയ്യാനുള്ള ആവേശമുണ്ടായിരുന്നു അദ്ദേഹത്തിന്.

ഹോട്ടലിൽ തിരിച്ചെത്തിയ ഉടനെ ശങ്കറും ആൻഡ്രൂസും കോച്ചിന്റെ നേരെ കയർത്തു.

"സാർ കാണിച്ചത് ഒട്ടും ശരിയായില്ല..."

"എന്തേ?"

"ഞങ്ങളെ പിൻവലിച്ചതുതന്നെ കാര്യം."

"ഈ ട്രോഫിയെങ്കിലും കേരളത്തിലേക്ക് കൊണ്ടുപോകണമെന്ന് എനിക്കാഗ്രഹമുണ്ട്. അതിനുവേണ്ടത് എന്താന്നുവച്ചാൽ ഞാൻ ചെയ്തിരിക്കും. കളിക്കിടയിൽ ചതിക്കുന്നവരോട് ഞാൻ പൊറുക്കില്ല. അവർക്കെതിരെ എന്തു നടപടിയെടുക്കുന്നതിനും ഇനി ഞാൻ മടിക്കില്ല..."

"എന്നു വച്ചാൽ...?"

"ആരൊക്കെ കളിക്കണം എന്ന് ഞാൻ തീരുമാനിക്കും. ടീമിന്റെ ഡിസിപ്ലിനു എതിരായി നില്ക്കുന്നവരെ വേണ്ടിവന്നാൽ പുറത്താക്കുവാനും എനിക്കറിയാം."

"വാണിംഗാണോ?"

"എങ്ങനെ ചിന്തിച്ചാലും വിരോധമില്ല..."

ആ സംഭവം അവിടെ അവസാനിച്ചു.

എന്നാൽ അടുത്ത കളിക്ക് ശങ്കറെ മാത്രമേ കാർലോസ് ഇറക്കിയുള്ളു. കൂട്ടുകാർ രണ്ടുപേരും കരയ്ക്കിരുന്നു. ഹാഫ്ടൈമിനു മുമ്പു തന്നെ ശങ്കറെ പിൻവലിക്കുകയും ചെയ്തു.

ആ മത്സരത്തിലും കേരളം ജയിച്ചു.

സ്കോർ 2-0

രണ്ട് ഗോളുകളും പ്രതാപിന്റെ ബൂട്ട്കളിൽ നിന്നായിരുന്നു.

മനസ്സിൽ കരിമൂർഖന്റെ പകയുമായി മൂവരും നടന്നു.

"അയാളോടും ആ തെണ്ടി പ്രതാപിനോടും പ്രതികാരം ചെയ്തില്ലെങ്കിൽ എന്റെ പേര് ശങ്കർ എന്നായിരിക്കില്ല..." ശങ്കർ കൂട്ടുകാരോട് പറഞ്ഞു. "ഒരിക്കൽ ആർക്കും രക്ഷപ്പെടുത്താൻ കഴിയാത്ത

കുരുക്കിൽ ഞാൻ അവരെ വീഴുത്തും. നിങ്ങളു നോക്കിക്കോ..."

രണ്ടാം റൗണ്ട് മത്സരങ്ങളും കഴിഞ്ഞു.

സെമിഫൈനലിൽ കേരളാപോലീസ് ഏറ്റുമുട്ടുന്നത് ബംഗാളുമായാണ്.

4-4-2 എന്ന ശൈലിയാണ് ബംഗാളിന്റേത്. ആക്രമണത്തേക്കാൾ അവർ ഊന്നൽ കൊടുക്കുന്നത് പ്രതിരോധത്തിനും മദ്ധ്യനിരയ്ക്കുമാണ്. മാത്രമല്ല അസാധാരണ വേഗതയാണ് ബംഗാൾ കളിക്കാർക്ക്. അവസരം കിട്ടിയാലുടൻ ഷൂട്ടു ചെയ്യുന്ന കാര്യത്തിലും അവർ തന്നെ മുന്നിൽ.

പക്ഷേ കളി കഴിഞ്ഞപ്പോൾ 2-1 ന് ബംഗാളും അടിയറവു പറഞ്ഞിരുന്നു. കേരളത്തിനുവേണ്ടി ഗോളുകൾ സ്കോർ ചെയ്തത് പ്രതാപും അലക്സുമാണ്.

അങ്ങനെ കേരളാപോലീസ് ഫെഡറേഷൻ കപ്പിന്റെ ഫൈനൽ റൗണ്ടിൽ കടന്നു.

ഇനി ഏറ്റുമുട്ടേണ്ടത് ബീഹാറിനോടാണ്.

അതിനിടെ കളിക്കാർക്കിടയിലും സംഘാടകർക്കിടയിലുമൊക്കെ ഒരു വാർത്തപരന്നു.

അലിമാവോ ബ്രദേഴ്സ് പ്രതാപിനോട് പ്രതികാരം ചെയ്യാൻ തയ്യാറായിരിക്കുന്നു! തോൽവി അവരെ വല്ലാതെ കോപാകുലരാക്കിയിരിക്കുകയാണ്. വാർത്ത സ്ഥിരീകരിക്കപ്പെട്ടില്ലെങ്കിലും അതിൽ എന്തെങ്കിലും ചില സത്യങ്ങൾ ഉണ്ടാകാമെന്ന് ബാംഗ്ലൂർ സിറ്റി പോലീസ് കമ്മീഷണർ അലക്സാണ്ടർ ജോഷായ്ക്ക് തോന്നി.

കാരണം അലിമാവോ ബ്രദേഴ്സ് കൽക്കത്ത അധോലോകവുമായി അടുത്ത ബന്ധമുള്ളവരാണെന്ന് രഹസ്യമായുള്ള റിപ്പോർട്ടുകൾ സൂചിപ്പിക്കുന്നത്.

അലിമാവോ ബ്രദേഴ്സിന്റെ വിജയം മുന്നിൽ കണ്ടുകൊണ്ട് ഭാരതത്തിലെ വൻപണച്ചാക്കുകൾ കോടികൾ വാതുവെച്ചിരിക്കുന്നു...! എല്ലാം കാറ്റിൽ പറന്നുപോയില്ലേ? അവരുടെ നഷ്ടത്തിനു കാരണക്കാരൻ പ്രതാപാണ്. അതുകൊണ്ടുതന്നെ അവർക്കവനോട് പകയുണ്ടാവാം... എന്തായാലും ശരി ബാംഗ്ലൂരിൽവച്ച് യാതൊരനിഷ്ട സംഭവവും ഉണ്ടായിക്കൂടാ...

ബാംഗ്ലൂർ ഐ.ജിയും അലക്സാണ്ടർ ജോഷായും കൂടിയാലോചിച്ചു. അത്യാവശ്യം വേണ്ട മുൻകരുതലുകളൊക്കെ പ്ലാൻ ചെയ്തു. കോച്ച് കാർലോസും ഈ വാർത്തയറിഞ്ഞു. ഒരുപക്ഷേ ഇത് ആരെങ്കിലും കെട്ടിച്ചമച്ച കഥയായിരിക്കാം. പ്രതാപിന്റെ മനോവീര്യം

തകർക്കുന്നതിനു വേണ്ടി.

എന്നിരുന്നാൽ തന്നെ ശ്രദ്ധിക്കേണ്ടിയിരിക്കുന്നു.

അടുത്തകാലത്ത് ഇത്തരം പല സംഭവങ്ങളും ഉണ്ടായിട്ടുണ്ട്. മോണിക്കാ സെലസിനെ സ്റ്റേഫിഗ്രാഫിന്റെ ആരാധകർ ഗ്രൗണ്ടിൽവച്ചാണ് കുത്തി മുറിവേൽപിച്ചത്. അതിനുശേഷം സെലസ് ഗ്രൗണ്ടിൽ ഇറങ്ങിയിട്ടില്ലതാനും.

കളിക്കാരിൽ ഭൂരിഭാഗവും ഈ വാർത്ത അറിഞ്ഞെങ്കിലും അവർ ആരുംതന്നെ പ്രതാപിനോട് പറഞ്ഞിരുന്നില്ല. പക്ഷേ, മത്സരദിവസം രാവിലത്തെ പത്രത്തിൽ മുൻപേജിൽതന്നെ അത് മൂന്നുകോളം വാർത്തയായി വന്നപ്പോൾ പ്രതാപിനെ ഒളിക്കാൻ ആർക്കും കഴിഞ്ഞില്ല.

വാർത്ത വായിച്ചുകഴിഞ്ഞ് അവൻ പുഞ്ചിരിച്ചു. വിനോദും അലക്സും ജോസുമൊക്കെ അവനെ തുറിച്ചുനോക്കി.

"ഇത് കെട്ടിച്ചമച്ച കഥകളാണ്" അവൻ പറഞ്ഞു. "മത്സരത്തിൽ തോറ്റുവെന്നുവച്ച് ഇത്തരം ഒരു പ്രതികാര നടപടിക്ക് അവർ മുതിരുമെന്ന് എനിക്ക് വിശ്വാസമില്ല.."

മറ്റുള്ളവർക്ക് മറുപടി പറയാൻ കഴിഞ്ഞില്ല. പ്രതാപ് തുടർന്നു. "പത്രക്കാർക്ക് ഈയിടെ നല്ല ന്യൂസുകളൊന്നും കിട്ടാതിരിക്കകയാണെന്ന് തോന്നുന്നു. ഇതുകൊണ്ടാ ഇത്തരം മൂന്നാംകിട കാര്യങ്ങളൊക്കെ വലിച്ചുപൊക്കിയെഴുതുന്നത്..."

"അതെങ്ങനെയുമാകട്ടെ...." കാർലോസ് ആ സംഭാഷണം തിരിച്ചുവിടാൻ ശ്രമിച്ചു. "ഇന്നത്തെ മത്സരം കൂടി കഴിഞ്ഞിരുന്നെങ്കിൽ ആശ്വാസപൂർവ്വം ഒന്ന് നിശ്വസിക്കുകയെങ്കിലും ചെയ്യാമായിരുന്നു."

അവർ പിന്നീട് മത്സരത്തെക്കുറിച്ച് സംസാരിച്ചു.

"കുറിയ പാസ്സുകളും അസാധാരണ വേഗതയുമാണ് ബീഹാറിന്റേത്. പ്രതിരോധത്തിൽ ശരിക്കും ഊന്നിയുള്ള കളിയായിരിക്കണം നമ്മുടേത്. 4-3-3 എന്ന സ്റ്റൈലിൽ മതി" കാർലോസ് പുതിയ ചില തന്ത്രങ്ങൾ കൂടി നിർദ്ദേശിച്ചു.

പ്രതാപും മറ്റും തലകുലുക്കി കേട്ടുകൊണ്ടിരുന്നു

** ** **

ഫെഡറേഷൻ കപ്പ് ഫൈനൽ മത്സരം കാണുന്നതിനായി എത്തിയവരെ മുഴുവൻ മെറ്റൽ ഡിറ്റക്ടർ കൊണ്ട് പരിശോധനയ്ക്ക് വിധേയരാക്കിയശേഷമാണ് അകത്തേക്ക് കടത്തിവിട്ടത്.

ശക്തമായ പോലീസ് ബന്തവസ്സിലായിരുന്നു സ്റ്റേഡിയവും പരി

സരവും. ഐ.ജി.യും പോലീസ് കമ്മീഷണറും നേരിട്ടുതന്നെയാണ് കാര്യങ്ങൾ നടത്തുന്നുത്.

മത്സരം ആഗതമായി.

ഗ്യാലറികളിൽ കാണികൾ തിക്കിത്തിരക്കി.

കേരളാപോലീസിന്റെ ടീമിൽ നിന്നും സൈമണും ആൻഡ്രൂസും അന്നും ഒഴിവാക്കപ്പെട്ടിരുന്നു.

ശങ്കർ മാത്രം മദ്ധ്യനിരയിൽ നിന്നു.

ബീഹാർ കളിക്കാരുടെ ഏറ്റവും ശ്രദ്ധ പ്രതാപിനിലായിരുന്നു.

അവനെ തളയ്ക്കാൻ കഴിഞ്ഞാൽ വിജയം സുനിശ്ചിതമാണെന്ന് അവർക്കറിയാം.

വിസിൽ മുഴങ്ങി.

ആദ്യം മുതൽ തന്നെ ബീഹാർ ആക്രമിച്ചു കളിക്കുവാൻ തുടങ്ങി. പ്രതാപിനെ എപ്പോഴും രണ്ടുപേർ കാത്തുകൊണ്ടിരുന്നു.

കേരളാപോലീസിന്റെ പ്രതിരോധനിര ശക്തമായിരുന്നതിനാൽ ബീഹാർ കളിക്കാർ ശരിക്കും ബുദ്ധിമുട്ടി.

ആദ്യത്തെ പതിനഞ്ചുമിനിട്ടോളം ബീഹാറിന്റെ അധീനതയിൽ തന്നെയായിരുന്നു ബോൾ. പ്രതാപിന് ശരിക്ക് ഒരു മുന്നേറ്റംപോലും സാദ്ധ്യമായില്ല. അഥവാ അവന്റെ കൈയിൽ പന്തു കിട്ടിയാലുടൻ എതിരാളികൾ പരുക്കൻ അടവുകൾ പുറത്തെടുക്കുകയായി.

കാണികൾ വിചാരിച്ചത്ര ചൂടുണ്ടായില്ല ഫൈനൽ മത്സരത്തിന്. ഇടവേളയ്ക്കു തൊട്ടുമുമ്പ് കേരളത്തിന്റെ അതിമനോഹരമായ ഒരു മുന്നേറ്റം.

അലക്സ് കൊടുത്ത ബോൾ വിനോദ് പ്രതാപിനിട്ടു കൊടുത്തു. ഇടതുകാൽകൊണ്ട് അവനത് ജോസിനു മറിച്ചിട്ട് തന്നെ മാർക്കു ചെയ്യുന്നവരെ വെട്ടിച്ച് മുന്നേറി.

പക്ഷേ....

പെനാൽറ്റി ഏരിയയ്ക്ക് തൊട്ടുമുന്നിൽവെച്ച് വീണ്ടും പന്തു തിരികെ കാൽക്കൽ എത്തിയപ്പോൾ പ്രതാപിന് കണ്ക്ടു ചെയ്യുവാൻ കഴിഞ്ഞില്ല. കാരണം പിന്നിൽനിന്നും ഡിഫൻഡർ അവന്റെ കാലുകളിൽ ഊക്കോടെ തട്ടി.

പ്രതാപ് മൂന്നുകരണം മറിഞ്ഞ് തറയിൽ വീണു. റഫറിയുടെ വിസിൽ.

പ്രതാപിന് അവിടെനിന്നും എണീക്കാൻ കഴിഞ്ഞില്ല. കാൽ ഒടിഞ്ഞതുപോലെയുള്ള വേദന. അവൻ തീയിൽ പിടിച്ചിട്ട പാമ്പിനെപ്പോലെ പുളയുകയായിരുന്നു. ഫൗൾ ചെയ്തവൻ മഞ്ഞക്കാർഡ്

കണ്ടു.

സ്ട്രെച്ചർ കൊണ്ടുവരാൻ റഫറി ആംഗ്യം കാണിച്ചു.

സ്ട്രെച്ചറും ഡോക്ടറും എത്തി.

ഡോക്ടർ പെയിൻകില്ലർ സ്പ്രേ ചെയ്തു.

അവന്റെ കാലിൽ അമർത്തി തിരുമ്മി.

സ്ട്രെച്ചർ വേണ്ടി വന്നില്ല

ഒരു വിധത്തിൽ പ്രതാപ് എണീറ്റു.

മുടന്തി മുടന്തി ഓടിനോക്കി.

ഡയറക്ട് ഫൗൾകിക്കായിരുന്നു.

കിക്കെടുത്തത് വിനോദാണ്.

ശക്തമായ അടി ഒരുവിധേന ബീഹാർ ഗോളി തട്ടിക്കളഞ്ഞു.

കോർണർകിക്ക്....

ജോസ് ഇടതുകാൽകൊണ്ട് കിക്കെടുത്തു.

പ്രതാപ് കുതിച്ചുചാടി.

ശക്തമായ ഒരു ഹെഡ്ഡിംഗ്...

ഇഞ്ചുകളുടെ വ്യത്യാസത്തിൽ ബോൾ പുറത്തേക്ക്, ബീഹാർ കോച്ചിന്റെ മുഖത്ത് ആശ്വാസം.

മത്സരം പകുതിയായി.

രണ്ടു കോച്ചുമാരും തങ്ങളുടെ കളിക്കാർക്ക് വേണ്ട നിർദ്ദേശങ്ങൾ നൽകി. ഹാഫ്ടൈം കഴിഞ്ഞുള്ള മത്സരത്തിന് ശങ്കർ ഉണ്ടായിരുന്നില്ല. പകരക്കാരനായി പതിനെട്ടാം നമ്പർ സുകുമാരൻ ഇറങ്ങി.

ആദ്യപകുതിയേക്കാൾ വാശിയേറിയതായിരുന്നു രണ്ടാം പകുതി. ഇരുകൂട്ടരും തുടരെത്തുടരെ ഗോളിമാരെ പരീക്ഷിച്ചുകൊണ്ടിരുന്നു. ആരു ജയിക്കുമെന്ന് പറയാനാവാത്ത അവസ്ഥ. കാർലോസ് ഉദ്വേഗം പൂണ്ടു.

തോറ്റുപോയാൽ കുറ്റം മുഴുവൻ തന്റെ തലയിൽ വരും. ശങ്കറെയും മറ്റും പുറത്തിരുത്തിയതുകൊണ്ടാണ് തോൽവിയുണ്ടായതെന്ന് ജനം വിധിയെഴുതും.

പിന്നെ രാജി വച്ച് വിടവാങ്ങുകയേ തന്റെ മുന്നിൽ പരിഹാരമുള്ളൂ. ഇപ്പോൾ ബീഹാറിനാണ് നേരിയതോതിൽ ആധിപത്യം എന്നു തോന്നുന്നു. കാർലോസ് തുടരെ സിഗരറ്റുകൾ പുകച്ചുതള്ളിക്കൊണ്ടിരുന്നു.

മത്സരം അവസാനിക്കാൻ ഇനി പത്തുമിനിട്ടുകൾ... മിക്കവാറും ഗോൾരഹിത സമനിലയ്ക്കാണ് സാദ്ധ്യത... അങ്ങനെ വന്നാൽ

എക്ട്രാ ടൈമിലും കളിക്കേണ്ടി വരും. അവിടെയും സമനിലയാണെങ്കിൽ പെനാൽറ്റി അഥവാ ടൈബ്രേക്കർ....

ടൈബ്രേക്കറിനോട് കാർലോസിന് യോജിപ്പില്ല. കാരണം ഭാഗ്യമുള്ള ടീമേ അവിടെ ജയിക്കൂ....സൂപ്പർ താരങ്ങൾ പെനാൽറ്റി കിക്കെടുത്താൽപോലും ചിലപ്പോൾ ഏതു മണ്ടൻ ഗോളിയും തടഞ്ഞിട്ടുന്നുവരും. അതുപോലെതന്നെ എത്രയോ സൂപ്പർ കളിക്കാർ ബോൾ പുറത്തേക്കടിച്ചു കളഞ്ഞിരിക്കുന്നു!

ജനങ്ങളുടെ ആരവം.

കാർലോസ് ചിന്തവിട്ടുണർന്നു.

മൈതനമദ്ധ്യത്തിൽ നിന്നും പന്തുമായി കുതിക്കുകയാണ് പ്രതാപ്.... അവന്റെ മുന്നിൽ ബീഹാറിന്റെ കരുത്തരായ നാലു ഡിഫൻഡറൻമാർ.

പ്രതാപ് ശരീരമൊന്നിളക്കി പന്തുമായി നൃത്തമാടി...ബീഹാറിന്റെ ആദ്യ ഡിഫൻഡർക്ക് ചുവടുകൾ തെറ്റി. മുന്നിൽ രണ്ടാമൻ. ഒരു വെട്ടിത്തിരിച്ചിൽ. രണ്ടാമനും പിന്നിൽ മൂന്നാമനെ അനായാസേന വഴിതെറ്റിച്ച് നാലാം പ്രതിരോധക്കാരന്റെ തൊട്ടടുത്തെത്തി.

കാലുകൾ വിടർത്തി എതിർക്കാൻ തയ്യാറായിക്കഴിഞ്ഞിരുന്നു നാലാമൻ. അയാളുടെ കാലുകൾക്കിടയിലുടെ പന്തു കോരി അപ്പുറത്തേക്കിട്ടിട്ട് പ്രതാപ് കുതിച്ചുചാടി. മുന്നിൽ ബീഹാറിന്റെ ഗോളി മാത്രം.

ഗോളി ഓടിവന്നു. പ്രതാപ് ഒന്നുകൂടി വെട്ടിത്തിരിഞ്ഞു.

ഗോളി നിസ്സഹായനായി. ഗോളിയൊഴിഞ്ഞ പോസ്റ്റിലേക്ക് വെടിയുണ്ടപോലെ പന്തു പാഞ്ഞു....

“ഗോൾ” കാർലോസ് അലർച്ചയോടെ ചാടിയെണീറ്റു.

പ്രതാപ് കൈകൾ രണ്ടും മുകളിലേക്കുയർത്തിപ്പിടിച്ചുകൊണ്ട് സന്തോഷത്തോടെ തിരിഞ്ഞോടി.

ഗ്യാലറിയിൽ കടൽ ഇരമ്പി...

മത്സരം അവസാനിക്കാൻ ഇനി രണ്ടു മിനിട്ട്.

പതിനൊന്ന്

പ്രതാപിന്റെ ബൂട്ട്സിൽ നിന്നുതിർന്ന ആ ഒരുഗ്രൻ ഗോളോടെ കേരളാപോലീസ് ഫെഡറേഷൻ കപ്പ് സ്വന്തമാക്കി. എന്തൊരാഹ്ലാദമായിരുന്നു പ്രതാപിനും കൂട്ടുകാർക്കും... അതുപോലെ കോച്ച് കാർലോസിനും.

ഇനി തനിക്ക് ആരുടെ മുന്നിലും തലയുയർത്തി നിൽക്കാം.... കാർലോസ് ഓർത്തു. ഒരുപക്ഷേ തോറ്റിരുന്നെങ്കിൽ...

പ്രതാപില്ലായിരുന്നെങ്കിൽ പരാജയം ഉറപ്പായിരുന്നു. അവനുള്ളതുകൊണ്ട് മാത്രമാണല്ലോ താനും മത്സരത്തിൽ പങ്കെടുക്കണമെന്ന് അഭിപ്രായപ്പെട്ടത്.

മടക്കയാത്ര അടുത്ത ദിവസമേയുള്ളൂ.

ട്രോഫിയുമായി എല്ലാവരും ഹോട്ടലിൽ മടങ്ങിയെത്തിയ ഉടനെ ടെലിഫോണിലൂടെ മുഖ്യമന്ത്രി തന്റെ അനുമോദനം അറിയിച്ചു. അതിന്റെ തൊട്ടുപിന്നാലെ സ്പോർട്സ് മന്ത്രിയും...പക്ഷേ ആ സ്വരത്തിൽ നീരസത്തിന്റെ ധ്വനിയുണ്ടായിരുന്നുവെന്ന് കാർലോസിന് തോന്നി.

രാത്രിയിൽതന്നെ ഇന്ത്യയിലെ പേരുകേട്ട സ്പോർട്സ് മാഗസിനുകളുടെയും പ്രമുഖ പത്രങ്ങളുടെയും റിപ്പോർട്ടർമാർ പ്രതാപുമായി അഭിമുഖത്തിന് എത്തി.

അടുത്ത മുറിയിലിരുന്ന് ഇതൊക്കെ കണ്ട് പല്ലു കടിക്കുകയായിരുന്നു ശങ്കർ.

“നായിന്റെ മോൻ...ഹീറോ ആയി തെളിഞ്ഞിരിക്കുകയല്ലേ അവൻ? അധികകാലം അവനെ ഞാൻ ഇങ്ങനെ വിടുവേല...” മയക്കുമരുന്ന് ലഹരിയിൽ അവൻ പുലമ്പിക്കൊണ്ടിരുന്നു.

“ശങ്കർ പതുക്കെ. അപ്പുറത്തു കേൾക്കും...” ആൻഡ്രൂസ് ഓർമ്മിപ്പിച്ചു.

“നിനക്കെന്താടാ പേടിയാണോ?”

ശങ്കറുടെ സ്വരം കുറേക്കൂടി ഉയർന്നു. “അവനെന്താ എന്നെയങ്ങ് ചെരച്ചു കളയുമോ?’

ആൻഡ്രൂസ് ശബ്ദിച്ചില്ല. കാരണം അപ്പുറത്തുള്ള പത്രപ്രതിനിധികളെല്ലാവരും കുറ്റപ്പെടുത്തിയെഴുതിയാൽ തങ്ങളുടെ ഫുട്ബോൾ ഭാവി തുലഞ്ഞതുതന്നെ.

പ്രസ്സ് റിപ്പോർട്ടേഴ്സ് പോയി. അത്താഴം കഴിച്ചുകഴിഞ്ഞപ്പോൾ കാർലോസ് വന്നു പറഞ്ഞു.

“പ്രതാപിന് ഒരു ഫോൺ...”

“എനിക്കോ?” അവൻ അത്ഭുതപ്പെട്ടു.. “ആരാണെന്നു പറഞ്ഞോ സർ?”

“ഒരു പെണ്ണാണ്. ഏതെങ്കിലും ആരാധികയായിരിക്കും.”

പ്രതാപ് അപ്പുറത്തുചെന്ന് റിസീവർ എടുത്തു.

“ഹലോ...”

“സാറിന്റെ ശബ്ദത്തിനെന്താ വലിയൊരു ഗമ?”

ആ ശബ്ദം പ്രതാപ് തിരിച്ചറിഞ്ഞു.

മീര!

“മോളെ നീ?”

“എന്താ എനിക്ക് സംസാരിച്ചുകൂടെ?”

“അതല്ല നീയെങ്ങനെ നമ്പർ കണ്ടെത്തി?”

“നേരത്തെ ഡാഡി ഫോൺ ചെയ്യുമ്പോൾ ഞാൻ അടുത്തുണ്ടായിരുന്നു.”

“ഞങ്ങൾ നാളെയെത്തും.”

“ഡാഡി പറഞ്ഞു. പിന്നേ... തകർപ്പൻ കളിയായിരുന്നു കേട്ടോ. ഉഗ്രൻ ഗോൾ...”

“താങ്ക് യൂ”

“വെറുതെ വാക്കുകൾ കൊണ്ടുള്ള നന്ദി വേണ്ട. ചിലവു ചെയ്യണം.”

“ഓക്കെ.””

“ഇവിടെ എല്ലാവരും വലിയ സന്തോഷത്തിലാണ്.”

പ്രതാപിന് അഭിമാനം തോന്നി.

“അവിടെ എന്തൊക്കെ വിശേഷം?”

“കളിയിൽ നിന്ന് ശങ്കറെ ഒഴിവാക്കിയത് സ്പോർട്സ് മന്ത്രിക്ക് ഇഷ്ടായിട്ടില്ല. കക്ഷി ഡാഡിയെ ഫോണിൽ വിളിച്ചിരുന്നു.”

“എന്നിട്ട് നിന്റെ ഡാഡി എന്തു പറഞ്ഞു?”

“അതൊക്കെ കോച്ചിന്റെ ഇഷ്ടത്തിനനുസരിച്ച് ചെയ്യേണ്ട കാര്യങ്ങളാണെന്നും ആരൊക്കെയാണ് ഫിറ്റെന്നും അൺഫിറ്റെന്നുമൊക്കെയുള്ളത് കോച്ചിനേ അറിയുകയുള്ളെന്നും, നമ്മളാരും ഇത്തരം കാര്യങ്ങളിൽ ഇടപെടാതിരിക്കുന്നതാണ് ഉചിതമെന്നും പറഞ്ഞു. അതോടെ പുള്ളിക്കാരൻ ഫോൺ വച്ചു കളഞ്ഞു.”

പിന്നെയും കുറെനേരംകൂടി സംസാരിച്ചതിനുശേഷമാണ് അവർ ഫോൺ വെച്ചത്.

“ആരായിരുന്നു?” കാർലോസ് തിരക്കി.

“സാറു പറഞ്ഞതുനേരാ. ഒരു ആരാധിക തന്നെ”

അദ്ദേഹം ഒന്നമർത്തി മൂളി.

തൊട്ടടുത്ത ദിവസം രാവിലെ പ്രതാപിനെ കാണുവാൻ ചിലർ ഹോട്ടലിലെത്തി. കൊൽക്കത്തയിലെ അലിമാവോ ബ്രദേഴ്സിന്റെ മാനേജരും കോച്ചും.

കാർലോസിന്റെ നെറ്റി ചുളിഞ്ഞു.

അവർ തുറന്നു സംസാരിച്ചു.

"ക്ലബ് പ്രസിഡന്റാണ് ഞങ്ങളെ ഇവിടേക്ക് അയച്ചത്." അവർ സംസാരിച്ചു തുടങ്ങി. "പ്രതാപന് താൽപര്യമുണ്ടെങ്കിൽ കുറെ വർഷങ്ങൾ അലിമാവോ ബ്രദേഴ്സിനുവേണ്ടി ജോലി ചെയ്യാം. ഇന്ന് ഇന്ത്യയിലുള്ള ഏറ്റവും ഉയർന്ന് പ്രതിഫലം കൊടുക്കുന്ന ക്ലബ്ബാണ് ഞങ്ങളുടേത്..."

പ്രതാപ് കാർലോസിന്റെ മുഖത്തേക്ക് നോക്കി. അദ്ദേഹം അസ്വസ്ഥനാകുന്നത് കണ്ടു.

ഒരു മികച്ച കളിക്കാരൻ ടീമിൽ നിന്നും പോയാൽ അത് ടീമിന്റെ അടുത്ത കളികളെ മുഴുവൻ ബാധിക്കും എന്ന കാര്യത്തിൽ തർക്കമില്ല. അതുമാത്രമല്ല പിന്നീടങ്ങോട്ട് പരാജയമാണുണ്ടാകുന്നതെങ്കിൽ എല്ലാ കുറ്റങ്ങളും കോച്ചിന്റെ മേൽ കെട്ടിവയ്ക്കാനായിരിക്കും ഓരോരുത്തർക്കും താല്പര്യം.

ആഗതർ തുടർന്നു.

"ഞങ്ങളുടെ കളിക്കാരിൽ ഭൂരിഭാഗവും അന്യസംസ്ഥാനങ്ങളിൽ ഉള്ളവരാണ്. അവർക്ക് സ്വന്തം നാടുകളിൽ കിട്ടുന്നതിന്റെ പത്തിരട്ടിവരെ ഞങ്ങൾ പ്രതിഫലം നൽകുന്നുണ്ട്."

"അതുശരിയാണെന്ന് പ്രതാപിനും അറിയാമായിരുന്നു. കേരളത്തിൽ നിന്നുതന്നെ എത്രയോ കളിക്കാർ ഇതുപോലെ വെളിയിൽപോയി കളിക്കുന്നു.

മിക്കവാറും എല്ലാ സംസ്ഥാനങ്ങളിലേയും മികച്ച കളിക്കാരുടെ കൂട്ടത്തിൽ ഒരു മലയാളിയെങ്കിലും ഉണ്ടായിരിക്കും.

താൻ ഈ ക്ഷണം സ്വീകരിച്ചാൽ തന്റെ വീട്ടിലെ അല്ലൽ ഒഴിയും. തന്റെ ബാക്കിയുള്ള സഹോദരിമാരെയും മാന്യമായ രീതിയിൽ വിവാഹം കഴിച്ചയയ്ക്കാം. എന്നാലും പിറന്ന നാടിനോട്, പിച്ചവച്ചു നടന്ന മണ്ണിനോട് എന്തോ ശക്തമായ ഒരു കടപ്പാട് അവന് അനുഭവപ്പെട്ടു. അദൃശ്യമായ ഏതോ കരങ്ങൾ തന്നെ പിന്നോട്ടു വലിക്കുംപോലെ....

"പ്രതാപ് ഒന്നും പറഞ്ഞില്ല..."

ആഗതർ ഓർമ്മിപ്പിച്ചു.

"ഞാൻ... അതിപ്പോ..."

"ധൃതിപിടിച്ച് യാതൊന്നും പറയണ്ട. ഒക്കെ ആലോചിച്ചു മതി."

അവർ ക്ലബ്ബിന്റെ അഡ്രസ്സും ഫോൺനമ്പറും അവനു നല്കിയിട്ട് എണീറ്റു.

"എങ്കിൽ ഞങ്ങളിറങ്ങട്ടെ"

"ശരി..."

അവന് ഹസ്തദാനം നൽകിയിട്ട് അവർ പോയി.

കാർലോസ് പ്രതാപിനെ നോക്കി.

"എന്തു തീരുമാനിച്ചു?"

"എന്തു തീരുമാനിക്കാൻ?" അവൻ ചിരിച്ചു. "ഏതായാലും ഞാൻ ഒരിടത്തേക്കുമില്ല...."

കാർലോസിന്റെ കണ്ണുകൾ തിളങ്ങി.

"നീ എന്താ പ്രതാപേ പറയുന്നത്? കൂട്ടുകാർ ശാസനാരൂപത്തിൽ പറഞ്ഞു "ഈ ചാൻസ് ഞങ്ങൾക്ക് കിട്ടുകയായിരുന്നുവെങ്കിൽ ഉടനെ ഓടിപ്പോയേനെ.... ആയുഷ്ക്കാലം മുഴുവൻ ഇവിടെ കഴിഞ്ഞാലും നമ്മൾ രക്ഷപ്പെടുകേലാ...ഇവിടെ ജീവിതകാലം മുഴുവൻ കിട്ടുന്നത് അവിടെ രണ്ടു വർഷംകൊണ്ട് കിട്ടും."

"എന്തായാലും എനിക്ക് ഇപ്പോഴെങ്ങും ഇതേക്കുറിച്ച് ചിന്തിക്കാനേ കഴിയില്ല..."

അവന്റെ സംസാരം ഉറച്ചതായിരുന്നു.

ആ സംസാരം അവിടെ അവസാനിച്ചു. ഏതായാലും അവർ നല്കിയ അഡ്രസ്സും ഫോൺനമ്പരും അവൻ തന്റെ ബാഗിൽ ചെറിയ അറയ്ക്കുള്ളിൽ നിക്ഷേപിച്ചു.

** ** **

കേരളം

പോലീസ് ടീം ഫെഡറേഷൻ കപ്പുമായി തലസ്ഥാനത്ത് എത്തിച്ചേർന്നു. ഗംഭീര സ്വീകരണമായിരുന്നു ഏർപ്പാടു ചെയ്തിരുന്നത്. എയർപോർട്ടിൽ നിന്നും താലപ്പൊലിയേന്തിയ ബാലികമാരുടെ അകമ്പടിയോടെയാണ് അവർ വാഹനങ്ങൾക്കരികിലേക്ക് നീങ്ങിയത്.

വൈകീട്ട് ടൗൺഹാളിൽവെച്ച് അഭിനന്ദനസമ്മേളനം ഉണ്ടായിരുന്നു.

സമ്മേളനത്തിൽ പങ്കെടുത്ത പ്രാസംഗികൻ അത്രയും പോലീസ് ടീമിനെ വാനോളം പുകഴ്ത്തി. പ്രത്യേകിച്ചും പ്രതാപിനെ... അവന്റെ ഓരോ ഗോളിനേയും കുറിച്ച് അവർ എടുത്തെടുത്തു പറയുകയും ചെയ്തു.

ശങ്കറിന്റെ പേര് ആരും പറഞ്ഞുപോലും കേട്ടില്ല. അവൻ പല്ലുകൾ കടിച്ചമർത്തി.

** ** **

വീട്ടിലെത്തിയ പ്രതാപിനെ നനഞ്ഞ കണ്ണുകളോടെയാണ് അച്ഛൻ സ്വീകരിച്ചത്.

"ഞാൻ കണ്ടെടാ നിന്റെ കളി..." അച്ഛൻ പറഞ്ഞു.

പ്രതാപിന്റെ കണ്ണുകളും ഈറനണിഞ്ഞു.

"പക്ഷേ ഈ വിജയം കാണുവനാൻ നിന്റെ അമ്മകൂടി ഇല്ലാതെ പോയല്ലോ..." അച്ഛന്റെ സ്വരം ഇടറി.

പ്രതാപ് അമ്മയെക്കുറിച്ച് ഓർത്തു.

ഓരോ കളിയിലും താൻ വിജയിക്കുന്നതിൽ ഏറ്റവും അധികം സന്തോഷിച്ചിരുന്നത് അമ്മയാണ്. അമ്മ എല്ലാം കാണുന്നുണ്ടായിരിക്കും എന്നവന് അറിയാം.

അപ്പോൾ അവൻ ശ്രീദേവിച്ചേച്ചിയുടെ കാര്യവും ഓർത്തു. പാവം...ജീവിച്ചിരിപ്പുണ്ടോ ഇല്ലയോ എന്നുകൂടി അറിയില്ല.

"അളിയോ..." എന്നു വിളിച്ചുകൊണ്ട് പഞ്ചു ഓടിവന്നു. "എനിക്ക് ബെറ്റു കിട്ടി. മഹാലക്ഷ്മി ട്രാവൽസിലെ സിദ്ദിഖിനെ പിടിച്ചു നിർത്തി കാശുമേടിച്ചു. എന്തായാലും ഒരു കാര്യം തുറന്നു പറയാം അളിയാ. തകർപ്പൻ കളിയായിരുന്നു. എൺപത്തിയാറിലെ ലോക കപ്പിൽ ഡീഗോ മറഡോണ ഇംഗ്ലണ്ടിനെതിരെ സെമിഫൈനലിൽ കളിച്ചതുപോലെ"

അവൻ പിന്നെയും എന്തൊക്കെയോ പറഞ്ഞുകൊണ്ടിരുന്നു. എന്നാൽ പ്രതാപിന്റെ മനസ്സ് അപ്പോൾ മീരയുടെ സമീപത്തായിരുന്നു.

ഇന്ന് അവളെ കാണാം എന്നാണ് വാക്കുകൊടുത്തിരിക്കുന്നത്. ബാംഗ്ലൂരിലേക്ക് ഫോൺ ചെയ്തപ്പോൾ കൊടുത്ത വാക്കാണ്. അവളെ കാണണം.

** ** **

"എന്തൊക്കെയാണ് വേണ്ടതെന്നു വച്ചാൽ പറഞ്ഞേക്കണം. ഫോൺ ചെയ്തപ്പോൾ പറഞ്ഞല്ലോ ചിലവു ചെയ്യണമെന്ന്. ഇന്നത്തെ മുഴുവൻ ചിലവും എന്റെ വക"

"ഓക്കെ..." മീര കുലുങ്ങി ചിരിച്ചു.

ഐസ്ക്രീം പാർലറിൽ തന്നെയായിരുന്നു അവർ. ഇത്തവണ ചെറിയ ക്യാബിനിൽ ആയിരുന്നുവെന്നു മാത്രം.

മീര തന്നെയാണ് എല്ലാത്തിനും ഓർഡർ നല്കിയത്.

ഐസ്ക്രീം നുണയുന്നതിനിടയിൽ മീര അറിയിച്ചു. "നാളെ സ്പോർട്സ് മന്ത്രി വീട്ടിലേക്ക് വരുന്നുണ്ട്."

"എന്തിന്?"

"അനന്തിരവന് വേണ്ടിയുള്ള വിവാഹാലോചനയ്ക്കായിരിക്കും."

"മീരേ...." പ്രതാപിൽ നടുക്കം.

"പേടിക്കേണ്ടെന്നേ...പറയേണ്ട സമയത്ത് ഞാൻ ഡാഡിയോട് പറഞ്ഞോളാം."

ആ വാക്കുകൾ അവനു ശക്തിയായിരുന്നു. അവൾ പറഞ്ഞാൽ അങ്ങനെതന്നെ നടക്കുമെന്ന് അവനറിയാം.

** ** **

സ്പോർട്സ് മന്ത്രി അരവിന്ദാക്ഷൻ കോച്ച് കാർലോസിന്റെ മുന്നിൽ നിന്ന് ജ്വലിച്ചു.

"താൻ എന്തൊക്കെ പറഞ്ഞാലും എനിക്കത് അംഗീകരിക്കാൻ കഴിയില്ല." കോപത്തോടലറുകയായിരുന്നു അരവിന്ദാക്ഷൻ. "ശങ്കറെയും മറ്റു രണ്ടുകളിക്കാരെയും അനാവശ്യമായി പുറത്തിരുത്തിയ നടപടികൾ ഒരിക്കലും ന്യായീകരിക്കത്തക്കതല്ല."

"സാർ...ഞാൻ അത്..."

"വേണ്ട... താൻ ഒന്നും പറയേണ്ട. എനിക്കറിയാമെടോ. ആ പീറയുമായുള്ള തന്റെ അടുപ്പമാണ് ഇതിനൊക്കെ കാരണം. ഒരു കോച്ച് ഒരിക്കലും പക്ഷപാതം പിടിക്കാൻ പാടില്ല."

"ഞാൻ അങ്ങനെ ചെയ്തിട്ടേയില്ല സാർ.... എല്ലാ കളിക്കാരും എനിക്ക് ഒരുപോലെയാണ്... ശങ്കറിനോടൊന്നും പ്രത്യേകിച്ച് വൈരാഗ്യമില്ല."

"പിന്നെ താൻ കാണിച്ചത്?"

"ടീം ജയിക്കേണ്ടത് എന്റെ കൂടി ആവശ്യമായിരുന്നതിനാൽ എനിക്കങ്ങനെ ചെയ്യേണ്ടി വന്നു. എന്റെ സ്ഥാനത്ത് മറ്റാരെങ്കിലും ആയിരുന്നുവെങ്കിൽ അവർ ഇപ്പോൾ ടീമിൽ ഉണ്ടാവുകപോലുമില്ലായിരുന്നു."

"ഉം?" മന്ത്രി കത്തുന്ന നോട്ടം പായിച്ചു. "എനിക്ക് ഒന്നേ പറയാനുള്ളൂ. മിസ്റ്റർ കാർലോസ്. ശങ്കർ എന്റെ അനന്തിരവനാണ്. അവനെ തരംതാഴ്ത്തുന്ന രൂപത്തിൽ ഇനി എന്തെങ്കിലും നിങ്ങളുടെ ഭാഗത്തുനിന്നുണ്ടായാൽ അത് എനിക്ക് ക്ഷമിക്കാൻ കഴിയില്ല."

"സാർ..." കാർലോസ് ഉറച്ച സ്വരത്തിൽ പറഞ്ഞു. "താങ്കളുടെ ആഗ്രഹത്തിന് മുൻതൂക്കം നൽകിക്കൊണ്ട് പ്രവർത്തിക്കുവാൻ എനിക്ക് ബുദ്ധിമുട്ടുണ്ട്. ക്യാമ്പിൽ ഡിസിപ്ലിൻ കാത്തു സൂക്ഷിക്കാൻ

കഴിയാത്ത കളിക്കാരെ വീണ്ടും വച്ചുപൊറുപ്പിക്കുക എനിക്ക് പ്രയാസമാണ്. അതുമാത്രമല്ല വേണ്ടി വന്നാൽ രാജി വച്ച് സ്ഥാനം ഒഴിയുവാനും ഞാൻ ഒരുക്കമാണ്..."

"അങ്ങനെ പറഞ്ഞ് ഭയപ്പെടുത്തുകയാണോ?"

"ഒരിക്കലുമല്ല...എന്റെ മനസ്സിനു നിരക്കാത്തത് എനിക്ക ചെയ്യുവാൻ ബുദ്ധിമുട്ടുണ്ട്. അത്രമാത്രം..."

അതിഷ്ടപ്പെടാത്ത മട്ടിൽ മന്ത്രി ഒന്നമർത്തി മൂളി.

** ** **

"മോളേ..." രാത്രിയിൽ ചീഫ് മിനിസ്റ്റർ ശിവദാസൻ മകളെ വിളിച്ചു.

"എന്താണച്ഛാ?" എന്നു ചോദിച്ചുകൊണ്ട് അവൾ അദ്ദേഹത്തിന്റെ മുന്നിലെത്തി.

"നാളെ അരവിന്ദാക്ഷൻ ഇവിടേക്ക് വരും. കൂടെ ശങ്കറും കാണും..."

"എന്തിനാണച്ഛാ?" അവൾ അജ്ഞത നടിച്ചു.

"നിന്നെ ഒന്ന് കാണാൻ..."

"എന്നെയോ, എന്തിന്?"

ശിവദാസൻ ചിരിച്ചു.

"ശങ്കറിന് നിന്നെ വല്ലാതെയങ്ങ് പിടിച്ചുപോയെന്നെ. അരവിന്ദാക്ഷൻ ആ കാര്യം എന്നോട് പറഞ്ഞപ്പോൾ യഥാർത്ഥത്തിൽ എനിക്കും സന്തോഷം തോന്നി. എല്ലാംകൊണ്ടും യോജിച്ച ഒരു ബന്ധമാണിത്"

"എനിക്കവനെ വേണ്ട..." മീര വെട്ടിത്തുറന്ന് പറഞ്ഞു.

"എന്താ മോളേ ഇങ്ങനെ?"

"അവന്റെ എത്രാമത്തെ ഭാര്യയായി ഞാൻ കഴിയണമെന്നാണ് ഡാഡി പറഞ്ഞില്ല"

"മോളെ..."

"ഞാൻ സത്യമാ ഡാഡി പറയുന്നത്. അതുപോലെതന്നെ ഇരുപത്തിനാലു മണിക്കൂറും അവൻ മയക്കുമരുന്നിന്റെ പിടിയിലുമാണ്..."

"ഇതൊക്കെ അസൂയക്കാര് പറഞ്ഞുണ്ടാക്കുന്നതാണ്. വാസ്തവം അങ്ങനെയല്ല..."

"ആണെങ്കിലും അല്ലെങ്കിലും എനിക്ക് അവനെ വേണ്ട...അവനെയെന്നല്ല തൽക്കാലം എനിക്ക് വിവാഹമേ വേണ്ട..."

മീര തന്റെ മുറിയിലേക്ക് നടന്നു കഴിഞ്ഞു.

ശിവദാസൻ സ്തംഭിച്ചു നിന്നു.

അവളുടെ ആ പ്രതികരണത്തിനു പിന്നിൽ എന്തോ സംഗതി ഒളിഞ്ഞു കിടപ്പുണ്ടെന്ന് അദ്ദേഹത്തിന്റെ മനസ്സു മന്ത്രിച്ചു.

പന്ത്രണ്ട്

എന്നെ വിളിച്ചോ എന്നു ചോദിച്ചു കൊണ്ടാണ് ആർദ്ര ടെറസ്സിലേക്ക് കയറിവന്നത്.

"വിളിച്ചു..." ഗ്ലാസിൽ അവശേഷിച്ചിരുന്ന ബ്രാണ്ടികൂടി വായിലേക്ക് കമിഴ്ത്തിയിട്ട് ചീഫ് മിനിസ്റ്റർ ശിവദാസൻ നിവർന്നു.

"ഇന്നല്പം കൂടുതലാണെന്ന് തോന്നുന്നല്ലോ"

"ങാ..." മുഖ്യമന്ത്രി കണ്ണുകൾ ചിമ്മിത്തുറന്നു. "നീ അവിടെയിരിക്ക്..." എതിരെ കിടന്നിരുന്ന കസേരയിലേക്ക് കൈചൂണ്ടി.

ആർദ്ര ഇരുന്നു.

മുഖ്യമന്ത്രിയേക്കാൾ ഒരു പത്തു വയസ്സിന്റെയെങ്കിലും പ്രായക്കുറവ് തോന്നുമായിരുന്നു ഭാര്യയ്ക്ക്.

ഇപ്പോഴും നന്നായി അണിഞ്ഞൊരുങ്ങി നടക്കുന്നതിനോടായിരുന്നു ആർദ്രയ്ക്ക് പ്രിയം.

"ഞാൻ നിന്നോട് ചില കാര്യങ്ങൾ പറയുവാൻ പോകുകയാണ്. വളരെ സൂക്ഷിച്ച് കൈകാര്യം ചെയ്യേണ്ട കാര്യം."

"ഇതിയാന്റെ തലയ്ക്ക് നല്ലതുപോലെ കള്ളേറ്റ ലക്ഷണമുണ്ടല്ലോ..."

"ദേ... കാര്യം പറയുമ്പോൾ ഒരുമാതിരി..."

ആർദ്ര നിശ്ശബ്ദയായി.

ശിവദാസൻ പറഞ്ഞു തുടങ്ങി.

"നാളെ ശങ്കർ പെണ്ണുകാണാൻ വരുന്ന വിവരം ഞാൻ മോളോട് പറഞ്ഞു. പക്ഷേ അവൾക്ക് തീരെ താല്പര്യമില്ലാത്ത കേസാണെന്നാണു തോന്നുന്നത്"

"എന്നുവച്ച് അവളുടെ ഇഷ്ടത്തിനങ്ങ് കയറൂരിവിടാൻ പറ്റുമോ? അവന് എന്താണൊരു കുറവ്? അതെങ്ങനെയാ അച്ഛൻ മകളെയെടുത്ത് തലയിൽ വച്ചിരിക്കുകയല്ലേ"

ആർദ്ര ഭർത്താവിന്റെ മുഖത്തേക്ക് നോക്കി.

തികഞ്ഞ ഗൗരവത്തിലായിരുന്നു അദ്ദേഹം.

"എനിക്ക് തോന്നുന്നത് അവൾക്ക് മറ്റാരുമായോ അടുപ്പമുണ്ടെ

ന്നാണ്. അങ്ങനെയൊന്ന് അവൾക്കുണ്ടെങ്കിൽ നീ അത് മനസ്സിലാക്കണം. കരുതലോടെയായിരിക്കണം നമ്മുടെ നീക്കങ്ങൾ. അല്ലെങ്കിൽ അവളെ ഉദ്ദേശിക്കുന്നിടത്ത് എത്തിക്കാൻ കഴിയില്ല."

ആർദ്ര തലയിളക്കി. കാര്യത്തിന്റെ ഗൗരവം ആർദ്രക്ക് ശരിക്കും മനസ്സിലായിരുന്നു.

** ** **

"എന്താ എണീക്കുന്നില്ലേ? ബഡ്കോഫി തണുത്തുപോയല്ലോ..."

മീരയുടെ മുഖത്ത് യാതൊരു ഉന്മേഷവും ഉണ്ടായിരുന്നില്ല.

"എണീക്ക് നീ. നേരം ഒൻപതുമണിയായിരിക്കുന്നു."

എന്നിട്ടും അവൾ അനങ്ങിയില്ല.

"ഇന്ന് ശങ്കർ വരുന്ന കാര്യം ഡാഡി പറഞ്ഞില്ലേ?"

പൊടുന്നനെ അവൾ തല വെട്ടിത്തിരിച്ചു.

"എന്നെ കാണാൻ ഒരുത്തനും വരണ്ടാ. എനിക്ക് ഒരുത്തനെയും കാണുകയും വേണ്ട..."

"എന്താ മോളേ ഇങ്ങനെ?"

"പിന്നെങ്ങനെ വേണം?" അവൾക്ക് ശരിക്കും ദേഷ്യം വന്നു. ആർദ്ര സംയമനം പാലിച്ചിരിക്കുകയാണ്. അല്ലെങ്കിൽ ഇപ്പോൾ മുഖമടച്ച് അടി വീണേനെ. എങ്ങനെയും ഇവളും ശങ്കറുമായുള്ള വിവാഹം നടക്കണമെന്നാണ് അവരുടെ ആഗ്രഹം.

കാരണം കഴിഞ്ഞ അഞ്ചുവർഷങ്ങളെങ്കിലും ആയിക്കാണും അവരും അരവിന്ദാക്ഷനുമായി രഹസ്യബന്ധം തുടങ്ങിയിട്ട്. ഈ വിവാഹം കൂടി നടന്നു കിട്ടിയാൽ പിന്നീട് ആ ബന്ധത്തിന് ശക്തമായ ഒരു മറയായിരിക്കും അത്.

"ശങ്കറിന് എന്താ മോളെ ഒരു കുറവ്?"

"അവന് കുറവൊന്നുമില്ല, കൂടുതലേയുള്ളൂ... മമ്മീ വെറുതെ മനുഷ്യരെ ഭ്രാന്തു പിടിപ്പിക്കരുത്..."

"ശരി. മമ്മി ചോദിക്കുന്നതിന് മോള് സത്യസന്ധമായ ഉത്തരം തരുമോ?"

അവൾ മിണ്ടിയില്ല.

"നിനക്ക് ശങ്കറെ ഇഷ്ടമില്ലെങ്കിൽ വിവാഹം ചെയ്യേണ്ട. അത്രയല്ലേ ഉള്ളൂ..."

അവളുടെ മുഖം പ്രസന്നമായി.

ആർദ്ര സ്നേഹം ഭാവിച്ച് മകളുടെ മുടിയിഴകളിൽ തലോടി.

"ഏതായാലും അവർ ഇന്നു വരാൻ ഡാഡി പറഞ്ഞുപോയി.

വന്നിട്ട് പോകട്ടെ... വെറുതെ നമ്മളെന്തിനാ അനിഷ്ടം കാണിക്കുന്നത്? ഇന്നുതന്നെ നിന്നെ പിടിച്ച് അവനു വിവാഹം ചെയ്തു കൊടുക്കുകയൊന്നുമില്ലല്ലോ..."

മീര കേട്ട കിടന്നു.

"പിന്നീട് വേണ്ടതെന്താണെന്ന് നമുക്ക് ചിന്തിക്കാം. ഏതായാലും നിനക്കിഷ്ടമില്ലാത്ത ഒരു വിവാഹത്തിന് ഞങ്ങളാരും സമ്മതിക്കില്ല."

മീരയുടെ മുഖം സന്തോഷത്താൽ പൂത്തലയുന്നത് ആർദ്ര കണ്ടു. മകളറിയാതെ അവർ കോപം കടിച്ചമർത്തി.

"അതിരിക്കട്ടെ മോടെ മനസ്സിൽ ആരെങ്കിലും ഉണ്ടോ? നിനക്കിഷ്ടമുള്ള ബന്ധത്തിനോടേ ഞങ്ങൾക്കും താൽപര്യമുള്ളൂ.."

"അത്..."

"നിന്റെ മനസ്സിൽ ആരാണുള്ളതെന്ന് തുറന്നുപറ. മമ്മി ഏറ്റെന്നു പറഞ്ഞില്ലേ?"

"ഉറപ്പാണോ?"

"ഉറപ്പ്.."

"എനിക്ക്..."

"പറയെടി കള്ളീ..."

"എനിക്ക് പ്രതാപിനെ ഇഷ്ടമാണ്..."

പ്രതാപ്!!!

ആർദ്രയുടെ മനസ്സിൽ ആയിരം ഇടിമിന്നലുകൾ ആഴ്ന്നിറങ്ങി. റെയിൽവേ പുറമ്പോക്കിലെ ചെറ്റക്കുടിലിൽ കഴിയുന്ന തെണ്ടി... അവനുമായി ഇവൾക്ക്... മകളുടെ മുന്നിൽ അതു ഭാവിച്ചുകൂടാ. അവർ മുഖം പ്രസന്നമാക്കി.

"പ്രതാപ്...നമ്മുടെ ഫുട്ബോൾ കളിക്കാരൻ പ്രതാപാണോ?"

അവൾ മൂളി.

"അമ്പടി കള്ളീ...മിണ്ടാപ്പൂച്ച കലം ഉടച്ചെന്ന് പറഞ്ഞതുപോലെയായല്ലോടി...കൊള്ളാം. എനിക്കും ഇഷ്ടമാണ് പ്രതാപിനെ..."

മീരയുടെ സന്തോഷത്തിന് അതിരില്ലായിരുന്നു. അവൾ മമ്മിയെ കെട്ടിപ്പിടിച്ചു.

"മമ്മീ ഇത് ഡാഡിയോട് പറയുമോ?"

"പറയുക മാത്രമല്ല സമ്മതിപ്പിക്കുകയും ചെയ്യാം. പോരെ..."

അവൾ തലകുലുക്കി.

"നല്ല മമ്മീ" അവൾ അവരുടെ കവിളിൽ ചുംബിച്ചു.

പക്ഷേ...

തന്റെ മമ്മിയുടെ മനസ്സിൽ പകയുടെ വിഷജ്വാലകൾ വമിച്ചുതുടങ്ങിയിരിക്കുന്നുവെന്ന് പാവം മീര അറിഞ്ഞിരുന്നില്ല. ഈ വിവരം എങ്ങനെയും പ്രതാപിനെ അറിയിക്കണം എന്നു മാത്രമേ അവൾക്കപ്പോൾ ചിന്തയുണ്ടായിരുന്നുള്ളൂ...!

ഭാര്യയിൽ നിന്നും വാർത്തയറിഞ്ഞ മുഖ്യമന്ത്രി ശിവദാസൻ നടുങ്ങിപ്പോയി.

തന്റെ മകളുടെ മനസ്സിൽ ഇത്തരം ഒരു ആശയുണ്ടെന്ന് സ്വപ്നേവി ചിന്തിക്കുവാൻ അദ്ദേഹത്തിനു കഴിയുമായിരുന്നില്ല.

"നായിന്റെ മോൻ...എന്റെ മകളെ പ്രേമിക്കുവാൻ മാത്രം അവനു ധൈര്യമുണ്ടായി അല്ലേ? കൊന്ന് കുഴിച്ചുമൂടാനും ഞാൻ മടിക്കില്ല..."

"ശ്ശ്...പതുക്കെ അവൾ കേൾക്കണ്ട. വളരെ കരുതലോടെ നീങ്ങണമെന്ന് നിങ്ങൾ തന്നെയല്ലേ ആദ്യം പറഞ്ഞത്? എന്നിട്ടിപ്പോൾ..."

ശിവദാസൻ അസ്വസ്ഥതയോടെ മുറിയിൽ അങ്ങിങ്ങ് നടന്നു.

പ്രതാപിന് ഒരുപാട് ആരാധകരുണ്ട്.

പോരെങ്കിൽ ഫുട്ബോൾ ഇപ്പോൾ ജനത്തിനൊരു ഹരമാണ്.

സൂക്ഷിച്ച് കൈകാര്യം ചെയ്യണം.

ആർക്കും യാതൊരു സംശയത്തിനും ഇടംകൊടുക്കാതെ.

അദ്ദേഹത്തിന്റെ മനസ്സിൽ പല പദ്ധതികളും തെളിയുകയായിരുന്നു.

പതിനൊന്നു മണി കഴിഞ്ഞപ്പോൾ ബെൻസ് കാർ ഗേറ്റ് കടന്നു വന്നു.

അത് പോർച്ചിൽ നിന്നപ്പോൾ തന്നെ ശിവദാസൻ ഇറങ്ങിച്ചെന്ന് അതിഥികളെ സ്വീകരിച്ചു.

സ്പോർട്സ് മന്ത്രി അരവിന്ദാക്ഷനും ശങ്കറും.

"വരൂ...വരൂ..ഞാൻ കാത്തിരിക്കുകയായിരുന്നു." ശിവദാസൻ അരവിന്ദാക്ഷന്റെ കൈ കവർന്നു. ശങ്കർ അദ്ദേഹത്തെ ഭവ്യതയോടെ തൊഴുതു.

ഇത്തരം അവസരങ്ങളിലൊക്കെ എങ്ങനെയാണ് പ്രവർത്തിക്കേണ്ടതെന്ന് അവന് ശരിക്കും അറിയാമായിരുന്നു.

ആർദ്ര മകളുടെ മുറിയിലെത്തി. കണ്ണാടിയിൽ സ്വന്തം മുഖം നോക്കി ഏതോ നിർവൃതിയിൽ ലയിച്ചിരിക്കുകയായിരുന്നു മീര.

"മോളെ അവരു വന്നു."

"അതിനു ഞാനെന്തുവേണം?"

"വീട്ടിൽ വന്ന അതിഥികളെ അപമാനിക്കുന്നത് ശരിയാണോ? നീ ചടങ്ങ് തെറ്റിക്കേണ്ട. ഓരോ കപ്പ് കാപ്പി അവർക്ക് കൊടുക്കണം. സ്നേഹത്തോടെ വന്നവർ സ്നേഹത്തോടെ തന്നെ മടങ്ങിപൊയ്ക്കൊള്ളട്ടെ"

"എന്നാലും അത് വേണോ മമ്മീ?"

"എന്തൊരു ചോദ്യമാ ഇത് മോളേ"

അങ്ങനെ അവർക്ക് കാപ്പി കൊടുക്കുവാന് മീര തയ്യാറായി.

കപ്പ് വാങ്ങുന്നതിനിടയിൽ ശങ്കർ അവളുടെ മുഖത്തേക്ക് നോക്കി.

അവൾ തല തിരിച്ചുകളഞ്ഞു.

അവളുടെ അസാധാരണ സൗന്ദര്യവും ലക്ഷണമൊത്ത ശരീരവടിവുകളും അവന്റെ മനസ്സിൽ ചലനങ്ങൾ സൃഷ്ടിച്ചു.

"ശങ്കറെക്കുറിച്ച് മീരയോട് പ്രത്യേകിച്ചൊന്നും പറയേണ്ടല്ലോ" അരവിന്ദാക്ഷൻ ചിരിച്ചു.

"വേണ്ട..."

ആ ശബ്ദത്തിൽ എന്തോ ഒരു പ്രത്യേകതയുള്ളതായി ശങ്കർ സംശയിച്ചു.

അപ്പോൾ ശിവദാസൻ കൂട്ടിച്ചേർത്തു.

"ടി.വി.യിലൂടെ ശങ്കറുടെ ഫുട്ബോൾ കളി പലപ്പോഴും കാണുന്നവളല്ലേ മീര? ഫുട്ബോളെന്നുവച്ചാൽ അവൾക്ക് ജീവനാണ്..."

ശങ്കറിന് ജാള്യത തോന്നി.

കഴിഞ്ഞ മത്സരങ്ങളെല്ലാം ടി.വി.യിൽ ഉണ്ടായിരുന്നല്ലോ. ഹാഫ് ടൈമിനുമുമ്പ് തന്നെ പുറത്തിരുത്തിയതുമൊക്കെ ഇവൾ കണ്ടുകാണുമല്ലോ.

"ഇപ്പോൾ ശങ്കറിനു വലിയ പേരാണ് കേട്ടോ..."സ്പോർട്സ് മന്ത്രി അരവിന്ദാക്ഷനവന് പുകഴ്ത്തി. "ശങ്കറുടെ ക്യാപ്റ്റൻസിയിലുള്ള ടീം ഫെഡറേഷൻ കപ്പ് നേടിയത് എല്ലാവരേയും അമ്പരപ്പിച്ചിരിക്കുകയല്ലേ?"

"പക്ഷേ ഗോളുകൾ സ്കോർ ചെയ്തത് പ്രതാപാണല്ലോ. പത്രക്കാർ പുകഴ്ത്തിയതും പ്രതാപിനെക്കുറിച്ചല്ലേ..." അവൾ തിരിച്ചടിച്ചു.

ശങ്കറുടെ മുഖം വിളറിപ്പോയി.

ഒട്ടും വ്യത്യസ്തമല്ലായിരുന്നു അരവിന്ദാക്ഷന്റെ അവസ്ഥ.

മുഖ്യമന്ത്രി പല്ലു ഞെരിച്ചു.

പക്ഷേ ആർദ്ര ശങ്കറുടെ രക്ഷയ്ക്കെത്തി.

"ഗോളടിക്കുന്നവനെയേ പൊക്കിക്കാണിക്കാൻ ആളുകളുണ്ടാ

വൂ. പക്ഷേ ഗോളിക്കാൻ പാകത്തിൽ അവന് ബോൾ എത്തണമെങ്കിൽ മറ്റു കളിക്കാർ ഉണ്ടെങ്കിലേ കഴിയൂ എന്ന് ചിന്തിക്കണം. മാത്രമല്ല പാകത്തിൽ പന്തുകിട്ടിയാൽ ആരടിച്ചാലും ഗോളാകും. പിന്നെ കളിക്കാൻ ഏറ്റവും സമർത്ഥനായ ആൾ തന്നെയായിരിക്കും ടീമിലെ ക്യാപ്റ്റനും. പ്രതാപ് അത്രയും മിടുക്കനാണെങ്കിൽ അവന് പിന്നെന്തേ ക്യാപ്റ്റൻ സ്ഥാനം കിട്ടുന്നില്ല.?"

ശങ്കറുടെ മുഖം തെളിഞ്ഞു.

മറ്റാരും കാണാതെ അരവിന്ദാക്ഷന്റെയും ആർദ്രയുടെയും കണ്ണുകൾ കഥ പറഞ്ഞു.

മീര അകത്തേക്കു പോയി.

ഏറെനേരെ സംസാരിച്ചിരുന്നതിനുശേഷമാണ് അവർ പോയത്. ആർദ്ര മീരയുടെ അരികിലെത്തി.

"എന്നാലും പരസ്യമായി നീ ശങ്കറെ ആക്ഷേപിക്കരുതായിരുന്നു."

"ഞാൻ സത്യമല്ലേ പറഞ്ഞത്?"

"എന്നാലും...ഏതായാലും ഞാൻ അത്രയും പറഞ്ഞതുകൊണ്ട് അവന് തൃപ്തിയായി..."

"അമ്മയും മകളും കൂടി എന്താണൊരു ഗൂഢാലോചന?" എന്ന് ചോദിച്ചുകൊണ്ട് മുഖ്യമന്ത്രി വാതിൽക്കലെത്തി.

ഇരുവരും എണീറ്റു.

അദ്ദേഹം മകളുടെ മുറിയിലെ കസേരയിൽ ഉപവിഷ്ടനായി.

"അപ്പോൾ ശങ്കറുമായുള്ള വിവാഹം ഏറ്റവും അടുത്ത മുഹൂർത്തത്തിൽ തന്നെ അങ്ങ് നടത്തിയേക്കാം അല്ലേ?"

"ഡാഡീ..."അമ്പരപ്പോടെ മീര വിളിച്ചു.

"എന്താ?"

"അത്..." അദ്ദേഹം ചോദ്യഭാവത്തിൽ മകളെ നോക്കി. മീര ആർദ്രയെയും.

"അങ്ങനെയൊന്നുമല്ല. മീരയ്ക്ക് ഒരാഗ്രഹമുണ്ട്. ഡാഡി അത് സമ്മതിക്കുമെന്നാണ് അവളുടെ പ്രതീക്ഷ" ആർദ്ര അറിയിച്ചു.

"പറയൂ..." ശിവദാസൻ ഗൗരവത്തിലായി.

"അല്ലാ...നമുക്ക് ആവശ്യത്തിന് പണവും പ്രതാപവും ഒക്കെയില്ലേ. പിന്നെയെന്തിനാ വീണ്ടും ഒരു പണക്കാരൻ ചെക്കൻ?" ആർദ്ര കണ്ണിറുക്കി.

"അതെന്താടീ നീ അങ്ങനെ പറഞ്ഞത്?"

"മോൾക്ക് മനസ്സിൽ മറ്റൊരാളുണ്ട്."

"ങേ?" മന്ത്രി മകളെ നോക്കി.

"നേരാണോടി?" മീര തലകുനിച്ചു.

"ആരാണ് പയ്യൻ?"

"ഫുട്ബോൾ കളിക്കാരൻ തന്നെ, പ്രതാപ്..."

"ഓഹോ..."

അൽപനേരം മന്ത്രി ഒന്നും പറഞ്ഞില്ല. പിന്നെ തിരക്കി.

"നിങ്ങൾ തമ്മിൽ സംസാരിച്ചിട്ടുണ്ടോ?"

അവൾ തലകുലുക്കി.

മന്ത്രിയുടെ കണ്ണുകൾ കുറുകി.

ബാസ്റ്റാർഡ്...

"നിനക്ക് പരിപൂർണ്ണ ഇഷ്ടമാണോ?"

അവൾ വീണ്ടും തലകുലുക്കി.

"നമ്മുടെ അന്തസ്സിന്റെയനുസരിച്ചുള്ള ഒരു ബന്ധമല്ലിത്. നമ്മുടെ അടുക്കളയുടെ വിലപോലുമില്ല അവന്." മീര പരിഭ്രമിച്ചു.

"പക്ഷേ, നിനക്കവനെ മതിയെങ്കിൽ ഡാഡിക്ക് പിന്നെ ഒന്നും പറയാനില്ല. എന്നാൽ ഒരു കണ്ടീഷൻ"

മീര ഡാഡിയെ നോക്കി.

"രണ്ടു വർഷം കഴിഞ്ഞു മതി വിവാഹം. അവനും അപ്പോഴേയ്ക്കും ഇന്നത്തെ സെറ്റപ്പുകളിൽ നിന്നൊക്കെ മോചിതനാകും."

"അതുമതി ഡാഡി..." മീര ആഹ്ളാദിച്ചു.

"ഒരു കണ്ടീഷൻ കൂടി..ഈ വിവരം തൽക്കാലം മറ്റാരും അറിയരുത്."

"ഇല്ല ഡാഡി..."

മന്ത്രി എണീറ്റ് പുറത്തേക്കു പോയി. കാലിന്റെ പെരുവിരൽ മുതൽ കോപം കൊണ്ടു പെരുത്തു കയറുകയാണ്. അദ്ദേഹത്തിന്റെ പല്ലുകൾ ഞെരിഞ്ഞമരുകയാണ്. ഈ ശിവദാസനെ ഒരുത്തനും ശരിക്കറിയില്ല...

പതിമൂന്ന്

മീരയിൽ നിന്നും കേട്ട കാര്യങ്ങൾ വിശ്വസിക്കുവാൻ കഴിയുമായിരുന്നില്ല പ്രതാപിന്. അവളുടെ മാതാപിതാക്കൾ ഈ ബന്ധത്തിന് സമ്മതിച്ചുവെന്ന്.

"സത്യം തന്നെയാണു പ്രതാപ്. അവർ ഇരുവരം ഇങ്ങോട്ടു ചോദിക്കുകയായിരുന്നു. എന്റെ മനസ്സിൽ ആരെങ്കിലും ഉണ്ടോയെ

ന്ന്. എനിക്ക് പറയുവാൻ പറ്റിയ അവസരം. എന്തും വരട്ടെയെന്ന് വിചാരിച്ച് ഞാനങ്ങു തട്ടി..."

എന്നിട്ടും അവിശ്വസനീയഭാവത്തിൽ അവനിരുന്നു.

"രണ്ടു വർഷങ്ങൾ കഴിഞ്ഞുമതി വിവാഹമെന്നു പറഞ്ഞതും ഡാഡി തന്നെയാണ്..."

താൻ ഏതോ സ്വപ്നലോകത്താണെന്ന് പ്രതാപ് വിശ്വസിച്ചു.

"പ്രതാപ്...." അവൾ വിളിച്ചു.

അവൻ ആ മുഖത്തേക്കു നോക്കി.

കൊച്ചുകുട്ടിയുടെ നിഷ്കളങ്കത സ്ഫുരിക്കുന്ന മുഖം

ഇവൾ പറയുന്നത് വിശ്വസിക്കാതിരിക്കാൻ തനിക്ക് കഴിയില്ല.

"എന്താ?"

"ഇപ്പോൾ വിശ്വാസമായില്ലേ?"

"ഉം"

"ഇനിയുള്ള മത്സരങ്ങളിലെല്ലാം ജയിക്കണം."

അവൻ തല കുലുക്കി

ദിവസങ്ങളും മാസങ്ങളും പിന്നിട്ടു

തുടർന്നു നടന്ന മത്സരങ്ങളെല്ലാം കേരളാ പോലീസിന് വിജയത്തിന്റേതു മാത്രമായിരുന്നു. എല്ലാ വിജയങ്ങൾക്കും പിന്നിൽ പ്രതാപായിരുന്നുതാനും. അങ്ങനെയിരിക്കെ മറ്റു കളിക്കാരുടെ നിർബന്ധത്തെ മുൻനിർത്തി ശങ്കറെ ക്യാപ്റ്റൻ സ്ഥാനത്തുനിന്നും കാർലോസിനു മാറ്റേണ്ടി വന്നു. പകരം പ്രതാപ് ക്യാപ്റ്റനായി.

ശങ്കർ ചാടിയെണീറ്റു കാർലോസിന്റെ ഷർട്ടിൽ കുത്തിപ്പിടിച്ചു.

"തെമ്മാടിത്തരം കാണിക്കുന്നതിന് ഒരതിരുവേണം. നിങ്ങൾ എന്തു കാണിച്ചാലും മറ്റുള്ളവർ മിണ്ടാതിരിക്കുമെന്നാണ് വിചാരമെങ്കിൽ അത് ഇനിയും നടക്കില്ല."

"ശങ്കർ... പിടിവിട്" കാർലോസിന്റെ സ്വരം മാറി. "ആരു ക്യാപ്റ്റനാകണം, ടീമിൽ ഉണ്ടാകണം എന്നൊക്കെ തീരുമാനിക്കുന്നത് ഞാനാണ്."

"താൻ തന്റെ വീട്ടിൽപോയി തീരുമാനിച്ചാൽ മതി."

"ശങ്കർ നിങ്ങൾ അതിരു കടക്കുന്നു."

കാർലോസ് ശങ്കറിന്റെ കൈകൾ ബലമായിത്തന്നെ പിടിച്ചുമാറ്റി. പിന്നെ ഒരു കൊടുങ്കാറ്റുപോലെ അവിടെനിന്നും പോയി.

അന്നു വൈകീട്ട് ടൈപ്പ് ചെയ്ത ഒരു ഓർഡർ ശങ്കറിനു കിട്ടി.

സസ്പെൻഷൻ!

മാത്രമല്ല അന്നുതന്നെ കാർലോസ് ഒരു പത്രസമ്മേളനം വിളി

ച്ചുകൂട്ടുകയും സസ്പെൻഷൻ കാരണങ്ങൾ വിശദീകരിക്കുകയും ചെയ്തു.

വിവരമറിഞ്ഞയുടനെ സ്പോർട്സ് മന്ത്രിയുടെ ഫോൺസന്ദേശം കാർലോസിനെ തേടിയെത്തി.

"നിങ്ങൾ എന്തു തോന്ന്യാസമാണീ കാണിച്ചത്?"

"സാർ, ഇത്തരം പദങ്ങൾ ഉപയോഗിക്കാൻ എനിക്ക് അറിയുവാൻ പാടില്ലാഞ്ഞിട്ടല്ല. എന്റെ സംസ്കാരം അതിന് അനുവദിക്കാതിരിക്കുന്നതാണ്." അരവിന്ദാക്ഷൻ വല്ലാതെയായി.

"എന്നാലും നിങ്ങൾ കാട്ടിയത് ഒട്ടും ശരിയായില്ല."

"ടീമിന്റെ ഡിസിപ്ലിനും അന്തസ്സിനും ചേരാത്തവരെ വച്ചുകൊണ്ടിരിക്കുവാൻ എനിക്ക് കഴിയില്ല. ഞാൻ അക്കാര്യം നേരത്തെ തന്നെ അങ്ങയോട് സൂചിപ്പിച്ചിരുന്നു."

അരവിന്ദാക്ഷന് എന്തു വേണമെന്നറിയില്ല. താൻ കൂടുതൽ ഇടപെട്ടാൽ പ്രശ്നം വഷളാകുകയേ ഉള്ളൂ. ഇപ്പോൾത്തന്നെ തന്റെ ആൾക്കാർക്കു മാത്രമേ ടീമിൽ പ്രവേശനം നൽകുന്നുള്ളൂ എന്നൊരു ആക്ഷേപവും ഉണ്ട്.

അയാൾ മുഖ്യമന്ത്രിയുമായി ബന്ധപ്പെട്ട് കാര്യങ്ങൾ അറിയിച്ചു.

"ഇനിയിപ്പോ എന്തു ചെയ്യാൻ അരവിന്ദാക്ഷാ... നമ്മൾ ഇതിൽ ഇടപെടുകയും പത്രക്കാർ അറിയുകയും ചെയ്താൽ നല്ല ചേലായിരിക്കും."

"അപ്പോൾ ശങ്കർ പുറത്തു നിൽക്കട്ടെയെന്നോ?"

"ഞാൻ കാർലോസുമായി ഒന്ന് സംസാരിക്കാം."

"ശരി" മുഖ്യമന്ത്രി കാർലോസുമായി ഫോണിൽ ബന്ധപ്പെട്ടു

"എനിക്ക് താങ്കളോട് കുറച്ചു സംസാരിക്കണമെന്നുണ്ട്"

"ആവാല്ലോ സാർ..."

"നേരിൽത്തന്നെ സംസാരിക്കണം"

"എന്നു വേണമെന്ന് സാർ പറഞ്ഞാൽ മതി"

"ശരി എങ്കിൽ ഉടനെ എന്റെ വസതിയിലേക്ക് വരിക"

കാർലോസ് മുഖ്യമന്ത്രിയുടെ വീട്ടിലെത്തി.

"ഓക്കെ സാർ"

"ഞാൻ വളരെ അത്യാവശ്യമുള്ള ഒരു കാര്യത്തിനുവേണ്ടിയാണ് താങ്കളെ വിളിപ്പിച്ചത്.

"ഞാനും ഊഹിച്ചു."

"ബൈ ദി ബൈ താങ്കൾക്ക് കഴിക്കാൻ എന്താണ് വേണ്ടത്?"

"എന്തായാലും വിരോധമില്ല"

മന്ത്രി വേലക്കാരനെ വിളിച്ചു പറഞ്ഞു.

മീര സ്ഥലത്തുണ്ടായിരുന്നില്ല.

ആർദ്രയാകട്ടെ ഒരു ഡോഗ്ഷോയിൽ പങ്കെടുക്കുവാൻ അവരുടെ പ്രിയപ്പെട്ട പട്ടിയെയും കൊണ്ട് പോയിരിക്കുകയാണ്.

വേലക്കാരൻ ചായ കൊണ്ടുവന്നു.

“താങ്കൾക്ക് ബുദ്ധിമുട്ടുണ്ടാക്കുന്ന ഒരു സംഗതിയാണ് ഞാൻ പറയുവാൻ പോകുന്നത്.

കാർലോസിന്റെ നെറ്റി ചുളിഞ്ഞു.

“ശങ്കറെ താങ്കൾ ടീമിൽ ഉടൻ തിരിച്ചെടുക്കണം. അവന്റെ സസ്പെൻഷൻ പിൻവലിക്കണം.”

“സാർ” ഒന്നും പറയേണ്ടെന്ന് മുഖ്യമന്ത്രി ആംഗ്യം കാട്ടി.

“താങ്കൾ ഇതു ചെയ്തേ പറ്റൂ. എന്റെ പ്രസ്റ്റീജിനെ ബാധിക്കുന്ന സംഗതിയാണിത്.”

“സാർ...അവൻ ചെയ്തത് എന്തെന്നുപോലും ചോദിക്കാതെ താങ്കൾ...”

“ഏറ്റവും വലിയ അപരാധമായിരിക്കും ചെയ്തത്. എന്നാലും അവന്റെ സസ്പെൻഷൻ പിൻവലിച്ചേ പറ്റൂ...”

“ക്ഷമിക്കണം സാർ...എനിക്കതിനു കഴിയില്ല. പകരം മറ്റൊന്നു കഴിയും. അവനെ ടീമിൽ തിരിച്ചുകൊണ്ടുവരികയാണെങ്കിൽ അത് ഞാൻ രാജി വച്ചതിനുശേഷം മാത്രം.”

മുഖ്യമന്ത്രി ശിവദാസൻ അമ്പരപ്പോടെ കാർലോസിനെ നോക്കി.

അയാൾ പതിയെ ചിരിച്ചു.

“ഞാൻ രാജി വയ്ക്കണമോ വേണ്ടയോ എന്ന കാര്യത്തിൽ മാത്രം താങ്കൾ തീരുമാനമെടുക്കുക. അവനെ ടീമിൽ വച്ചുകൊണ്ട് മുന്നോട്ടു പോകുക എനിക്ക് പറ്റില്ല.”

ശിവദാസൻ ശരിക്കും വെട്ടിലായി എന്നു പറയുന്നതാണ് ഭംഗി. കാർലോസ് കേരളാ പോലീസിനു കിട്ടാവുന്ന ഏറ്റവും മികച്ച കോച്ചാണ്. അദ്ദേഹം വന്നതുമുതലാണ് കേരളാപോലീസ് ടീം എന്നൊരു ഫുട്ബോൾ ടീം ഉണ്ടെന്നുള്ളതുതന്നെ എല്ലാവരും അറിയുന്നത്.

എന്തുവേണമെന്ന് ശിവദാസനെ പിടികിട്ടിയില്ല. ശങ്കറെ ഉപേക്ഷിക്കാനും വയ്യ. കാർലോസ് സമ്മതിക്കുന്നുമില്ല.

“സാർ” കാർലോസ് തുടർന്നു. “വൈകീട്ടത്തെ പ്രാക്ടീസിനുള്ള സമയമാകുന്നു. എന്തെങ്കിലും പറഞ്ഞാൽ...”

“ശങ്കറെ ടീമിൽ കിട്ടണം.” അവസാനവാചകം എന്നതു

പോലെയായിരുന്നു ആ ശബ്ദം.

അതിന്റെ അർത്ഥം കാർലോസിന് പിടികിട്ടി.

അദ്ദേഹം എണീറ്റു.

"താങ്ക് യൂ സാർ..."

"കാർലോസ് ഞാൻ പറയുന്നത്..."

"മനസ്സിലായി സാർ..."

പ്രക്ഷുബ്ധമായ മനസ്സുമായാണ് കാർലോസ് അവിടെ നിന്നിറങ്ങിയത്. പിരിഞ്ഞു പോകുന്നതിന്റെ ബുദ്ധിമുട്ടല്ല. താൻ രാജി വച്ചാലുടനെ രണ്ടു കൈയും നീട്ടി സ്വീകരിക്കുവാൻ ധാരാളം ആൾക്കാരുണ്ട്. പക്ഷേ അതല്ല പ്രശ്നം. ഈ വർഷം നഷ്ടമായ ഗോൾഡ് ട്രോഫി അടുത്ത വർഷം വീണ്ടെടുക്കണം എന്ന വാശിയായിരുന്നു. പ്രതാപ് ടീമിലുണ്ടെങ്കിൽ തീർച്ചയായും അതിനു സാധിക്കുമെന്നും ഉറപ്പായിരുന്നു. ഇനിയിപ്പോൾ അതൊന്നും ചിന്തിച്ചിട്ടു കാര്യമില്ലല്ലോ.

താൻ രാജി വയ്ക്കുന്ന കാര്യം അദ്ദേഹം ആദ്യം പത്രം ഓഫീസുകളിൽ ഫോൺ ചെയ്തറിയിച്ചു. അതിനു തന്നെ പ്രേരിപ്പിച്ചത് എന്താണെന്നും പറഞ്ഞു.

കോച്ച് രാജി വയ്ക്കുന്നു എന്ന വാർത്ത ടീമിൽ അമ്പരപ്പുളവാക്കി. പ്രതാപ് ഓടിയെത്തി.

"സാർ" കാർലോസിന്റെ മുഖത്ത് വിഷാദം നിറഞ്ഞ ഒരു ചിരിയുണ്ടായി.

"ഇത് സംഭവിച്ചേ പറ്റൂ മോനേ..." കാർലോസ് അവന്റെ തോളിൽ തട്ടി.

"അല്ലാതെ അഭിമാനം നഷ്ടപ്പെട്ട് ഇവിടെ കഴിയുവാൻ എനിക്കാവില്ല കുഞ്ഞേ..."

പ്രതാപിന്റെ കണ്ണുകൾ നിറഞ്ഞു തുളുമ്പി

"എന്തുകാരണത്താലാണ് അങ്ങ് രാജി വയ്ക്കുന്നത്?"

ഉണ്ടായ സംഭവം അദ്ദേഹം അവരെ പറഞ്ഞു കേൾപ്പിച്ചു.

പ്രതാപിന് വല്ലായ്മ തോന്നി.

മീരയുടെ പിതാവിനോട് എന്തെന്നില്ലാത്ത കോപവും.

പാഞ്ഞെത്തിയ പത്രപ്രതിനിധികൾ കാർലോസിന്റൊപ്പം പ്രതാപിന്റെയും അഭിപ്രായം ആരാഞ്ഞു.

"ഈ സംഭവത്തിൽ പ്രതാപിന്റെ അഭിപ്രായമെന്താണ്?"

"മുഖ്യമന്ത്രി ഈ കാണിച്ചത് വളരെ മോശമായ ഏർപ്പാടാണ്. അദ്ദേഹം സ്പോർട്സ് മന്ത്രിയുടെ അനന്തിരവന്റെ പക്ഷം ചേർന്ന്

ഫുട്ബോളിനെ നശിപ്പിക്കുകയാണ്.”

അന്നു തന്നെ കാർലോസ് രാജിക്കത്ത് തയ്യാറാക്കി. എല്ലാവരോടും യാത്ര പറഞ്ഞ് അവിടെ നിന്ന് ഇറങ്ങുകയും ചെയ്തു.

കോച്ചിനെ യാത്രയാക്കുമ്പോൾ എല്ലാവരും പൊട്ടിക്കരഞ്ഞുപോയി. പ്രത്യേകിച്ച് പ്രതാപും വിനോദും ജോസും മറ്റും.

ഇനി ഈ ടീമിൽ കഴിയുന്നതിനോട് യാതൊരു താൽപര്യവും തോന്നിയില്ല അവർക്കും. പക്ഷേ ഒരു ജോലിയുള്ളത് നഷ്ടപ്പെടുമല്ലോ എന്നുള്ള ആശങ്കയായിരുന്നു എല്ലാവർക്കും.

അടുത്ത ദിവസത്തെ പത്രങ്ങളിൽ വാർത്ത വന്നു.

കാർലോസിന്റെ രാജിക്കുപിന്നിൽ മുഖ്യമന്ത്രിയാണെന്ന് അവർ തുറന്നെഴുതി. ശങ്കറെ പുറത്താക്കിയതാണ് അതിനു കാരണമെന്നും. ഒപ്പം ഒരു കോളത്തിൽ പ്രതാപിന്റെ പ്രതികരണവും.

അതു വായിച്ചിട്ട് മുഖ്യമന്ത്രി ജ്വലിച്ചു.

“പന്നപ്പട്ടീടെ മോൻ എന്നെ എതിർത്ത് പത്രത്തിൽ എഴുതാറായി അല്ലേ?”

മുറിയിലേക്ക് കയറിവന്ന ആർദ്ര അദ്ദേഹത്തിന്റെ മുഖഭാവം കണ്ട് അമ്പരന്നുപോയി.

“എന്തുപറ്റി?”

“നോക്കെടീ...” പത്രം വായിച്ച ആർദ്രയും പല്ലുകടിച്ചു.

“ആ തെണ്ടിയെ ആരുമറിയാതെ ഒതുക്കാൻ കഴിയില്ലേ?”

“കഴിയും, ഞാനതു ചെയ്യുകയും ചെയ്യും.”

മീര ഒന്നും കേൾക്കാതിരിക്കാൻവേണ്ടി മുഖ്യമന്ത്രി ആ സംഭാഷണം അവസാനിപ്പിച്ചു.

അദ്ദേഹം ഉടനെ ഡി.ജി.പി.യുമായി ഫോണിൽ ബന്ധപ്പെട്ടു. അത്യാവശ്യം ചെയ്യേണ്ട ചില കാര്യങ്ങൾ പറഞ്ഞേല്പിച്ചു.

ആർദ്ര മീരയുടെ മുറിയിലേക്ക് ചെന്നു.

“കണ്ടോടീ നിന്റെ പ്രതാപ് ഡാഡിയെക്കുറിച്ച് പറഞ്ഞിരിക്കുന്നത്?”

“ഞാൻ വായിച്ചു.” അലക്ഷ്യഭാവത്തിൽ അവൾ മറുപടി പറഞ്ഞു.

“ഡാഡിയെന്തിനാ വെറുതെ ശങ്കറിനുവേണ്ടി കാർലോസ് സാറിനോട് അങ്ങനെയൊക്കെ പറഞ്ഞത്?”

“എടീ...അരവിന്ദാക്ഷന്റെ കൂടെയുള്ള എം.എൽ.എ. മാരാണ് പാർട്ടിയെ നിലനിർത്തിയിരിക്കുന്നത്. ആ നിലയ്ക്ക് ഇങ്ങനെയും ചിലതൊക്കെ ചെയ്യേണ്ടിവരും.”

മീര ഒന്നും പറഞ്ഞില്ല.

"ഏതായാലും അവൻ നിന്റെ ഡാഡിക്കെതിരെ ആവശ്യമില്ലാതെ മത്സരിക്കാതിരിക്കുന്നതാണ് നല്ലത്."

പ്രതാപിനെ ഒന്നു കാണണം എന്നുതന്നെ മീര തീരുമാനിച്ചു.

കാർട്ടേഴ്സിലേക്ക് അവൾ ഫോൺ ചെയ്തു. പക്ഷേ അവൻ അവിടെയില്ലായിരുന്നു.

ആൻഡ്രൂസ് പുറത്തേക്കിറങ്ങിയപ്പോൾ ശങ്കറുടെ മാരുതിവാൻ വന്ന് മുന്നിൽ നിന്നു.

"കയററെടാ ചിലത് പറയുവാനുണ്ട്."

അവൻ കയറി.

വാൻ കുതിച്ചു പാഞ്ഞു.

പ്രതിപക്ഷനേതാക്കന്മാർ പ്രസ്താവനകളുമായി രംഗത്തെത്തി. ഫുട്ബോൾ പ്രേമികൾ മുഴുവൻ മുഖ്യമന്ത്രിക്കെതിരായി.

പൊലീസിലും പൊട്ടലും ചീറ്റലുമൊക്കെ...ടീമിനെ അടിക്കടി വിജയത്തിലേക്ക് നയിച്ചുകൊണ്ടിരുന്ന കാർലോസിനെ രാജി വയ്ക്കാൻ പ്രേരിപ്പിച്ചത് ആർക്കും ഇഷ്ടമായില്ല.

ഡി.ജി.പി.ക്കു പോലും പ്രതാപിനോടായിരുന്നു താല്പര്യം. അതുകൊണ്ടുതന്നെ മുഖ്യമന്ത്രി രഹസ്യമായി പറഞ്ഞേല്പിച്ച കാര്യങ്ങൾ നടപ്പിൽ വരുത്തുവാൻ അദ്ദേഹത്തിനു പ്രയാസം തോന്നി.

രണ്ടാമതും മുഖ്യമന്ത്രി ഡി.ജി.പി.യെ വിളിച്ചു.

"സാർ..."

"താനെന്താടോ ഇതുവരെ ഞാൻ പറഞ്ഞകാര്യം..."

"പെട്ടെന്ന് എന്തെങ്കിലുമായാൽ അത് സംശയത്തിന് വഴി തെളിക്കും. അതുകൊണ്ട് ഒക്കെ സൂക്ഷിച്ചു ചെയ്യാനാണ്."

"ശരി....ശരി...വേഗം വേണം."

മന്ത്രി ഫോൺ വച്ചു.

ഡി.ജി.പി.ക്ക് വല്ലായ്മ തോന്നു.

പ്രതാപും വിനോദും അലക്സും താമസിക്കുന്ന മുറിയിൽ നിന്നും ധൃതിയിൽ ആൻഡ്രൂസ് പുറത്തേക്ക് പോകുന്നത് ജോസ് കണ്ടു.

നല്ല സുഖമില്ലാതിരുന്നതിനാൽ അവൻ വൈകീട്ടത്തെ പ്രാക്ടീസിനു പോയിരുന്നില്ല. ആൻഡ്രൂസും പോയിരുന്നില്ലെന്ന് ഇപ്പോഴാണ് അറിയുന്നത്. എന്തായാലും നല്ല കാര്യങ്ങൾക്കൊന്നുമല്ല അവൻ ആ മുറിയിൽ കയറിയതെന്ന് ജോസിനുറപ്പുണ്ടായിരുന്നു.

ജോസ് മുറിയിൽ കയറി നോക്കിയെങ്കിലും പ്രത്യേകിച്ച് ഒന്നും കണ്ടില്ല.

അന്ന് സന്ധ്യ.

പ്രാക്ടീസ് കഴിഞ്ഞ് എല്ലാവരും തിരികെയെത്തി. ആൻഡ്രൂസ് മുറിയിൽ കയറിയ കാര്യം പറയുവാൻവേണ്ടി പ്രതാപിന്റെയും മറ്റും മുറിയിലേക്ക് പോകുകയായിരുന്ന ജോസ് പെട്ടെന്ന് നിന്നു.

താഴെ നിന്നും ധൃതിയിൽ കയറിവരികയാണ് എക്സൈസുകാർ.

അവന് ഒന്നും പിടി കിട്ടിയില്ല

അവർ അവന്റെ അരികിലെത്തി.

ഒരാളെ അവനു പരിചയമുണ്ടായിരുന്നു.

"സ്പെഷ്യൻ ഓർഡറുമായാണ് ഞങ്ങൾ വന്നിരിക്കുന്നത്." അയാൾ ജോസിനോട് പറഞ്ഞു.

"നിങ്ങളിൽ ചിലർ മയക്കുമരുന്ന് ഉപയോഗിക്കുന്നതായി ഞങ്ങൾക്ക് അറിയുവാൻ കഴിഞ്ഞു. അവ ഇവിടെ സ്റ്റോക്കുണ്ടെന്നും."

ജോസ് മിഴിച്ചു നിൽക്കുമ്പോൾ അവർ പ്രതാപും മറ്റും താമസിക്കുന്ന മുറിയിലേക്ക് കയറി.

എക്സൈസ് ഇൻസ്പെക്ടർ ശങ്കറുടെ ബന്ധുവാണെന്ന് അയാൾ ഓർത്തു.

പതിനാല്

മുറിയിലേക്ക് കയറിവന്ന എക്സൈസുകാരെ കണ്ടപ്പോൾ പ്രതാപും മറ്റും തെല്ലൊന്ന് അമ്പരക്കാതിരുന്നില്ല. അവർ ഇവിടേക്ക് വരേണ്ട ആവശ്യമെന്ത്?

അവർ എണീറ്റു.

"ഞങ്ങൾക്ക് ഈ മുറിയൊന്ന് പരിശോധിക്കണം." എക്സൈസ് ഇൻസ്പെക്ടർ പറഞ്ഞു.

"ശരി സാർ"

അവർ നോക്കി നിൽക്കെ ആഗതർ പരിശോധന തുടങ്ങി. ഒന്നും കിട്ടാതെ വന്നപ്പോൾ അവരുടെ ബാഗുകൾ എടുത്തു.

പൊടുന്നനെ പ്രിവന്റീവ് ഓഫീസർ പ്രതാപിന്റെ ബാഗിൽ നിന്നും ഒരു പൊതിയെടുത്തു.

"ഇതെന്താണ്?"

ആർക്കും ഒന്നും പിടി കിട്ടിയില്ല.

"ഈ ബാഗ് ആരുടേതാണ്?"

"എന്റെ" പ്രതാപ് പറഞ്ഞു.

പ്രിവന്റീവ് ഓഫീസർ പൊതിയഴിച്ചു

ഒരു കെട്ട് കഞ്ചാവ്.

"ആരാണ് ഇത് ഇതിൽ കൊണ്ടുവച്ചത്?" പ്രതാപ് അറിയാതെ ചോദിച്ചുപോയി.

"അത് ഞങ്ങളോടാണോ ചോദിക്കുന്നത്"

"ഇല്ലസാർ ഞാൻ ഇതൊന്നും ഉപയോഗിക്കില്ല" അപ്പോൾ ഇതിനാണ് ആൻഡ്രൂസ് ഈ മുറിക്കുള്ളിൽ കയറിയത്.

"എന്തായാലും ഞങ്ങൾക്ക് ആക്ഷൻ എടുക്കാതിരിക്കാൻ കഴിയില്ല പ്രതാപ്."

"സാർ..." ജോസ് മുറിയിലേക്ക് കടന്നുവന്നു. "ഇവർ ആരും ഇവിടെയില്ലാത്തപ്പോൾ ഒരാൾ ഈ മുറിയിൽ കയറിയിട്ട് ഇറങ്ങിപ്പോയി. അവൻ തന്നെയായിരിക്കും ഇത് ചെയ്തത്."

എക്സൈസ് ഇൻസ്പെക്ടർ അവനെ രൂക്ഷമായി ഒന്നു നോക്കി.

"തന്നെ ഇങ്ങോട്ട് വിളിച്ചോ?"

"അപ്പോൾ സാറുകൂടി അറിഞ്ഞുകൊണ്ടുള്ള കളിയായിരിക്കും അത്" അവനും വിട്ടുകൊടുത്തില്ല.

പന്തുകളിക്കാരാണെങ്കിലും ഞങ്ങളും പോലീസുകാരാണ്. ഇവൻമാർ കൂടുതൽ വിരട്ടേണ്ട.

"നിങ്ങൾ എന്തു പറഞ്ഞാലും ഈ ബാഗിൽ നിന്നല്ലേ ഞങ്ങൾ ഇതെടുത്തത്?"

താഴെ ഒരു പോലീസ് വാഹനം വന്നുനിന്നു. അതിൽ നിന്നും സ്പോർട്സ് മന്ത്രിയാണ് ഇറങ്ങിയത്. അദ്ദേഹവും മുകളിലെത്തി.

കാര്യങ്ങൾ മനസ്സിലാക്കി.

അനന്തരം മുഖ്യമന്ത്രിയുമായി ആലോചിച്ച് ചില തീരുമാനങ്ങൾ കൈക്കൊണ്ടു.

"സാർ ഞാൻ നിരപരാധിയാണ്" പ്രതാപ് അദ്ദേഹത്തിന്റെ മുന്നിൽ കേണു. "ഞാൻ ഒരു സിഗരറ്റുപോലും ഉപയോഗിക്കുന്നവനല്ല. അല്ലെങ്കിൽ മെഡിക്കൽ ടെസ്റ്റ് നടത്തിയാൽ സംഗതി തെളിയുമല്ലോ."

"ഇവിടെയിപ്പോൾ പ്രതാപ് ഇത് ഉപയോഗിക്കുന്നോ ഇല്ലയോ എന്നുള്ളതല്ല പ്രശ്നം. തന്റെ ബാഗിൽ നിന്നും ഇത് കണ്ടെടുത്തില്ലേ?"

"ഉപയോഗിക്കാത്ത ഞാൻ ഇത് കൊണ്ടു നടക്കാറില്ല സാർ..."

"ഒരുപക്ഷേ മറ്റുള്ളവർക്ക് വിൽക്കുകയായിരുന്നുകൂടേ ഉദ്ദേശ്യം"

"ഇല്ല സാർ...മറ്റുള്ളവരോട് ചോദിച്ചാൽ അത് മനസ്സിലാക്കാവുന്നതേയുള്ളൂ"

ഏതായാലും ഇത്തരം ഒരു കേസുണ്ടാക്കിയ തന്നെ ടീമിൽ വച്ചുകൊണ്ടിരിക്കാൻ ബുദ്ധിമുട്ടാണ്. അതിനാൽ കേസ് തീരുന്നതുവരെ സസ്പെൻഡ് ചെയ്തിരിക്കുന്നു"

മന്ത്രിയുടെ വാക്കുകൾകേട്ട് എല്ലാവരും അമ്പരന്നുപോയി. ഇത് പകപോക്കലാണ്.

ആരും ഒന്നും പറയുവാൻ അവസരം നൽകാതെ അദ്ദേഹം പോകുകയും ചെയ്തു.

** ** **

"പിടിച്ചു നിർത്തി അവന്റെ കരണക്കുറ്റിക്കു നാലു പൂശുകയായിരുന്നു വേണ്ടത്." പഞ്ചു വിവരമൊക്കെ അറിഞ്ഞു കഴിഞ്ഞപ്പോൾ പറഞ്ഞു.

"ജോലി രാജിവച്ചാലോ എന്നാണിപ്പോൾ എന്റെ ആലോചന"

അവൻ സാവധാനം നടന്നു.

"അങ്ങനെ പറയാതളിയാ"

"പിന്നെ ഞാൻ എന്തു ചെയ്യണം?"

"കേസ് അവസാനിപ്പിക്കുമ്പോൾ തിരികെ ടീമിൽ പ്രവേശിക്കണം. ശങ്കർ കൂടുതൽ ഷൈൻ ചെയ്യരുത്."

ദിവസങ്ങൾ ഇഴഞ്ഞു നീങ്ങി.

പ്രതാപും മീരയും കണ്ടുമുട്ടി.

"ചതിയായിരുന്നു മോളേ. എല്ലാവരും ചേർന്ന് എന്നെ ചതിക്കുകയായിരുന്നു."

മീര ദുഃഖത്തോടെ അവന്റെ മുഖത്തു നോക്കിയിരുന്നു.

"നിന്റെ ഡാഡിയോടു പറഞ്ഞാൽ എന്നെ രക്ഷിക്കാൻ കഴിയില്ലേ?"

"ഞാൻ പറഞ്ഞുനോക്കി. ഇത്തരം നാറിയ കേസിൽ ഇടപെടുകയില്ലെന്നാണ് അദ്ദേഹം പറയുന്നത്."

"ശിക്ഷയുണ്ടായാൽ എന്റെ സ്വപ്നങ്ങൾ ആകെ തകർന്നു പോകും."

അവനെക്കാൾ വേദന അവൾക്കായിരുന്നു. പക്ഷേ, എന്തു ചെയ്യാൻ കഴിയും. ഇനി തങ്ങൾ തമ്മിലുള്ള വിവാഹത്തിന് ഡാഡി സമ്മതിക്കുമോ എന്നതുതന്നെ കണ്ടറിയേണ്ടിയിരിക്കുന്നു.

** ** **

പ്രതാപിന് പതിനായിരം രൂപയുടെ ശിക്ഷയാണ് വിധി വന്നപ്പോൾ ഉണ്ടായത്. കൈവശം പണമൊന്നും ഉണ്ടായിരുന്നില്ലെങ്കിലും തക്ക സമയത്ത് അവനെ കൂട്ടുകാർ സഹായിച്ചു.

പ്രതാപ് സസ്പെൻഷൻ കഴിഞ്ഞ് തിരികെ ടീമിൽ പ്രവേശിച്ചു.

അവിടെ ആകെ മാറ്റമാണ് അവൻ ദർശിക്കാൻ കഴിഞ്ഞത്.

പുതിയ കോച്ച് ജോയിൻ ചെയ്തിരിക്കുന്നു. ആദ്യദിവസം തന്നെ അവന് കോച്ചിനെ വിലയിരുത്താൻ കഴിഞ്ഞു. ശങ്കർ പറയുന്നതു മാത്രം അനുസരിക്കുന്ന ഒരു പാവ. പ്രതാപ് സസ്പെൻഷനിലായിരുന്ന അവസരത്തിൽ ശങ്കർ സസ്പെൻഷൻ പിൻവലിക്കപ്പെട്ട് ടീമിലെത്തുകയും വീണ്ടും ക്യാപ്റ്റനാകുകയും ചെയ്തു.

അവനെ കാണുമ്പോഴൊക്കെ ശങ്കറും സുഹൃത്തുക്കളും കുത്തുവാക്കുകൾ പറയുക പതിവാക്കി.

പ്രതാപ് മറുപടി പറയാതെ ഒതുങ്ങിക്കൂടി.

അടുത്ത ഒരു മത്സരം വന്നപ്പോൾ പ്രതാപ് അൺഫിറ്റാണെന്ന് പറഞ്ഞ് കോച്ച് പുറത്തിരുത്തി. സബ്സ്റ്റിറ്റ്യൂട്ടായിപോലും ഇറക്കിയില്ല. ആ മത്സരത്തിൽ 4-1 എന്ന സ്കോറിൽ കേരളാപോലീസ് തോൽക്കുകയും ചെയ്തു. പത്രക്കാർ എന്തൊക്കെ എഴുതിയിട്ടും അടിക്കടി പോലീസ് ടീമിന്റെ കളി താഴേയ്ക്ക് താഴേക്കാകുകയായിരുന്നു.

** ** **

മുഖ്യമന്ത്രി ശിവദാസനും സ്പോർട്സ്മന്ത്രി അരവിന്ദാക്ഷനും ഒന്നിച്ചുകൂടി.

"ഇനി വിവാഹം നീട്ടിക്കൊണ്ടുപോകുന്നതിനോട് എനിക്ക് യോജിപ്പില്ല" അരവിന്ദാക്ഷൻ തീർത്തു പറഞ്ഞു.

"ഞാൻ പറയുന്ന കാര്യങ്ങൾ താൻ ഒന്നു ശ്രദ്ധിച്ചു കേൾക്ക്" എന്നു പറഞ്ഞിട്ട് അദ്ദേഹം മീരയും പ്രതാപും തമ്മിലുള്ള അടുപ്പത്തെക്കുറിച്ച് പറഞ്ഞു. "അവൾക്ക് യാതൊരു സംശയത്തിനും ഇടകൊടുക്കാത്ത രീതിയിൽ ഞാൻ സമ്മതം നൽകിയിരിക്കയാണ്. വിവാഹത്തിനു മുമ്പ് അവൻ ഒന്നുമല്ലാതാകണം. കഞ്ചാവു കേസ് ഉദ്ദേശിച്ചതുപോലെ പ്രയോജനപ്പെട്ടില്ല."

അരവിന്ദാക്ഷൻ തലകുലുക്കി.

"ഇത്രയുമൊക്കെ പ്രശ്നങ്ങൾ ഉണ്ടാക്കിയത് നമ്മളാണെന്ന് എല്ലാവരും അറിഞ്ഞു കഴിഞ്ഞു. അതുകൊണ്ട് ഇനിയും അങ്ങനെ ഉണ്ടാകരുത്. അതല്ലെങ്കിൽ താങ്കൾ തന്നെ നേരിട്ട് പ്രതാപിനോ

ടൊന്ന് പറഞ്ഞാലോ, മര്യാദയ്ക്ക് പിന്മാറണമെന്ന്"

"അങ്ങനെ ചെയ്താൽ അത് മീര അറിയും. അവൾ ഒന്നും അറിയാൻ പാടില്ല. മാത്രമല്ല, അവൾ സ്വമനസ്സാലെ അവനെ വെറുക്കുകയും വേണം."

"അതിനും മാർഗ്ഗങ്ങൾ പലതുണ്ട്"

അരവിന്ദാക്ഷന്റെ മുഖത്തൊരു ചിരിയുണ്ടായി.

** ** **

കഴിഞ്ഞ നാലഞ്ചു ദിവസമായി അരയാൽത്തറ ജംഗ്ഷനിൽ ഹിന്ദുമുസ്ലീം വർഗീയ സമരം തുടങ്ങിയിട്ട്. ഇപ്പോൾ അവിടെ രണ്ട് ബറ്റാലിയൻ പോലീസ് ക്യാമ്പാണ്. രണ്ട് മതക്കാരും തമ്മിലുണ്ടായ ഏറ്റുമുട്ടലിൽ മൂന്നുപേർ മരിച്ചിരുന്നു. അതിന്റെ പ്രതികരണം നാടിന്റെ പല ഭാഗങ്ങളിലുമുണ്ടായി.

സംസ്ഥാനത്തെ പോലീസുകാർക്കെല്ലാം ജോലിയായി. അതോടൊപ്പം ഡി.ജി.പി.യുടെ ഉത്തരവും വന്നു. സ്പോർട്സ് രംഗത്തുള്ളവരും ഡ്യൂട്ടിക്കിറങ്ങണം.!

അത്യാവശ്യ ഘട്ടങ്ങളിൽ മാത്രമേ അങ്ങനെയുണ്ടാവുകയുള്ളൂ.

പ്രതാപ് സർവ്വീസിൽ കയറിയശേഷം ആദ്യമായിട്ടായിരുന്നു ഇത്തരം അനുഭവം. കാക്കി യൂണിഫോം അണിഞ്ഞ് തൊപ്പിയും വച്ച് ലാത്തിയുമായി അവരും വാനിൽ കയറി.

സംഘർഷം അതിന്റെ പരമോന്നതങ്ങളിൽ എത്തി നിൽക്കുന്നിടത്തായിരുന്നു പ്രതാപിനും മറ്റും ഡ്യൂട്ടി. അവർ അവിടെ ക്യാമ്പു ചെയ്തു.

ഏതു നിമിഷവും ഒരു കലാപം പൊട്ടിപ്പുറപ്പെട്ടേക്കാം.

എന്നാൽ അതിനു പിന്നിലും ചില കളികൾ നടക്കുന്നുണ്ടെന്ന് രണ്ടു മൂന്നു വ്യക്തികൾ ഒഴികെ ആർക്കും അറിയില്ലായിരുന്നു.

പ്രസ്തുത സ്ഥലത്ത് കർഫ്യൂ പ്രഖ്യാപിച്ചിരിക്കുകയാണ്.

ഫുട്ബോൾ താരങ്ങൾ യൂണിഫോം അണിഞ്ഞ് ലഹളയെ നേരിടാൻ എത്തിയിരിക്കുന്നതു കണ്ട ആൾക്കാർ മിഴിച്ചു നിന്നു.

നേരം സന്ധ്യയായി.

പോലീസ് അവിടെ മുഴുവൻ റോന്തു ചുറ്റുന്നുണ്ട്. എന്നാൽ ഏവരുടേയും കണ്ണുവെട്ടിച്ച് പത്തുമുപ്പതുപേർ അടങ്ങുന്ന ഒരു സംഘം പ്രതിഷേധജാഥയായി പ്രധാന റോഡുകളിലൂടെ വന്നു.

ആൾക്കാർ കൂട്ടംകൂടുകയോ മീറ്റിംഗുകൾ നടത്തുകയോ ഒന്നും പാടില്ലെന്ന് ഉച്ചഭാഷിണികളിലൂടെ പൊലീസ് അറിയിപ്പ് നൽകി

യിരുന്നതാണ്.

മുദ്രാവാക്യം വിളികൾ കേട്ടപ്പോൾ പൊലീസ് സട കുടഞ്ഞെണീറ്റു.

അവർ റോഡിൽ നിരന്നു നിന്നു

ജാഥ തൊട്ടുമുന്നിലെത്തി.

പെട്ടെന്ന് കറണ്ടുപോയി.

"നിങ്ങൾ പിരിഞ്ഞുപോകണം. ഇവിടെ കർഫ്യു പ്രഖ്യാപിച്ചിരിക്കുകയാണെന്നറിയില്ലേ?"

എസ്.ഐ. വളരെ മയത്തിൽ ചോദിച്ചു.

"ഇല്ല സാർ, പ്രതിഷേധപ്രകടനം കഴിയാതെ ഞങ്ങൾ പിരിഞ്ഞുപോകില്ല" കൂട്ടത്തിൽ ആരോ വിളിച്ചു പറഞ്ഞു.

മങ്ങിയ ഇരുട്ടായതിനാൽ അവരുടെ മുഖം വ്യക്തമല്ലായിരുന്നു. എന്നിരുന്നാലും ഒരു കാര്യം മാത്രം എസ്.ഐ.ക്കു മനസ്സിലായി.

എല്ലാവരുടെയും കൈകളിൽ ഇരിക്കുന്ന കൊടികെട്ടിയിരിക്കുന്ന കമ്പുകൾ സാധാരണ കമ്പുകളല്ല, മറിച്ച് കുറുവടികളാണ്.

"ഏതായാലും പ്രകടനം നടത്തുവാൻ ഞങ്ങൾ അനുവദിക്കില്ല. നിങ്ങൾ പിരിഞ്ഞുപോയേ മതിയാകൂ..."

"ഞങ്ങളുടെ രണ്ടുപേരെ അവന്മാർ കുത്തി മലർത്തിയപ്പോൾ നിങ്ങളെയാരെയും കണ്ടില്ലല്ലോ. എന്തിനേറെ ആരെങ്കിലും അറസ്റ്റ് ചെയ്യാൻ നിങ്ങൾക്കു കഴിഞ്ഞോ?"

"കാര്യമൊക്കെ ശരി, പക്ഷേ, പ്രകടനം നടത്താൻ പറ്റില്ല."

"അത് ഞങ്ങൾ നോക്കിക്കൊള്ളാം. സാറന്മാർ വെറുതെ ബുദ്ധിമുട്ടണമെന്നില്ല" അവർ മുന്നോട്ടു നീങ്ങാൻ ഭാവിച്ചു.

"നോ..." പോലീസ് തടഞ്ഞു.

"ഞങ്ങൾക്ക് പോകണം"

"പറ്റില്ല..."

പോലീസുകാരുമായി ഉന്തും തള്ളുമായി.

"ചാർജ്ജ്..." രക്ഷയില്ലെന്ന് കണ്ടപ്പോൾ എസ്.ഐ. ഉത്തരവിട്ടു. പോലീസ് ലാത്തി വീശി. ഉടനെ അവർ കൊടിക്കമ്പ് തിരിച്ചു പിടിച്ചു. ഇരുട്ടിൽ പൊരിഞ്ഞ അടി.

ശങ്കറും കൂട്ടുകാരും പിന്നിലേക്ക് മാറുന്നത് അടിക്കിടയിൽ ആരും കണ്ടില്ല. ശിരസ്സിനടിയേറ്റ് വിനോദ് പിന്നോട്ടു മറിഞ്ഞു.

"ഇവനാണ് പ്രതാപ്...അടിച്ച് പൊടിക്ക്"

ഗുണ്ടകളിൽ ആരുടെയോ അലർച്ച.

അവൻ നടുങ്ങിത്തിരിഞ്ഞു.

അവർ കുറുവടി വീശി. പ്രതാപ് ലാത്തികൊണ്ട് തടഞ്ഞു.

"അവന്റെ കാലുകൾ തല്ലിയൊടിക്ക്."

പ്രതാപിന് അപകടം മണത്തു. എന്തോ ഇവരുടെ ലക്ഷ്യം മറ്റെന്തോ ആണെന്ന് തോന്നൽ പെട്ടെന്നുണ്ടായി.

"അവൻ ശക്തമായി അവരെ ആക്രമിച്ചു.

"ഇവന്റെ പന്തുകളി ഇന്ന് തീർക്കണം."

പ്രതാപിന്റെ പുറത്ത് അടിയേറ്റു.

അവൻ നിലവിളിച്ചുപോയി.

പക്ഷേ ചാടിത്തിരിഞ്ഞ് അവൻ അടിച്ചവനെ തൊഴിച്ചു വീഴ്ത്തി.

ഇരുട്ടിൽ കുറുവടികളുടെ സീൽക്കാരങ്ങൾ ഉയർന്നു.

അവന്റെ കയ്യിൽ നിന്നും ലാത്തി തെറിച്ചു.

"അടിച്ചു കൊല്ലെടാ..." ഇരുളിൽ അട്ടഹാസം

രക്ഷപെടണം...

അവൻ ഒറ്റയോട്ടം...

അതവർ പ്രതീക്ഷിച്ചിരുന്നില്ലെന്ന് തോന്നി. "പിടിക്ക് അവനെ..." കൊലവിളിയുമായി അവർ പിന്നാലെ.

പെട്ടെന്ന് കറണ്ട് വന്നു.

കുറച്ചപ്പുറത്ത് ഒരു വീട്ടിൽ ലൈറ്റ് തെളിഞ്ഞു നിൽക്കുന്നത് കണ്ടു.

അവൻ തിരിഞ്ഞുനോക്കി.

ശത്രുക്കൾ പിന്നാലെയുണ്ട്.

അവൻ ആ വീട്ടിലേക്ക് ഓടിക്കയറി.

വിസിറ്റിംഗ് റൂമിൽ ടി.വി. കണ്ടുകൊണ്ടിരിക്കുകയായിരുന്ന വീട്ടുകാർ ഞെട്ടിത്തിരിഞ്ഞു.

അപ്പോഴേയ്ക്കും അവൻ വാതിൽ അടച്ച് തഴുതിട്ടു.

വീട്ടുകാർ ചാടിയെണീറ്റു.

"നിങ്ങളാരാ?"

അപ്പോഴാണ് അവൻ ഒരു പോലീസുകാരനാണെന്ന് അവർ കണ്ടത്. തന്റെ മുന്നിൽ നിൽക്കുന്നവരെ അവൻ നോക്കി.

"എടാ പ്രതാപേ...നീയെന്താടാ ഇങ്ങനെ?"

അവരിൽ ഒരാളിൽ നിന്നും ആഹ്ലാദം നിറഞ്ഞ ശബ്ദം.

പെട്ടെന്ന് ആ മുഖം അവൻ തിരിച്ചറിഞ്ഞു.

റാം!

റാം ഗബ്രിയേൽ...

പ്രതിപക്ഷനേതാവിന്റെ പുത്രൻ

പ്രതാപിന്റെ ക്ലാസ്സ്മേറ്റ്

"പ്രതാപ് നീ?"
"റാം..." അവന് ശബ്ദം നഷ്ടപ്പെട്ടു.
"നിനക്കെന്തു പറ്റിയെന്ന് പറയെടാ?"
അവൻ എന്തോ പറയാൻ ഭാവിച്ചപ്പോഴേയ്ക്കും പുറത്ത് ആരുടെയൊക്കെയോ സംസാരം കേട്ടു. തുടർന്ന് വാതിലിൽ ശക്തമായ മുട്ടും.
റാം അവിടേക്ക് നടന്നു.
"ആരാടാ?"
"വാതിൽ തുറക്കെടാ.." പുറത്തുനിന്നും അലർച്ച
"എന്തിനാ?"
"ഇവിടേക്ക് കയറിയവനെ ഞങ്ങൾക്ക് വേണം"
"വാതിൽ തുറന്നു തന്നാൽ നിങ്ങൾ അവനെ കൊണ്ടുപോകുമോ?"
"പോകും..."
"എന്നാൽ കൊണ്ടുപോ..."
റാം ഗബ്രിയേൽ വാതിൽ തുറക്കുന്നത് ഒരു നടുക്കത്തോടെ പ്രതാപ് കണ്ടു.
അവന്റെ ചുണ്ടുകൾ അറിയാതെ പിറുപിറുത്തു.
"ഈശ്വരാ..."

പതിനഞ്ച്

തുറക്കപ്പെട്ട വാതിലിനു മുന്നിൽ കുറുവടികളുമായി നിൽക്കുന്ന ഗുണ്ടകളെ റാം ഗബ്രിയേൽ സൂക്ഷിച്ചുനോക്കി.
ഗുണ്ടകളുടെ മുഖത്ത് പെട്ടെന്ന് ഭാവമാറ്റം
"നിങ്ങളൊക്കെ ഇവിടെ?" റാം അവരുടെ കണ്ണുകളിലേക്ക് നോക്കിക്കൊണ്ട് തിരക്കി.
അവർ പതറി.
"സഖാവേ ഞങ്ങൾ..."
"ശബ്ദിക്കരുത്. വർഗ്ഗീയസംഘട്ടനത്തിൽ പങ്കുകൊള്ളുവാൻ തലസ്ഥാനത്തുനിന്നും നിങ്ങൾ ഇവിടംവരെയെത്തി അല്ലേ?"
മറുപടി പറയാതെ അവർ ബുദ്ധിമുട്ടി. ശ്വാസം കഴിക്കാൻപോലും മറന്നു നിൽക്കുകയായിരുന്നു പ്രതാപ്. അവന് ഒന്നും പിടി കിട്ടിയില്ല.
"ങാ... കയറി വാ..."

അവർ അഞ്ചുപേരും കുറുവടികൾ പുറത്തിട്ടിട്ട് അകത്തേക്കു വന്നു.

അവിടെയുണ്ടായിരുന്ന സ്ത്രീകൾ അകത്തേക്കു വലിഞ്ഞു. റാം ഗബ്രിയേലും ഒരു മദ്ധ്യവയസ്കനും പ്രതാപും മാത്രം അവർക്കു മുന്നിൽ അവശേഷിച്ചു.

തലസ്ഥാനത്തെ സ്ഥിരം ഗുണ്ടകളായിരുന്നു അവർ. ഏതു രാഷ്ട്രീയപാർട്ടികൾക്കുവേണ്ടിയും അടിപിടിയുണ്ടാക്കാനും അട്ടിമറികൾക്കും മുന്നിട്ടുനിൽക്കുന്നവർ. അവർക്ക് ഒന്നേ വേണ്ടു. ചോദിക്കുന്ന പണം. പക്ഷേ ഇവിടെ ഈ ഗ്രാമത്തിൽ ഇവർ എത്തണമെങ്കിൽ അതിനു തക്കതായ എന്തെങ്കിലും കാര്യങ്ങൾ ഉണ്ടായിരിക്കണമല്ലോ.

“എല്ലാവരും ക്ഷീണിതരല്ലേ?” അല്പം കാപ്പി ആവാം അല്ലേ?”

ആരും ഒന്നും പറഞ്ഞില്ല.

റാം അകത്തേക്കു നടന്നു.

പ്രതാപ് ഗുണ്ടകളെ നോക്കി. അവരുടെ മുഖത്ത് കുറ്റബോധം.

“ഒന്നും ഞങ്ങൾക്കു വേണ്ടി ആയിരുന്നില്ല സാറേ...” ഒരാൾ ക്ഷമാപണത്തോടെ പറഞ്ഞു. “ഞങ്ങൾക്ക് സാറിനോട് യാതൊരു വിരോധവും ശത്രുതയുമില്ല, മറിച്ച് ആരാധന മാത്രമേയുള്ളൂ. സാറിന്റെ ഫുട്ബോൾ കളിയുള്ള ദിവസം ഞങ്ങൾ ടി.വി.യുടെ മുന്നിൽത്തന്നെയിരിക്കും.”

പ്രതാപ് ഒന്നും പറഞ്ഞില്ല. ആദ്യമേറ്റ ആഘാതത്തിൽ നിന്നും അവൻ ഇതേവരെ മോചിതനായിട്ടില്ലെന്നതാണ് സത്യം.

റാം തിരികെയെത്തി.

“ഇനി പറയൂ. ആർക്കുവേണ്ടിയാണ് നിങ്ങൾ പ്രതാപിനെ ദ്രോഹിച്ചത്?”

“ക്ഷമിക്കണം സഖാവേ, ഞങ്ങളുടെ ജോലിയുടെ രഹസ്യമാണത്. ദയവായി കൂടുതലൊന്നും ചോദിക്കരുത്. ഒന്നു മാത്രം പറയാം. പ്രതാപ് സാറിന്റെ കാലുകൾ തല്ലിയൊടിക്കണം എന്നതായിരുന്നു ഞങ്ങൾക്ക് കിട്ടിയിരുന്ന നിർദ്ദേശം”

പ്രതാപ് ഞെട്ടിയില്ല. തന്റെ കാലുകളാണ് എല്ലാവർക്കും വിരോധം. അവർ തുടർന്നു.

“സഖാവ് ഒരു ജോലി ഏല്പിച്ചാലും ഞങ്ങളിൽ നിന്നും രഹസ്യം പുറത്തുപോകില്ല. പോകാൻ പാടില്ല. രഹസ്യങ്ങൾ പുറത്തുവിടുന്നവരെ ഞങ്ങളുടെ ജോലിക്ക് പറ്റില്ല.”

റാം തലകുലുക്കി

"ഒരു കാര്യം കൂടി. സഖാവിനോടായതുകൊണ്ട് ഞങ്ങൾ പറയാം. ഇത് എല്ലാവരും അറിഞ്ഞുകൊണ്ടുള്ള ഒരു കളിയാണ്. അതുകൊണ്ട് തന്നെയാണ് പ്രതാപ് സാറിനെ സംഘർഷമേഖലയിലേക്ക് പറഞ്ഞുവിട്ടത്. ലഹളയ്ക്കിടയിൽ എന്തെങ്കിലും സംഭവിക്കുകയാണെങ്കിൽ അത് ആരും അറിയില്ലല്ലോ."

അകത്തുനിന്ന് ഒരു സ്ത്രീ കാപ്പി കൊണ്ടുവന്ന് എല്ലാവർക്കും കൊടുത്തു.

പ്രതാപിന്റെ മനസ്സിനെന്തോ ഒരാശ്വാസം തോന്നി.

"നിങ്ങൾ എത്രപേരുണ്ടായിരുന്നു?" റാം തിരക്കി.

"മുപ്പത്തിയഞ്ച്..."

ഇരുട്ടിൽ ശങ്കറിനൊന്നും അടി കിട്ടിയില്ലേ?"

"ആവോ. അടി കിട്ടേണ്ടാത്തവർ നേരത്തെ വിവരമറിഞ്ഞിട്ടുണ്ട്. ഞങ്ങളെ കണ്ടപ്പോൾത്തന്നെ അവർ മാറിക്കാണും. അങ്ങനെയാണ് നേരത്തേ പറഞ്ഞിരുന്നത്."

"എങ്കിൽ ഞാൻ നിങ്ങളോട് ഒരു കൂട്ടം പറയുകയാണ്. പ്രതാപിനെ ഉപദ്രവിക്കരുത്."

"ഇല്ല സഖാവെ." അവർ ഉറപ്പു കൊടുത്തു.

"നിങ്ങടെകൂടെ ബാക്കിയുണ്ടായിരുന്നവർ ഉപദ്രവിച്ചാലോ?"

"ഞങ്ങൾ അഞ്ചു പേരാണ് ഇതിനായി നിയോഗിക്കപ്പെട്ടിരുന്നവർ..."

"ശരി..."

"അല്ല സഖാവ് എങ്ങനെ ഇവിടെയെത്തി എന്ന് പറഞ്ഞില്ലല്ലോ..."

"ഇത് ഞങ്ങളുടെ കുടുംബവീടാണ്. ഈ ഇരിക്കുന്നത് അച്ഛന്റെ അനുജൻ" അവിടെയിരുന്ന മദ്ധ്യവയസ്കനെ ചൂണ്ടിക്കാട്ടിയിട്ട് അവൻ പറഞ്ഞു. "കാപ്പി കൊണ്ടുത്തന്നത് കുഞ്ഞമ്മയാണ്. രണ്ടു ദിവസമായി ഞാൻ ഇവിടെയുണ്ടായിരുന്നു."

"അതേതായാലും നന്നായി. പ്രതാപ് സാറും സഖാവുമായുള്ള ബന്ധം കൂടി അറിഞ്ഞാൽ കൊള്ളാമെന്നുണ്ട്..."

റാം ചിരിച്ചു.

"ഞങ്ങൾ കോളേജിൽ അടുത്ത സുഹൃത്തുക്കളായിരുന്നു. അവസാനം രണ്ട് പാതകളിൽ ആയിപ്പോയി എന്നേയുള്ളൂ..."

"എങ്കിൽ ഞങ്ങൾ ഇറങ്ങട്ടെ..." അവർ ഇരുവരോടും യാത്ര ചോദിച്ചു.

"ശരി..." പുറത്തേക്കിറങ്ങിയ അവരിൽ ഒരാൾ തിരിഞ്ഞുനിന്നു.

"ഞങ്ങൾ പറഞ്ഞ കാര്യങ്ങൾ പുറത്തു പോകില്ലെന്ന് വിശ്വസിക്കാമല്ലോ സഖാവേ..."

"തീർച്ചയായും..."

അവർ ഇരുളിൽ മറഞ്ഞു. റാം തിരിച്ച് പ്രതാപിനടുത്തെത്തി.

"സാറ് വല്ലാതെ ഭയന്നുപോയി അല്ലേ?"

"കളിയാക്കാതെടോ" അവൻ ചിരിച്ചു. "ഏതായാലും ഇവിടേക്ക് ഓടിക്കയറാൻ തോന്നിയത് എന്റെ ഭാഗ്യം. എന്നാലും ആരാടാ ഇങ്ങനെ ചെയ്യിച്ചതെന്നറിയില്ലല്ലോ..."

"അതൊക്കെ അറിയാതിരിക്കുന്നതാകും ഭേദം. അറിഞ്ഞു കഴിഞ്ഞാൽ ഒരുപക്ഷേ നിനക്ക് പോലീസ് ടീമിൽ തുടരുവാൻ മനസ്സുണ്ടായി എന്നുവരില്ല."

മുഴുവൻ പൊരുളും മനസ്സിലായില്ലെങ്കിലും പ്രതാപ് തല കുലുക്കി.

"എന്നെ കാണാതെ മറ്റുള്ളവർ പരിഭ്രമിച്ചിരിക്കുകയായിരിക്കും."

അവൻ അങ്ങിങ്ങ് ചോര പറ്റിയ തന്റെ യൂണിഫോമിലേക്ക് നോക്കി.

"ഞാൻ കൂടി വരാം അരയാൽത്തറ ജംഗ്ഷനിലേക്ക്."

റാം ഗബ്രിയേൽ പെട്ടെന്ന് വേഷം മാറി.

വീട്ടുകാരോട് യാത്രപറഞ്ഞിട്ട് പ്രതാപും ഇറങ്ങി.

അവർ ജംഗ്ഷനിൽ ചെല്ലുമ്പോൾ സി.ഐ. വില്യംസിന്റെ നേതൃത്വത്തിലുള്ള പോലീസ് സേനയും എത്തിച്ചേർന്നിട്ടുണ്ടായിരുന്നു.

പ്രതാപിനെ കാണാതെ വന്നതിനാൽ മറ്റുള്ളവർ അനന്തരകരണീയത്തെക്കുറിച്ച് ചിന്തിക്കുകയായിരുന്നു.

ആ സംഘം പ്രതാപിനെ വകവരുത്തിയിരിക്കും എന്ന ഉറച്ച വിശ്വാസത്തിലായിരുന്നു ശങ്കറും മറ്റും. വിനോദ് ഉൾപ്പടെ അഞ്ചു പേരെ ഹോസ്പിറ്റലിലേക്ക് കൊണ്ടുപോയിരിക്കുകയാണ്.

പ്രതാപും റാം ഗബ്രിയേലും സി.ഐ. വില്യംസിന്റെ മുന്നിലെത്തി. വില്യംസ് പ്രതാപിനെ മിഴിച്ചുനോക്കി.

"താൻ എവിടെയായിരുന്നു?"

"മരിക്കാതിരുന്നത് ഭാഗ്യം..." മറുപടി പറഞ്ഞത് റാം ഗബ്രിയേലാണ്.

"ഭാഗ്യവശാൽ ഗുണ്ടകളുടെ കയ്യിൽ നിന്ന് രക്ഷപെട്ടു..."

റാം ഗബ്രിയേലിനെ അപ്പോഴാണ് വില്യംസിന് മനസ്സിലായത്.

"സഖാവെന്താ ഇവിടെ?"

"എന്റെ കുടുംബവും ഇവിടെയൊക്കെയാണു സാറേ..."

അവൻ ചിരിച്ചു. ശങ്കറും സുഹൃത്തുക്കളും അമ്പരന്നു നില്ക്കുകയായിരുന്നു. മരിച്ചെന്ന് വിചാരിച്ചവൻ മുന്നിൽ!

റാം ഗബ്രിയേലും സി.ഐ. വില്യംസും കുറച്ചകലേക്ക് മാറി നിന്നു കുറേനേരം സംസാരിച്ചു.

അതു കഴിഞ്ഞ് വില്യംസ് പ്രതാപിനെ അടുത്തു വിളിച്ചു.

"പ്രതാപ്, കാര്യങ്ങളുടെ പോക്ക് എനിക്കും പിടി കിട്ടുന്നുണ്ട്. താൻ കൂടുതൽ ശ്രദ്ധിക്കണം. താൻ ഇല്ലാതാവേണ്ടത് ആരുടെയൊക്കെയോ ആവശ്യമാണെന്ന് തോന്നുന്നു. കമോൺ. ഞാൻ തന്നെ ഹോസ്പിറ്റലിലെത്തിക്കാം."

"വേണ്ട സാർ, അത്രമാത്രമൊന്നും എനിക്ക് പറ്റിയില്ല."

അടുത്ത ദിവസം കാണാം എന്നു പറഞ്ഞ് റാം പോയി.

സംഘർഷമേഖലയിലേക്ക റിസർവ്വ് പോലീസിനെക്കൂടി നിയോഗിച്ചു. പദ്ധതികൾ പാളിയതിൽ അതീവ ദുഃഖിതരായിരുന്നു ശങ്കറും മറ്റും.

ആഴ്ച ഒന്നു കഴിഞ്ഞു. വിനോദും മറ്റും ഹോസ്പിറ്റലിൽ നിന്നും പുറത്തിറങ്ങി.

അരയാൽത്തറ ജംഗ്ഷനു സമീപമുള്ള ജനങ്ങളുടെ ജീവിതം സാധാരണഗതിയിലായി.

പോലീസിനെ പിൻവലിച്ചു.

പ്രതാപും മറ്റും വീണ്ടും ക്യാമ്പിൽ സജീവമാകുകയായിരുന്നു.

പുതിയ കോച്ച് സാം ലൂയീസ് ശങ്കർ പറയുന്നതപോലെ കാര്യങ്ങൾ ചെയ്തുവന്നു. എന്നും പ്രാക്ടീസ് കഴിയുമ്പോൾ അവർ ഒന്നിച്ചിരുന്ന് മദ്യപിക്കുന്നത് പതിവായി.

ശങ്കറും സുഹൃത്തുക്കളും ഒഴികെയുള്ള കളിക്കാർ കോച്ചിനെ മനസ്സുകൊണ്ട് വെറുത്തു.

അടുത്ത മത്സരം പതിനഞ്ചു ദിവസങ്ങൾ കഴിയുമ്പോൾ തുടങ്ങും. മുൻ സ്വാതന്ത്ര്യസമരസേനാനിയുടെ പേരിലുള്ള കപ്പാണ്.

ഇന്ത്യയിലെ പ്രമുഖ ടീമകൾ പങ്കെടുക്കുന്നു.

കേരളാ പോലീസിന്റെ ഇലവൻ ലിസ്റ്റ് പുറത്തുവന്നപ്പോൾ ഇത്തവണയും അതിൽ പ്രതാപുണ്ടായിരുന്നില്ല.

അവനു സങ്കടം സഹിക്കാൻ കഴിഞ്ഞില്ല. പ്രതാപ് കോച്ചിന്റെ അരികിലെത്തി.

"സാർ"

"എന്താടോ?" മദ്യത്തിന്റെ രൂക്ഷമായ ഗന്ധം അവന് അനുഭവപ്പെട്ടു.

"എന്നെ ഇത്തവണ എന്തു കാരണം പറഞ്ഞാണ് അങ്ങ് ഒഴിവാക്കിയിരിക്കുന്നതെന്ന് അറിഞ്ഞാൽ കൊള്ളാരുന്നു..."

"നീ ഫിറ്റല്ല..."

"സാർ ഫിറ്റാണ്...അത് മനസ്സിലായി..."

"ഛീ... എന്തു പറഞ്ഞെടാ നാറീ..."

കോച്ച് ചാടിയെണീറ്റു. പക്ഷേ വേച്ചു വീഴാൻ തുടങ്ങിയപ്പോൾ പ്രതാപ് തന്നെ താങ്ങി.

ഈ രംഗം കണ്ടുകൊണ്ടാണ് ശങ്കറും സുഹൃത്തുക്കളും വാതിൽക്കലെത്തിയത്.

"നീ കോച്ചിനെ തല്ലാറായോടാ?" എന്നു ചോദിച്ചുകൊണ്ട് അവർ അകത്തേക്ക് കുതിച്ചു കയറി.

"നിലത്തു വീഴാൻ ഭാവിച്ച ഇദ്ദേഹത്തെ താങ്ങിയതേയുള്ളൂ ഞാൻ."

"നീ കോച്ചിനെ തല്ലും അല്ലേടാ" എന്ന് വീണ്ടും അലറിക്കൊണ്ട് അവർ പ്രതാപിനെ അടിച്ചു.

"ശങ്കർ നിങ്ങൾ തെറ്റിദ്ധരിച്ചതാണ്...

"ധാരണയൊക്കെ ശരി തന്നെയാടാ..."

മറ്റുള്ളവരും അവനോടടുത്തു.

പ്രതാപിന് അപകടം മണത്തു.

കോച്ചിനെ വിട്ടിട്ട് അവനും ചെറുത്തു നില്പിന് തയ്യാറായി.

പൊരിഞ്ഞയടി.

ഇനി താൻ പിന്നോട്ടുമാറിയാൽ അവർ തന്നെ കൊന്നു കളയുമെന്ന് അവനു തോന്നി.

പ്രതാപിന്റെ ഉരുക്കുമുഷ്ടി ശങ്കറുടെ താടിയെല്ലിൽ പതിച്ചു. മുഖത്തിന്റെ ഷേപ്പ് മാറിയത് ശങ്കർ അറിഞ്ഞു.

അതുപോലെതന്നെ കൈപ്പത്തി ലംബമാക്കി അവൻ ആൻഡ്രൂസിന്റെ വയറ്റിൽ ഒരു കുത്തുകൊടുത്തു. അവൻ വില്ലുപോലെ വളഞ്ഞുപോയി.

സൈമൺ കുതിച്ചുവന്നു

ശരീരത്തിലെ ശക്തി മുഴുവൻ പ്രതാപ് വലതുകൈയുടെ ചൂണ്ടുവിരലിലേക്ക് അവാഹിച്ച് ഒറ്റക്കുത്തു.

സൈമന്റെ തൊണ്ടക്കുഴിയിൽ.

വല്ലാത്തൊരു ഞരക്കത്തോടെ അവനും പിന്നോട്ടു മലർന്നു.

കോച്ച് ഭയന്നുപോയി.

"വേണ്ട വേണ്ടെന്നു ഞാൻ വിചാരിക്കുന്നതിനനുസരിച്ച്

നീയൊക്കെ എന്റെ തലയിൽ കയറിയിരിക്കും അല്ലേടാ?" ഇടിവെട്ടുംപോലെ അവൻ ചോദിച്ചു.

ബഹളം കേട്ട് വാതിൽക്കൽ ഓടിയെത്തിയവർ പകച്ചുനിന്നു. പ്രതാപിന് ആസുരശക്തി വന്നിരിക്കുന്നുവോ?

"പ്രതാപ്..." ധൈര്യം സംഭരിച്ച് അകത്തേക്കു വന്ന വിനോദാണ് ഒരുവിധത്തിൽ അവനെ ശാന്തനാക്കിയത്.

"കാർലോസ് സാറിനെപ്പോലെ ലൂയിസ്സാറും അവനെ എടുത്ത് തലയിൽ വയ്ക്കാത്തതിന്റെ പകയാണ് അവന്." ആൻഡ്രൂസ് പറഞ്ഞു.

സാം ലൂയിസിന്റെ വിറയൽ അപ്പോഴും മാറിയിരുന്നില്ല.

"കാണിച്ചുകൊടുക്കാം ഞാൻ അവനെ" ലൂയിസ് ഒരു വിധത്തിൽ പറഞ്ഞൊപ്പിച്ചു.

അന്നുതന്നെ സാം ലൂയിസും സ്പോർട്സ് മന്ത്രിയുമായി ഫോണിൽ സംസാരിച്ചു.

"അവനെ ഞാൻ സസ്പെൻഡു ചെയ്യുവാൻ പോകുകയാണ് സാർ..."

ലൂയിസ് പറഞ്ഞു.

"പാടില്ല..." അരവിന്ദാക്ഷന്റെ നിർദ്ദേശം "അവൻ ടീമിൽത്തന്നെയുണ്ടാവണം. മനസ്സു നീറി..നീറി. സബ്റ്റിറ്റ്യൂട്ടായിട്ടുപോലും ഗ്രൗണ്ടിൽ കാലു കുത്തരുത്. അങ്ങനെ കുറെ നാളാകുമ്പോൾ ഗോളിയില്ലാത്ത പോസ്റ്റിനുമുന്നിൽ ബോൾ വച്ചുകൊടുത്താൽപോലും അവന്റെ കാൽ ചലിക്കില്ല." അരവിന്ദാക്ഷൻ ഉറക്കെ ചിരിച്ചു. സാം ലൂയിസും അതിൽ പങ്കുചേർന്നു.

"ഒക്കെ വേണ്ട രൂപത്തിൽ ഞാൻ കൈകാര്യം ചെയ്യാം സാർ."

"അതെനിക്കുറപ്പുണ്ട്. പണ്ട് താൻ ഗോവ ടീമിന്റെ ക്യാപ്റ്റനായിരുന്നപ്പം കുറെ കൈകാര്യം ചെയ്ത കഥകളൊക്കെ എനിക്കറിയാം."

"അതൊക്കെ വെറും മൈനർ കേസുകൾ. മേജർ കേസ് ഇവിടെത്തന്നെയാ. സാറു നോക്കിക്കോ..."

"ഓക്കെ ഗുഡ്നൈറ്റ്"

"ഗുഡ്നൈറ്റ്"

ഈ അവസരത്തിൽ പ്രതാപും മറ്റും അവരുടെ മുറിയിൽ എന്താണുണ്ടായതെന്ന് അവൻ സുഹൃത്തുക്കളോട് പറഞ്ഞു കഴിഞ്ഞിരുന്നു.

"എനിക്കറിയാം. നാളെത്തന്നെ എനിക്ക് സസ്പെൻഷൻ ഓർഡർ കിട്ടുമെന്ന്. ഒരു തവണ മനഃപൂർവ്വം സസ്പെൻഡ് ചെയ്തു. ഇത്ത

വണ കാര്യം ഉണ്ടായിട്ടു തന്നെയാകട്ടെ."

ഇനിയിപ്പോൾ ഒരു പാവമായി കഴിഞ്ഞതുകൊണ്ട് യാതൊരു പ്രയോജനവുമില്ലെന്ന് അവനും തീരുമാനിച്ചുറച്ചിരുന്നു.

പ്രതാപിന് സസ്പെൻഷൻ ഉറപ്പാണെന്ന് കൂട്ടുകാർക്കും അറിയാമായിരുന്നു.

എന്നാൽ അടുത്തദിവസം സംഭവിച്ചത് മറ്റൊന്നായിരുന്നു. പ്രതാപിന്റെ ജേഴ്സി നമ്പർ മാറ്റി.

'പത്ത്' എന്ന നമ്പർ ശങ്കറിന്റെ ജേഴ്സിയിലായി.

തന്നെ ഇതിൽ കൂടുതൽ അപമാനിക്കാനില്ലെന്ന് പ്രതാപിനുറപ്പായി. പത്താം നമ്പർ ജേഴ്സി അണിഞ്ഞുകൊണ്ട് അവൻ പ്രതാപിന്റെ മുന്നിലൂടെ നടന്നു.

തന്റെ സ്വപ്നങ്ങൾ തകർന്നടിയുന്നത് പ്രതാപ് ഭാവനയിൽ കണ്ടു.തന്റെ കളിയുടെ അവസാനമായോ?

അവനു സംശയം തോന്നി.

നിവർന്നു നില്ക്കാൻ ഒരത്താണി തേടി അവന്റെ കണ്ണുകൾ ചുറ്റും പരതി.

പതിനാറ്

"ഡാഡീ...ഇതു ക്രൂരതയാണ്...വല്ലാത്ത ക്രൂരത. എല്ലാവരുംകൂടി ചേർന്ന് പ്രതാപിനെ ചതിക്കുകയാണ്. ഇത്തവണയും പ്രതാപ് മത്സരത്തിനില്ല. പ്രതാപിന്റെ ജേഴ്സിനമ്പർ പോലും മാറ്റി ശങ്കർക്ക് കൊടുത്തിരിക്കുന്നു. മനഃപൂർവ്വം പ്രതാപിനെ തകർക്കാൻ ശ്രമിക്കുന്ന നിലയ്ക്ക് തീർച്ചയായും ഡാഡിക്ക് ഈ പ്രശ്നത്തിൽ ഇടപെടാം. ഡാഡി ഇടപെട്ട് എന്തെങ്കിലും പരിഹാരം കണ്ടേ പറ്റൂ" മീര ശ്വാസം കഴിക്കുവാൻപോലും മറന്ന് സംസാരിക്കുകയായിരുന്നു.

കസേരയിൽ പിന്നോട്ടാഞ്ഞിരുന്ന് ടീപ്പോയ്ക്കു മുകളിലേക്കു കാലുകൾ ഉയർത്തി വച്ച് മകളുടെ മുഖത്തേക്കു കൗതുകപൂർവ്വം നോക്കിയിരിക്കുകയായിരുന്നു മുഖ്യമന്ത്രി ശിവദാസൻ ഇത്രയും നേരം.

തടിച്ച ഫ്രെയിമുള്ള കണ്ണട നേരെ വച്ചിട്ട് അദ്ദേഹം തിരക്കി.

"നീ കണ്ടിരുന്നോ പ്രതാപിനെ?"

അവൾ തലകുലുക്കി.

"മോള് പറയുന്നതിനു മുമ്പുതന്നെ ഞാൻ വിവരങ്ങൾ മുഴുവൻ

അറിയുകയും അന്വേഷിക്കേണ്ടിടത്ത് അന്വേഷിക്കുകയും ചെയ്തിരുന്നു."

"ഉവ്വോ?" അവളുടെ കണ്ണുകളിൽ തിളക്കം "എന്നിട്ട്?"

"അവർ ചെയ്തത് മുഴുൻ ശരിയാണെന്നാണ് എനിക്കറിയുവാൻ കഴിഞ്ഞിട്ടുള്ളത്. പ്രതാപ് നീ വിചാരിക്കുന്നതുപോലെ ഇപ്പോൾ ഫിറ്റല്ല. അവന്റെ കാലുകളിൽ പന്തുറയ്ക്കുന്നില്ല. കൃത്യമായ ഒരു പാസ് കൊടുക്കാൻപോലും അവനു കഴിയുന്നില്ല. ഇങ്ങനെയുള്ള ഒരാളെ എങ്ങനെ കളത്തിലിറക്കും? പത്താം നമ്പർ ജേഴ്സിക്കു യോജിച്ച ആൾ ശങ്കർ ആണെന്നു കോച്ചു പറയുന്നു. അർഹതയുള്ളവന് അംഗീകാരം കൊടുക്കണ്ടേ?"

"തീർച്ചയായും വേണം, അർഹതയുള്ളവന് തന്നെ അംഗീകാരം കൊടുക്കണം. പക്ഷേ ഇവിടെ നേരെ മറിച്ചാണ് സംഭവിച്ചിരിക്കുന്നത്. അർഹതയുള്ളവൻ പുറത്തുനില്ക്കുന്നു. ഡാഡിയെ ആരോ തെറ്റിദ്ധരിപ്പിച്ചിരിക്കുകയാണ്. പ്രതാപിനെപ്പോലെ ഫിറ്റായ ഒരു കളിക്കാരൻ ഇന്നു പോലീസ് ടീമിലില്ല."

അല്പം ഉച്ചത്തിൽ ചിരിച്ചുപോയി ശിവദാസൻ.

"നിനക്ക് കളിയെക്കുറിച്ച് എന്തറിയാം? ആൾക്കാരുടെ മുഖത്തു നോക്കിയും സംസാരം കേട്ടുമല്ല അവർ ഫിറ്റാണോ എന്ന് തീരുമാനിക്കേണ്ടത്."

മീരയ്ക്ക് വിഷമവും കോപവും ഒന്നിച്ചുണ്ടായി.

"ഡാഡിയും അവരുടെ പക്ഷത്താണ്. പക്ഷേ ഒന്നോർത്താൽ കൊള്ളാം. പ്രതാപ് പുറത്തായാൽ അതിന്റെ മാനക്കേട് നമുക്കും കൂടിയാണ്."

"എങ്ങനെയെങ്ങനെ?" മുഖ്യമന്ത്രി കണ്ണുകൾ ചിമ്മി "മോളെന്താ പറഞ്ഞത്?"

"ഡാഡിയുടെ മരുമകൻ ഒന്നുമല്ലാതാകുന്നതിന്റെ ക്ഷീണം ഡാഡിക്കു കൂടിയല്ലേ?"

ശിവദാസന്റെ കണ്ണുകൾ കുറുകി.

"അപ്പോൾ അതാണു കാര്യം. ഈ നിലയിൽ അവൻ എന്റെ മരുമകനാകുമെന്ന് മോളു വിചാരിക്കുന്നുണ്ടോ?"

"ഡാഡീ..."അലർച്ചപോലെ വിളിച്ചുപോയി മീര. "ഡാഡി പറയുന്നത്.... ഒരിക്കൽ ഡാഡി തന്നെയല്ലേ എനിക്കു വാക്കു തന്നത്..."

"അതന്ന്...പക്ഷേ അതിനുശേഷം ഇന്നുവരെയുണ്ടായ കാര്യങ്ങൾ വച്ചുനോക്കിയാൽ പ്രതാപ് പിറകോട്ടല്ലേ? ഒന്നുമല്ലാത്ത

ഒരാൾക്ക് എന്റെ മോളെ കൊടുക്കാൻ എനിക്കു ബുദ്ധിമുട്ടുണ്ട്."

"ഡാഡീ" അവൾ കരഞ്ഞുപോയി.

"എന്താ അച്ഛനും മകളും കൂടി?"

ആർദ്ര അവിടേക്കു വന്നു.

"ഇവൾ പറയുന്നത് കേട്ടോടീ...പ്രതാപ് എന്റെ മരുമകൻ ആകാൻ പോകുന്ന ആളല്ലേന്ന്"

"അയ്യടീ..."ആർദ്രയുടെ മുഖത്ത് പുച്ഛഭാവത്തിൽ ചിരിയുണ്ടായി. അവനേക്കാൾ മെച്ചമാണല്ലോടീ പീടികത്തിണ്ണകളിൽ ഉറങ്ങുന്ന തെരുവുതെണ്ടികൾ..."

"മമ്മീ..."അസഹ്യതയോടെ മീര വിളിച്ചു. "പ്രതാപ് തെണ്ടിയാണെങ്കിലും എനിക്ക് അദ്ദേഹം വലുതാണ്."

"അദ്ദേഹമോ? ഫൂ...."ആർദ്ര കാറിത്തുപ്പി. "കാൽക്കാശിനു ഗതിയില്ലാത്ത നാറി... ഏതായാലും ഒന്നു ഞാൻ ഓർമ്മിപ്പിച്ചേക്കാം. അവന്റെ കൂടെ കഴിയാം എന്നുള്ള പൂതി ഇനി എന്റെ മോളങ്ങ് ഉപേക്ഷിച്ചേര്...നിന്റെ ഡാഡിയും ഞാനും ജീവനോടെയിരിക്കുമ്പോൾ അതു നടക്കില്ല..."

"മാത്രമല്ല...." തുടർന്നു പറഞ്ഞത് ശിവദാസാണ്. "ഇനി നീ അവനെ കാണുകയോ ഫോണിൽ സംസാരിക്കുകയോ ചെയ്താൽ പിന്നെ അവന്റെ ശവശരീരം പോലും ആരും കണ്ടെന്നു വരില്ല"

"ഡാഡീ..."

"കേറിപ്പോടീ അകത്ത്"

തന്റെ കണ്ണുകളിൽ ഇരുൾ നിറയുന്നത് മീര അറിഞ്ഞു.

കൂറ്റൻ പാറക്കെട്ടുകൾക്കു മുകളിലൂടെ തിരയടിച്ചുകയറി നൂറുനൂറായി ജലകണികകൾ ചിതറിത്തെറിച്ചു. ആഴി അലറുകയാണ്. ആരോടൊക്കെയോ ഉള്ള ക്രോധം മുഴുവൻ തിരമാലകൾ ആവാഹിച്ചെടുത്തിരിക്കുന്നു. കാണെക്കാണെ സമുദ്രം കൂടുതൽ ഭ്രാന്തിയാകുകയാണ്.

തന്റെ മനസ്സ് അതിലും ശക്തിയിൽ ഇളകിമറിയുകയാണെന്ന് മീര അറിഞ്ഞു.

അവൾ അസ്വസ്ഥതയോടെ വാച്ചു നോക്കി.

പ്രതാപ് എന്തെ വൈകുന്നു?"

പാറപ്പുറത്തിരുന്ന് അലക്ഷ്യമായി അവൾ സമുദ്രത്തിലേക്കു നോക്കി.

അങ്ങകലെക്കൂടി ഒരു കപ്പൽ നീങ്ങുന്നതു കാണാം. ഫിഷിംഗ് ബോട്ടുകൾക്കു മുകളിലൂടെ വട്ടമിട്ടു പറക്കുന്ന കഴുകന്മാർ.

യന്ത്രം ഘടിപ്പിച്ച വള്ളങ്ങൾ വെള്ളത്തിനു മുകളിലൂടെ ചാട്ടുളിപോലെ പാഞ്ഞുപോകുന്നു.

ഉപ്പിന്റെ രസമുള്ളശക്തമായ കാറ്റു വീശി.

"വന്നിട്ട് അധികനേരമായോ?"

ശബ്ദം കേട്ട് അവൾ തിരിഞ്ഞുനോക്കി.

പ്രതാപ്.

അവളുടെ കരഞ്ഞു വീർത്ത മുഖവും ചുവപ്പോളം ബാധിച്ച കണ്ണുകളും പ്രതാപ് കണ്ടു.

"എന്തു പറ്റി മീരേ?"

അവൻ അവൾക്കരുകിൽ പാറപ്പുറത്തിരുന്നു.

ഒരു പൊട്ടിക്കരച്ചിലായിരുന്നു മറുപടി.

"എന്താ മോളേ ഇങ്ങനെ? കൊച്ചുകുട്ടികളെപ്പോലെ" അവൻ അവളുടെ കണ്ണീരൊപ്പി.

''പ്രതാപ്...'' വിതുമ്പൽ കാരണം അവൾക്ക് സംസാരിക്കാൻതന്നെ കഴിയുന്നില്ല. "നമുക്ക് എവിടേക്കെങ്കിലും പോവാം പ്രതാപ്."

"ങേ?" അവനിൽ ഞെട്ടൽ "മീര പറയുന്നത്?"

"ഇവിടെ നിന്നാൽ നമുക്കൊന്നിച്ച് ജീവിക്കാൻ കഴിയില്ല. പ്രതാപ് എവിടേക്കെങ്കിലും നമുക്ക് ഒളിച്ചോടാം..."

പ്രതാപ് അവളെ തുറിച്ചുനോക്കി.

അവളുടെ കണ്ണുകളിൽ പൊട്ടിച്ചിതറുന്ന തിരമാലകൾ അവൻ കണ്ടു. അവൻ നേരത്തെ ഇതൊക്കെ പ്രതീക്ഷിച്ചിരുന്നതാണ്.

"എന്നെയും കൊണ്ട് രക്ഷപെടാമെന്നെങ്കിലും ഒരു വാക്കു പറയൂ പ്രതാപ്"

"മീരേ..." അവന്റെ ചുണ്ടുകൾ മന്ത്രിച്ചു. "നമ്മൾ ഒളിച്ചോടിയാൽ എന്റെ വീട്ടുകാരുടെ കാര്യം എങ്ങനെയായിത്തീരുമെന്ന് എനിക്കറിയാം. നിന്റെ ഡാഡിയും കൂട്ടാളികളും അവരെ പിന്നീട് ജീവനോടെ വച്ചേക്കുക കൂടിയില്ല. ഞാൻ കാരണം മറ്റുള്ളവരെക്കൂടി കൊലയ്ക്ക് കൊടുക്കണോ?"

"പ്രതാപ്...പ്രതാപും കാലു മാറുകയാണോ?"

"ഞാൻ സത്യം പറഞ്ഞെന്നേയുള്ളൂ മോളേ...എനിക്ക് ഞാൻ തന്നെ നഷ്ടമായിക്കൊണ്ടിരിക്കുകയാണ്. ജീവിതം കൈവിട്ടു പോകുന്നതുപോലെ...അല്ലെങ്കിൽ തന്നെ ഞാൻ ജീവിച്ചിരുന്നിട്ട് എന്തു കാര്യം?"

"അങ്ങനെയൊക്കെ പറയാതെ പ്രതാപ്..."

അപ്പോൾ അവന്റെ മനസ്സിൽ കഴിഞ്ഞദിവസം മുഖ്യമന്ത്രി പറഞ്ഞ കാര്യങ്ങളായിരുന്നു തികട്ടി വന്നുകൊണ്ടിരുന്നത്.

മുഖ്യമന്ത്രി ടി.ബി.യിലേക്കു തന്നെ വിളിപ്പിച്ചപ്പോഴ് എന്തെങ്കിലും തക്കതായ കാര്യം ഉണ്ടാവുമെന്ന് അറിയാമായിരുന്നു.

അടഞ്ഞ വാതിലിനുള്ളിൽ താനും മുഖ്യമന്ത്രിയും മാത്രം.

കൂട്ടിലടച്ച വെരുകിനെപ്പോലെ അസ്വസ്ഥതയോടെ അങ്ങിങ്ങുലാത്തുകയായിരുന്നു ശിവദാസൻ. പെട്ടെന്ന് തന്റെ മുഖത്തേക്കു നോക്കി പറഞ്ഞു.

“നിന്നെ ഞാനിവിടെ വിളിച്ചുവരുത്തിയത് സുപ്രധാനമായ ഒരു കാര്യം പറയാൻ വേണ്ടിയാണ്.”

കാതോർത്തു നിന്നു

“എന്റെ മകളുടെ മനസ്സ് വേദനിക്കാതിരിക്കാനായി ഞാൻ ചിലപ്പോൾ അവളോട് ചിലതൊക്കെ പറഞ്ഞിട്ടുണ്ടാവും. കൊച്ചുകുട്ടികളോട് അമ്പിളിയമ്മാവനെ പിടിച്ചുകൊടുക്കാം എന്നൊക്കെ പറയുന്നതുപോലെ. പക്ഷേ അതൊന്നും നീ കാര്യമായിട്ടെടുക്കരുത്. മീരയെ സ്വന്തമാക്കാമെന്നും മറ്റും”

കാതിനുള്ളിൽ ഇടിമുഴക്കം.

അതിന്റെ അലകൾ തുടർന്നുകൊണ്ടിരുന്നു. പിന്നീട് അദ്ദേഹം പറഞ്ഞതെന്തൊക്കെയാണെന്ന് ശരിക്ക് കേട്ടതുകൂടിയില്ല. ഒന്നുമാത്രം അറിഞ്ഞു. തീക്കനലിനേക്കാൾ പൊള്ളലേല്പിക്കാൻ കഴിവുണ്ടായിരുന്നു ആ വാക്കുകൾക്ക്.

അവസാനം ചേതന മരവിച്ച് സ്ഥലകാലം വിസ്മരിച്ചങ്ങനെ നില്ക്കുമ്പോൾ അന്ത്യവാചകം കേട്ടു.

“ഇനി നീ മീരയെ കണ്ടുകൂടാ അഥവാ അവൾ നിന്നോടെന്തെങ്കിലും പറഞ്ഞു വന്നാൽ അവളെ പിന്മാറുവാൻ ഉപദേശിക്കുകയേ ആകാവൂ”

“പ്രായപൂർത്തിയായവരാണെന്നു വച്ച് രജിസ്റ്റർ വിവാഹം നടത്തി മുഖ്യമന്ത്രിയുടെ മരുമകനാകാമെന്നെ മറ്റോ മനസ്സിലുണ്ടെങ്കിൽ ആ പൂതിയങ്ങ് മാറ്റി വച്ചേക്ക്. കൊന്ന് കുഴിച്ചുമൂടിക്കളയും ഞാൻ. നിന്നെ മാത്രമല്ല, നിന്റെ കുടുംബത്തെ മുഴുവനും.”

മറുത്ത് ഒരക്ഷരം പറയാൻ കഴിഞ്ഞില്ല.

“ഉം പൊയ്ക്കോ”

തളർന്ന മനസ്സും ശരീരവുമായി അവിടെനിന്നിറങ്ങി. എന്നിട്ടും മീര വിളിച്ചപ്പോൾ ഒപ്പം എത്താതിരിക്കാനായില്ല.

“പ്രതാപ് എന്താണ് ചിന്തിക്കുന്നത്?”

"ഒന്നുമില്ല" അവൻ സാവധാനം പറഞ്ഞു. "മീര ഇനി എന്നെ കാണാൻ വരരുത്. എങ്ങനെയെങ്കിലും ഞാൻ കുറെക്കാലം കൂടി ഇങ്ങനെയെങ്കിലും ജീവിച്ചോട്ടെ. എന്റെ പെങ്ങന്മാരെ മുഴുവൻ കെട്ടിച്ചയച്ചിട്ട് മരിച്ചാലും വേണ്ടിയില്ലായിരുന്നു."

മീരയുടെ ഹൃദയം പൊടിഞ്ഞു.

അസഹ്യമായ വേദനയിൽ അവൾ വിളിച്ചു.

"പ്രതാപ്...പ്രതാപ് തന്നെയാണോ ഈ പറയുന്നത്?"

അവൻ തിരമാലകളിൽ മിഴികളൂന്നി.

അവളുടെ മുഖത്ത് നോക്കുവാനുള്ള കരുത്തില്ലായിരുന്നു. ഇത്രയെങ്കിലും ഒരു വിധത്തിൽ പറഞ്ഞൊപ്പിച്ചു. ഇനി കൂടുതൽ സംസാരിച്ചാൽ തനിക്ക് പിടിച്ചു നിൽക്കാൻ കഴിഞ്ഞെന്നു വരില്ല.

"തൃപ്തിയായി എനിക്ക്" അവളിൽ നിന്നും വാക്കുകൾ തെറിച്ചു വീണു. "എല്ലാവരെയും വിശ്വസിക്കുകയും സ്നേഹിക്കുകയും ചെയ്ത ഞാനാണ് വിഡ്ഢി. എന്നെ ആർക്കും മനസ്സിലാകുന്നില്ലല്ലോ ഈശ്വരാ...എല്ലാവർക്കും ചവിട്ടിത്തേക്കാൻ മാത്രമുള്ള ഒരു ജന്മമാണോ എന്റേത്..."

എന്നിട്ടും അവൻ പ്രതികരിച്ചില്ല.

സാവധാനം എണീറ്റു.

അവളുടെ മുഖത്ത് നോക്കാതെ തന്നെ പറഞ്ഞു.

"മീര അറിയാത്ത ഒരുപാട് കഥകളുണ്ട്. എന്നെ ടീമിൽ ഒന്നുമല്ലാതാക്കുന്നതിന്റെ ചുക്കാൻ പിടിക്കുന്നതാരാണെന്ന് അറിയാമോ? മുഖ്യമന്ത്രി ശിവദാസൻ സാർ. മീരയുടെ അച്ഛൻ. എല്ലാം ഞാൻ അറിഞ്ഞു. ശങ്കറിനെക്കൊണ്ട് മീരയെ വിവാഹം കഴിപ്പിക്കുന്നതിനുള്ള അടവുകളായിരുന്നു എല്ലാം. അദ്ദേഹത്തിന്റെ നിർദ്ദേശപ്രകാരമാണ് സംഘർഷമേഖലകളിലേക്ക് എന്നെ ഡ്യൂട്ടിക്കിട്ടതും അവിടെവച്ച് ഗുണ്ടകൾ ആക്രമണത്തിനു വന്നതും. ഫുട്ബോൾ രംഗത്ത് ഞാൻ കൂടുതൽ ശോഭിച്ചാൽ അത് അദ്ദേഹത്തിന് ഭീഷണിയായിത്തീരുമെന്നും അദ്ദേഹം സംശയിക്കുന്നു. മാത്രമല്ല, ശങ്കർ ടീമിൽ നിന്നും ഔട്ടാകുകയും ചെയ്യും. ഇതൊന്നും അദ്ദേഹത്തിനു സഹിക്കാനും കഴിയില്ലല്ലോ."

പ്രതാപ് പതിയെ മുന്നോട്ടു നീങ്ങി.

അകലെ കപ്പലിലെ സൈറൺ അലർച്ചയായി അവിടെ മുഴങ്ങി.

"അതുകൊണ്ട് ഇനിയൊരിക്കലും മീര എന്നെ കാണരുത്. ഫോണിൽ വിളിക്കുകപോലും അരുത്."

അവൻ നടന്നു കഴിഞ്ഞു.

"പ്രതാപ്..."

അവന്റെ പിന്നാലെ ഓടിച്ചെന്നു.

അവൻ തിരിഞ്ഞുനോക്കിയില്ല.

അവൾ അവന്റെ മുന്നിൽ കയറി നിന്നു. "പ്രതാപ് ഒന്നോർത്തോളൂ... ഈ കഴുത്തിൽ ഒരു താലി വീഴുകയാണെങ്കിൽ അത് പ്രതാപിന്റെ കൈകൊണ്ടായിരിക്കും. മറ്റാരെങ്കിലുമാണ് അതിനു തയ്യാറാകുന്നതെങ്കിൽ എന്റെ ശവമേ കിട്ടൂ..."

അവൻ പ്രതികരിച്ചില്ല.

കേൾക്കാത്ത ഭാവത്തിൽ മുന്നോട്ടുനീങ്ങി.

കടൽത്തീരത്തെ നനഞ്ഞ മണ്ണിലൂടെ അവന്റെ കാലടികൾ നീണ്ടുപോയി.

പിന്നാലെയെത്തിയ തിരമാലകൾ അവ മായ്ച്ചുകൊണ്ടിരുന്നു.

തിരികെ വീട്ടിലെത്തിയ മീരയെ കാത്തിരിക്കുകയായിരുന്നു ആർദ്ര.

"എന്തിയേടി കാമുകൻ? അവനെ കാണാൻ പോയിട്ട് വരികയല്ലേ നീ?"

മീര ചോദ്യം അവഗണിച്ചു.

മമ്മിയെ ശ്രദ്ധിക്കാതെ തന്റെ മുറിയിലേക്ക് കടന്നു.

ആർദ്ര ഒപ്പമെത്തി.

"എന്നാലും അവൻ എന്തുപറഞ്ഞെടീ? കാമുകിയെ രക്ഷിക്കാമെന്ന് സമ്മതിച്ചോ?"

അപ്പോഴും അവൾ മിണ്ടിയില്ല. പ്രതാപിനെ കണ്ടിട്ട് തിരികെ പോരുന്ന വഴിക്ക് അവളും ചില തീരുമാനങ്ങൾ കൈക്കൊണ്ടിരുന്നു.

"നിന്റെ നാവിറങ്ങിപ്പോയോടീ?"

"ഇല്ല" അവൾ തിരിഞ്ഞു നിന്നു. "കാമുകന്റെ കൂടെ ഭർത്താവറിയാതെ ഇപ്പോഴും പോകാറുള്ള നിങ്ങൾക്ക് മറ്റു കാര്യങ്ങളൊന്നും തിരക്കാനാവില്ല എന്നെനിക്കറിയാം."

വിളറിപ്പോയി ആർദ്ര.

മകൾ ഇത്തരത്തിൽ സംസാരിക്കുന്നത് ആദ്യമായാണ്.

മീര തുടർന്നു.

"ഒന്നും ആരും അറിയുന്നില്ലാന്നാണ് മമ്മിയുടെ വിചാരമെങ്കിൽ അറിഞ്ഞോളൂ. ഓരോന്നും ഞാൻ മനസ്സിലാക്കുന്നുണ്ട്. മഹിളാസമാജമെന്നും ഡോഗ്ഷോയെന്നു പാചകമത്സരമെന്നും മറ്റും പറഞ്ഞ് പോകുന്നത് സ്പോർട്സ് മന്ത്രി അരവിന്ദാക്ഷന്റെ കിടക്കയിലേ

ക്കാണെന്ന് എനിക്കറിയാം."

ആർദ്ര സ്തംഭിച്ചു നിന്നു.

"കാമുകന്റെ കൂടെ കുറേക്കൂടി സൈ്വരമായി കഴിയാനുള്ള അടവാണ് എന്നെ ശങ്കറുമായുള്ള വിവാഹത്തിനു നിർബന്ധിക്കുന്നതെന്നും അതിനായി പാവം പ്രതാപിനെ കുരിശിലേറ്റുന്നതെന്നും ഓർത്തോളൂ. പക്ഷേ ഒരു കാര്യം മമ്മി ഓർത്തിരുന്നാൽ നന്ന്. മുഖ്യമന്ത്രിയുടെ ഭാര്യയെ സ്വന്തം കിടപ്പുമുറിയിലെത്തിക്കാൻ കഴിഞ്ഞ സ്പോർട്സ് മന്ത്രിക്ക് മകളെയും അതേ കിടക്കയിലെത്തിക്കണമെന്ന മോഹം ഉണ്ടായിക്കൂടെന്നില്ല. അങ്ങനെ വന്നാൽ മമ്മിക്ക് തകരുന്നത് സ്വന്തം പ്രതീക്ഷകളായിരിക്കും. നഷ്ടമാകുന്നത് പൂർവ്വകാമുകനും."

ആർദ്ര മിഴിച്ചു നിൽക്കെ മീര മുന്നോട്ടു നീങ്ങി.

രണ്ടാം നിലയിലേക്കുള്ള പടികളുടെ മുകളിലെയറ്റത്തുചെന്നു നിന്നിട്ട് അവൾ പറഞ്ഞു.

"പക്ഷേ, മീരയെ ശങ്കറെകൊണ്ട് കെട്ടിക്കാമെന്ന ആരുടെയും വ്യാമോഹം നടക്കില്ല. അങ്ങനെ സംഭവിച്ചാൽ ഞാൻ ആദ്യം ചെയ്യുന്നത് സ്വന്തം മമ്മിയുടെ രഹസ്യകഥകൾ പത്രത്തിലൂടെ എഴുതുകയായിരിക്കും..."

അവൾ തന്റെ മുറിയിൽ കയറി ശക്തിയോടെ വാതിൽ വലിച്ചടച്ചു.

പതിനാല്

ആർദ്ര പകച്ചുനിന്നു. വല്ലാതെ ഭയന്നുപോയിരുന്നു അവർ. ജീവിതത്തിൽ ആദ്യമായാണ് അവർക്ക് ഇത്രയും ഭീതി തോന്നുന്നതുതന്നെ. മകൾ മുഖത്തുനോക്കി പറഞ്ഞ വാക്കുകൾ...ഇതുവരെ ആർക്കും അറിയാൻ പാടില്ലാതിരുന്ന രഹസ്യം. അവൾ മണത്തറിഞ്ഞിരിക്കുന്നു.

ആർദ്ര സെറ്റിയിൽ തളർന്നിരുന്നു.

വിവാഹത്തിനുമുൻപേ അരവിന്ദാക്ഷനുമായി അടുപ്പമായിരുന്നു. അന്നദ്ദേഹം മന്ത്രി പോയിട്ട് ഒരു എം.എൽ.എ. പോലും ആയിട്ടില്ല. കൊടിയും പിടിച്ചു മുദ്രാവാക്യങ്ങൾ മുഴക്കി നടക്കുന്ന കാലം.

ഈ അവസരത്തിലായിരുന്നു എം.എൽ.എ. ശിവദാസന്റെ വിവാഹാലോചന വന്നത്. അച്ഛൻ കണ്ണുമടച്ചങ്ങു സമ്മതിച്ചു. തന്റെ എതിർപ്പിനൊന്നും യാതൊരു വിലയുമില്ലായിരുന്നു.

പക്ഷേ അന്നുതൊട്ടിന്നുവരെ അരവിന്ദാക്ഷനുമായുള്ള ബന്ധം തുടരുന്നു. ആർക്കും സംശയത്തിനുപോലും ഇടകൊടുക്കാതെ.

മീര ഇതെങ്ങിനെയാണ് അറിഞ്ഞതെന്നു ആർദ്രയ്ക്ക് മനസ്സിലായില്ല.

ഈ ബന്ധം അവളുടെ ഡാഡി അറിഞ്ഞാൽ...അതെക്കുറിച്ച് ചിന്തിക്കാൻകൂടി അശക്തയായിരുന്നു ആർദ്ര.

മകളുടെ ഭീഷണി അവരുടെ കാതുകളിൽ മുഴങ്ങുകയാണ്. അവളെ ഇനി വിവാഹത്തിന് നിർബന്ധിച്ചാൽ തീർച്ചയായും അവൾ ഇതൊക്കെ വിളിച്ചു പറയുമെന്ന് അവൾക്കുറപ്പായി. എന്നുവച്ച് ഈ കാര്യം പുറത്തുപറയരുതെന്ന് മകളോട് പറയുവാനും ആർദ്രക്കു മടിയായിരുന്നു.

** ** **

ഫുട്ബോൾ ടൂർണമെന്റ് തുടങ്ങി.

കോഴുക്കോട്ടുവച്ചാണ്.

കളിക്കാരും കോച്ചും ടീം മാനേജരുമൊക്കെ രണ്ട് ദിവസങ്ങൾക്കു മുമ്പുതന്നെ പോയിരുന്നു. പ്രതാപ് പോയില്ല. സബ്സ്റ്റിറ്റ്യൂട്ടായിപ്പോലും ഇറക്കുവാൻ ഫിറ്റല്ലാത്ത കളിക്കാരനെ എന്തിനു കൊണ്ടുപോകാനാണ്?

മറ്റുള്ളവരെപ്പോലെ പ്രതാപും ടി.വി.യ്ക്കു മുന്നിൽ ഇരുന്ന് കളി കണ്ടു. ആദ്യമത്സരത്തിൽ തന്നെ കേരളാപോലീസിന് നാണംകെട്ട തോൽവി. 6-0

ടീം രണ്ടാം റൗണ്ടിലെത്തുകയില്ലെന്ന് പ്രതാപിനുറപ്പായി.

ഗ്യാലറികളിൽ ഇരുന്നവർ കൂക്കുവിളികളോടെയാണ് പോലീസിനെ തിരിച്ചയച്ചത്.

രണ്ടാം മത്സരത്തിലും തോൽവി. ഇത്തവണ രണ്ട് ഗോൾകൂടി കുറച്ചേ വാങ്ങിയുള്ളൂ.

പത്രങ്ങൾ മുഴുവൻ കോച്ച് സാം ലൂയിസിനെയും ക്യാപ്റ്റൻ ശങ്കറെയും സ്പോർട്സ്മന്ത്രി അരവിന്ദാക്ഷനെയും കുറ്റപ്പെടുത്തിയെഴുതി. മാത്രമല്ല പ്രതാപ് കളിക്കളത്തിൽ ഇല്ലാതിരുന്നതാണ് തോൽവിയുടെ മുഖ്യകാരണമെന്നും ഇപ്പോഴത്തെ കോച്ച് മദ്യപാനിയും സ്ത്രീലമ്പടനുമാണെന്നും ഇത്തരം ആളിനെ ഒരിക്കലും ടീമിൽ വച്ചുകൊണ്ടിരിക്കരുതെന്നും തുറന്നെഴുതി.

വല്ലാത്ത നാണക്കേടായിപ്പോയി സാം ലൂയിസിനും ശങ്കറിനും മറ്റും. കോപം മുഴുവൻ അവർക്ക് പ്രതാപിനോടായിരുന്നു. ഇവൻ

പോലീസ് ടീമിൽ ഉള്ളതാണ് ഇതിനെല്ലാം കാരണം.

** ** **

"ഇപ്പോഴെങ്ങനെയുണ്ട് ഡാഡീ?" മുഖത്ത് പുച്ഛഭാവത്തിൽ ഒരു ചിരി വരുത്തിക്കൊണ്ട് മീര മുഖ്യമന്ത്രി ശിവദാസനെ നോക്കി.

അദ്ദേഹത്തിൽ നിന്നും മറുപടി കിട്ടിയില്ല.

"ഇനിയെങ്കിലും ഡാഡിയും ഡാഡിയെപ്പോലെ മിഥ്യാധാരണകൾ വച്ചു പുലർത്തുന്നവരും ഒരു കാര്യം മനസ്സിലാക്കിയാൽ കൊള്ളാം. പത്താംനമ്പർ ജേഴ്സിയണിഞ്ഞതുകൊണ്ടോ ക്യാപ്റ്റൻ ആണെന്നുപറഞ്ഞതുകൊണ്ടോ ഒരുത്തന്റെയും കളി നന്നാവണമെന്നില്ല. അതിനു കളിക്കാനറിയണം. സത്യം പറഞ്ഞാൽ ഇത്തരം നാണക്കേടു വലിച്ചു തലയിൽ വയ്ക്കാതെ പോലീസ് ടീമിനെ പിരിച്ചു വിട്ടുകൂടെ? വെറുതെയെന്തിനാ ഫുട്ബോളിന്റെ പേരുംപറഞ്ഞ് പണം ധൂർത്തടിക്കുന്നത്? പറ്റിയ ഒരു കോച്ചും കളിക്കാരും..."

"ഒന്നു നിർത്തെടീ നിന്റെ അധികപ്രസംഗം..."

അവസാനം മറുപടി പറയുവാൻ ഒന്നുമില്ലെന്നായപ്പോൾ ശിവദാസന്റെ ശബ്ദമുയർന്നു.

"നീ എന്തൊക്കെ പറഞ്ഞാലും ശങ്കർ തന്നെയായിരിക്കും ഇനിയും ക്യാപ്റ്റൻ. എന്തുവേണമെന്നു ഞങ്ങൾ തീരുമാനിച്ചുകൊള്ളാം..."

"അല്ലെങ്കിലും രാഷ്ട്രീയക്കാർക്ക് നാണക്കേട് എന്നൊന്നില്ലല്ലോ..."

അവൾ പറഞ്ഞുതീരും മുമ്പ് ശിവദാസൻ ചാടിയെണീറ്റതും മകളുടെ മുഖമടച്ച് ഒന്നും കൊടുത്തതും ഒപ്പമായിരുന്നു.

ആർദ്ര ഓടിയെത്തി.

"നിങ്ങളെന്താണീ കാട്ടിയത്?"

"നിഷേധി പറഞ്ഞുപറഞ്ഞ് അവൾക്ക് എന്തും ആകാമെന്നായിരിക്കുന്നു. ഒറ്റച്ചവിട്ടിന് കൊന്നുകളയും ഞാൻ"

"അതാണേറ്റവും നല്ലത്" അവൾ വീറോടെ പറഞ്ഞു. "ഒരു നിമിഷം നേരത്തെ കൊല്ലാമോ അത്രയും ആശ്വാസം..."

മകൾക്ക് ഒന്നു കിട്ടിയതിൽ ആർദ്രയ്ക്കു സന്തോഷം തോന്നി. പക്ഷേ അതു പ്രകടിപ്പിക്കാൻ പറ്റുമോ? അവൾ വല്ലതും വിളിച്ചു പറഞ്ഞാൽ"

"കൊണ്ടുപോടീ ഈ അസത്തിനെ എന്റെ മുന്നിൽ നിന്ന്, അല്ലെ

ങ്കിൽ ഞാൻ ഇനിയും കടുംകൈ വല്ലതും ചെയ്തുപോകും..."

"വാ മോളേ..." ആർദ്ര സ്നേഹം ഭാവിച്ചു. മീര ഒന്നു നോക്കിയപ്പോൾ പതറിപ്പോയി അവർ.

അവൾ തിരിഞ്ഞു നടന്നു.

അപ്പോൾ ശിവദാസൻ വിളിച്ചു പറഞ്ഞു.

"വരുന്ന തിങ്കളാഴ്ച നിന്റെ വിവാഹനിശ്ചയമാണ്. ഞാനും അരവിന്ദാക്ഷനും അത് തീരുമാനിച്ചു കഴിഞ്ഞു."

ഇത് പ്രതീക്ഷിച്ചിരുന്നതാണെങ്കിലും മീരയ്ക്ക് വല്ലാതെ നടുക്കം അനുഭവപ്പെട്ടു.

തന്റെ മുറിയിലെ കിടക്കയിൽ അവൾ തളർന്നുവീണു.

പ്രതാപിനെ ഈ വിവരം അറിയിക്കണമെന്ന ചിന്ത മനസ്സിലുണ്ടായി. അയാൾക്കു തന്നെ വേണ്ടെന്നു പറഞ്ഞെങ്കിലും ആ മനസ്സിൽ തന്നോടുള്ളത് അമിതസ്നേഹമാണെന്ന് അവൾക്കറിയാമായിരുന്നു. അവൾ ഫോണിലൂടെ പ്രതാപുമായി ബന്ധപ്പെട്ടു.

"ഞാൻ മീരയാണ്..." അവൾ പറഞ്ഞു.

പക്ഷേ റോംഗ് നമ്പർ എന്നറിയിച്ച അവൻ റിസീവർ വച്ചുകളഞ്ഞു.

"ആരുടെയാ അളിയാ ഫോൺ?" വിനോദ് ചോദിച്ചു.

"ആവോ...റോംഗ് നമ്പരായിരുന്നു..."

വിനോദ് അത് വിശ്വസിച്ചില്ലെങ്കിലും കൂടുതൽ ഒന്നും ചോദിച്ചില്ല.

ഞായറാഴ്ച ദിവസമായി.

മുറ്റത്ത് വിവഹപ്പന്തൽപോലെ ഒരു പന്തൽ ഉയർന്നിരുന്നു.

ആർഭാടമായിത്തന്നെ 'ഉറപ്പും' നടത്തണമെന്നാണ് മുഖ്യമന്ത്രിയുടെ തീരുമാനം.

രണ്ടാം നിലയുടെ ജനാലയ്ക്കൽ വിദൂരതയിലേക്കു നോക്കി എല്ലാം നഷ്ടപ്പെട്ടവളെപ്പോലെ നിൽക്കുന്ന മീര.

അവൾ മനസ്സിന്റെ അകത്തളത്തിലിട്ട് ചില തീരുമാനങ്ങൾക്ക് ഉറപ്പു നൽകുകയായിരുന്നു. ആ മുഖഭാവവും അപ്പോൾ ഉറച്ചതായിരുന്നു...!

** ** **

പ്രതാപ് അന്നു പ്രാക്ടീസിനിറങ്ങിയില്ല.

സ്റ്റേഡിയത്തിലെ ഒഴിഞ്ഞ ഗ്യാലറിയിൽ അവൻ മാനംനോക്കി മലർന്നുകിടന്നു.

നാളെ മീരയുടെ വിവാഹം ഉറയ്ക്കുന്നു.

ശങ്കർ ലീവെടുത്തു പൊയ്ക്കഴിഞ്ഞു.

അന്ന് കടൽക്കരയിൽ വച്ച് അവളോടങ്ങനെ പറഞ്ഞുവെങ്കിലും അവൾ ഫോൺ ചെയ്തപ്പോൾ റോംഗ് നമ്പർ എന്നു പറഞ്ഞ് ലൈൻ കട്ടു ചെയ്തെങ്കിലും ഒരിക്കലും മനസ്സിൽ നിന്നും മായാതെ അവളങ്ങനെ തെളിഞ്ഞു നിൽക്കുകയാണ്. അവളോടൊത്തൊരു ജീവിതം എത്ര കൊതിച്ചുപോയി.

അവളുടെ വീട്ടിലെ പട്ടിയുടെ വിലയില്ല തനിക്കെങ്കിലും ഒടുങ്ങാത്ത ആശകളുടെ വിളനിലമായി മനസ്സ് ആഗ്രഹിച്ചുപോയി. ആ ആഗ്രഹത്തിനു വളവും വെള്ളവും നൽകുന്നതായിരുന്നില്ലേ ഒരിക്കൽ മുഖ്യമന്ത്രി മീരയ്ക്കു കൊടുത്ത വാക്ക്? അന്നവൾ ആ കാര്യം പറഞ്ഞപ്പോൾ ഏറെ ആഹ്ലാദിച്ചിരുന്നു.

താൻ ഇപ്പോൾ ചെന്നു വിളിച്ചാലും അവൾ ഇറങ്ങിപ്പോരും. പക്ഷേ അതിനുശേഷം നിസ്സാഹയനായ അച്ഛന്റെ മുഖം അവന്റെ മനസ്സിൽ തെളിഞ്ഞു. പാവം അച്ഛനും പെങ്ങൻമാരും എന്തുചെയ്യും? അധികാരകസേരകളിൽ ഇരിക്കുന്ന ചെകുത്താൻമാരുടെ ശക്തിക്കുമുന്നിൽ എല്ലാം തകർന്നു തരിപ്പണമാകില്ലേ?

അന്നാദ്യമായി പ്രതാപിന് മദ്യപിക്കണമെന്ന് തോന്നി. ജീവിതത്തിൽ ഇതുവരെ മദ്യത്തിന്റെ രുചിയറിഞ്ഞിട്ടില്ല. മദ്യം എല്ലാം മറക്കാൻ പറ്റിയ മരുന്നാണെന്ന് എവിടെയോ വായിച്ചിട്ടുള്ളതായി അവന് ഓർമ്മ വന്നു.

പ്രതാപ് വിനോദിന്റെ അടുത്തു ചെന്നു.

"നീ ഫ്രീയാണെങ്കിൽ എന്റെ കൂടെ ഒരിടംവരെ വരണം."

"ഓക്കെ" എവിടെയാണെന്ന് വിനോദ് ചോദിച്ചില്ല. ക്വാർട്ടേഴ്സിൽ വന്നു വേഷം മാറിയിട്ട് ഇരുവരും ഇറങ്ങി.

ഒരു ഓട്ടോയിലായിരുന്നു യാത്ര.

ബാറിനു മുമ്പിലെത്തിയപ്പോൾ പ്രതാപ് പറഞ്ഞു.

"നിർത്തൂ..."

ഓട്ടോറിക്ഷ നിന്നു

പ്രതാപ് ഇറങ്ങി. പണം കൊടുത്തു.

"എന്താടാ ഇവിടെ?"

"നീ വാ..." അവനും ഇറങ്ങി.

ഇരുവരും ബാറിനു നേരെ നടന്നു

വിനോദ് അമ്പരന്നുപോയി.

അവൻ അത്ഭുതത്തിൽ പ്രതാപിനെ നോക്കി. വിനോദ് വല്ല

പ്പോഴും അല്പം മദ്യപിക്കുന്ന കൂട്ടത്തിലാണ്. എന്നാൽ ഒരു ബിയർ പോലും കഴിക്കാത്ത പ്രതാപ് എന്തിനിവിടെ വന്നുവെന്ന് വിനോദിന് പിടികിട്ടുന്നില്ല

ബാറിന്റെ വാതിൽ തള്ളിത്തുറന്ന് മങ്ങിയ വെളിച്ചമുള്ള മുറിയിൽ പ്രവേശിച്ചു.

പ്രതാപ് ആദ്യമായി ബാറിനുൾവശം കാണുകയാണ്. ഒഴിഞ്ഞ ഒരു മേശയ്ക്കു മുന്നിൽ ഇരുന്നു.

വിനോദ് എന്തോ ചോദിക്കുവാൻ ഭാവിച്ചപ്പോഴേയ്ക്കും ബെയറർ അടുത്തുവന്നു കഴിഞ്ഞിരുന്നു.

"സർ"

എന്തുവേണം എന്നർത്ഥത്തിൽ വിനോദ് പ്രതാപിനെ നോക്കി.

"നല്ല വീര്യമുള്ളത്. പേരൊന്നും എനിക്കറിഞ്ഞുകൂടാ വിനോദേ..."

വിനോദ് ഓർഡർ നല്കി. ബെയറർ പോയിക്കഴിഞ്ഞപ്പോൾ അവൻ പ്രതാപിനോട് പറഞ്ഞു.

"എനിക്കൊന്നും മനസ്സിലാകുന്നില്ലല്ലോടാ..."

"നമ്മൾ മദ്യപിക്കാൻ പോകുകയാണ്..."

"അത് മനസ്സിലായി. പക്ഷേ നിന്റെ പെട്ടെന്നുള്ള ഈ മാറ്റം."

"ഓ അതോ..." അവൻ ചിരിച്ചു.

"നാളെ എന്റെ ജീവിതത്തിലെ ഏറ്റവും സന്തോഷമുള്ള ദിവസമാ..."

ബെയറർ കുപ്പിയും ഗ്ലാസ്സുകളും കൊണ്ടുവന്നു. പിന്നാലെ സോഡയും ഐസ്ക്യൂബുകളും.

വിനോദ് രണ്ട് ഗ്ലാസ്സുകളിൽ പകർന്നു സോഡയും ഐസും കലർത്തി.

പ്രതാപ് അതെടുത്ത് ഒറ്റവലിക്ക് അകത്താക്കി.

"ഹൗ..."ശ്വാസം പുറത്തേക്ക് ശക്തിയിൽ ഊതി. തൊണ്ട മുതൽ ആമാശയം വരെ എരിഞ്ഞിറങ്ങുന്നു.

വിനോദ് മിഴിച്ചിരുന്നു.

"ഒഴിക്കെടാ..."

അവൻ രണ്ടാമതും ഗ്ലാസ്സിൽ പകർന്നു. അതും പ്രതാപ് അകത്താക്കി.

അപ്പോഴേയ്ക്കും അവന്റെ തലയ്ക്കു പിടിച്ചു കഴിഞ്ഞിരുന്നു.

വിനോദ് ഒരിറക്കു കുടിച്ചു.

"നാളെ സന്തോഷമുള്ള ദിവസമാണെന്നു നീ പറഞ്ഞത്?"

"അതോ...അതേ...നാളെയാണ് ഞാൻ കൊതിച്ചിരുന്ന പെണ്ണിന്റെ വിവാഹം ഉറപ്പിക്കുന്നത്..."

"ങേ?"

അതൊരു പുതിയ അറിവായിരുന്നു വിനോദിന്. പ്രതാപിന് ആരെങ്കിലുമായി അത്തരം ഒരു ബന്ധമുണ്ടെന്ന് അവനറിഞ്ഞു കൂടായിരുന്നു.

"ഏതാടാ പെണ്ണ്? ആരുമായാണ് വിവാഹം ഉറപ്പിക്കുന്നത്..."

"പറഞ്ഞാൽ എല്ലാം നീ അറിഞ്ഞേക്കും" അവന്റെ സ്വരം കുഴഞ്ഞു വന്നു.

"വെറുതെ ആശ തന്നു. പിന്നെ പറഞ്ഞു തമ്മിൽ കാണരുതെന്ന്. കണ്ടാൽ എന്റെ കുടുംബം ആ പട്ടി നശിപ്പിക്കുമെന്ന്. നാറി ആ പെങ്കൊച്ചിനെ അവൻ കുരുതി കൊടുക്കുകയാ"

വിനോദ് ഒന്നും മനസ്സിലാകാതെ പ്രതാപിനെത്തന്നെ നോക്കി അങ്ങനെ ഇരുന്നു.

പക്ഷേ അപ്പോഴേയ്ക്കും അവൻ ടേബിളിലേക്ക് മുഖം താഴ്ത്തിയിരുന്നു, ഉച്ചത്തിൽ ഓക്കാനിച്ചുകൊണ്ട്.

** ** **

രാത്രി.

മീര നേരത്തെ മുറിയിൽ കയറി വാതിലടച്ചതാണ്. അടുത്ത ബന്ധുക്കളിൽ പലരും അവിടെയെത്തിയിട്ടുണ്ട്. പക്ഷേ അവൾ ആരുടേയും മുന്നിൽ പ്രത്യക്ഷപ്പെട്ടില്ല. എല്ലാവരിൽ നിന്നും അകന്ന് ഒറ്റയ്ക്ക്.

"മോളെന്തിയേ ആർദ്രേ?" ബന്ധുക്കളുമായി സംസാരിച്ചിരിക്കുന്നതിനിടയിൽ മുഖ്യമന്ത്രി ശിവദാസൻ ചോദിച്ചു.

"മുറിയിലുണ്ട്.."

"ഇങ്ങോട്ടു വരാൻ പറ. ഇവരൊക്കെ വന്നിട്ടും അവളെന്താ മുറിക്കുള്ളിൽത്തന്നെ ചടഞ്ഞുകൂടിയിരിക്കുന്നത്?"

ആർദ്ര സാവധാനം മകളുടെ മുറിക്കുമുന്നിലെത്തി. അടഞ്ഞു കിടക്കുന്ന വാതിലിൽ തട്ടി പതിയെ വിളിച്ചു.

അകത്തുനിന്നും പ്രതികരണമൊന്നും ഉണ്ടായില്ല. ലൈറ്റു തെളിഞ്ഞു നിൽപ്പുണ്ടെന്നു മനസ്സിലായി.

"മോളേ...ദേ, ഡാഡി വിളിക്കുന്നു."

അപ്പോഴും മീര ഒന്നും പറഞ്ഞുകേട്ടില്ല. അവൾ പിണക്കത്തിലാണല്ലോ.

ആർദ്രയ്ക്കും കൂടുതൽ സ്വരമുയർത്തി മകളെ വിളിക്കുവാൻ പേടി. അവൾ എന്തെങ്കിലും വിളിച്ചു പറഞ്ഞാൽ.

“മോളേ..ഡാഡിയുടെ മുന്നിൽവരെ ഒന്നു ചെന്നിട്ടു പോരെ..”

“എന്താടീ അവളു വാതിൽ തുറക്കുന്നില്ലേ” എന്നു ചോദിച്ചു കൊണ്ട് ശിവദാസനും പിന്നാലെ വന്നു.

“മീരേ വാതിലൽ തുറക്കെടീ...”

അനക്കമില്ല.

വാതിലിൽ ശക്തിയായി തട്ടി.

“നിന്നോടാ പറഞ്ഞത് വാതിൽ തുറക്കാൻ. താഴെ അതിഥികൾ നിന്നെ കാത്തിരിക്കുന്നു. വെറുതെ നാണംകെടുത്തരുത്. തൊഴിച്ച് തീ കാച്ചിക്കളയും ഞാൻ”

“ഇങ്ങനെയൊക്കെയാണോ അവളോട് പറയേണ്ടത്?” ഭാര്യ ഭർത്താവിനെ കുറ്റപ്പെടുത്തി.

“അവള് കൊച്ചുകുട്ടിയല്ലേ...”പിന്നെ തിരിഞ്ഞ് വീണ്ടും വാതിലിൽ തട്ടി. “ഒന്നു തുറന്നേ മോളേ...’

അപ്പോഴും അനക്കമില്ലാതെ വന്നപ്പോൾ ഇരുവരുടെയും നെറ്റി ചുളിഞ്ഞു.

തള്ളിനോക്കി.

അകത്തുനിന്നും ലോക്കു ചെയ്തിരിക്കുകയാണ്.

“ദേ...ഞാൻ വാതിൽ ചവിട്ടിത്തുറക്കാൻ പോകുകയാണ്...” മുഖ്യമന്ത്രിയുടെ മുന്നറിയിപ്പ്.

അവൾ പ്രതികരിച്ചില്ല

മുഖ്യമന്ത്രി പറഞ്ഞതുപോലെ തന്നെ ചെയ്തു. വാതിലിൽ ആഞ്ഞു ചവിട്ടി. പല തവണയായപ്പോൾ അതു തുറക്കപ്പെട്ടു. ശബ്ദം കേട്ട് താഴെനിന്നും അതിഥികളിൽ ചിലർ മുകളിലേക്കു വന്നു.

തുറക്കപ്പെട്ട വാതിലിലൂടെ അകത്തേക്കു നോക്കിയ മുഖ്യമന്ത്രിയും ഭാര്യയും സ്തംഭിച്ചുനിന്നു.

“ചോര...!

“മോളേ...” ആർദ്ര അലറിക്കരഞ്ഞു.

പതിനെട്ട്

മുറിയിൽ ചോരത്തുള്ളികൾ ചിതറിത്തെറിച്ചിരിക്കുന്നു...! ഒരു ഭാഗത്ത് തളം കെട്ടിക്കിടക്കുന്ന രക്തം.

കസേരയിൽ വലതുകൈ തറയിലേക്ക് നീട്ടിയിട്ട് ചലനമറ്റിരിക്കുന്ന മീര...!

വിരലുകളിലൂടെ അപ്പോഴും ചോര ഇറ്റുവീഴുന്നുണ്ട്.

"മോളേ..." ആർദ്രയുടെ സ്വരമടഞ്ഞുപോയി.

മീര വെയിൻ കട്ടു ചെയ്തിരിക്കുന്നു.

മുഖ്യമന്ത്രിയും പരിഭ്രാന്തനായി.

പുറത്തുവന്ന് അകത്തേക്ക് നോക്കിയ അതിഥികൾ സ്തംഭിച്ചു നിന്നു.

ശിവദാസൻ മകളെ കുലുക്കി വിളച്ചു. അനക്കമില്ല.

അവളുടെ കൈ മുകളിലേക്കുയർത്തി. ആർദ്ര സാരി വലിച്ചു കീറി മുറിവിൽ ചുറ്റിക്കെട്ടി.

മുഖ്യന്ത്രിയും അതിഥികളിൽ ചിലരും ചേർന്ന് അവളെ താഴേയ്ക്കെടുത്തുകൊണ്ടുപോയി.

കാറിന്റെ പിൻഡോർ തുറക്കപ്പെട്ടു.

ഡ്രൈവർ സീറ്റിലേക്ക് കുതിച്ചുവീണു.

മുഖ്യമന്ത്രിയും മറ്റും മകളെയുംകൊണ്ട് കാറിൽ കയറി ഡോർ വലിച്ചടച്ചു.

താക്കോൽ തിരിഞ്ഞു.

ക്ലച്ചമർന്നു.

ഗിയർ ചെയിഞ്ചു ചെയ്യപ്പെട്ടു. ക്ലച്ചിൽ കാലയഞ്ഞു.

ആക്സിലേറ്ററിൽ ഒപ്പം അമർന്നു.

ഗൂർഖ ഗേറ്റ് മലർക്കെ തുറന്നു.

മിന്നലിന്റെ വേഗത്തിൽ കാർ പാഞ്ഞുപോയി.

തൽക്കാലം ട്രാഫിക് നിയമങ്ങൾ ലംഘിക്കുകയേ നിവൃത്തിയുണ്ടായിരുന്നുള്ളൂ. എതിരെവന്ന സൈക്കിളുകാരൻ വെട്ടിച്ചുമാറ്റി. ഇല്ലെങ്കിൽ ഇടിച്ച് തെറിപ്പിച്ചേനെ.

മെഡിക്കൽ കോളേജ്.

മുഖ്യമന്ത്രിയുടെ മകളാണെന്നറിഞ്ഞ് ഡോക്ടർമാർ ഓടിയെത്തി. മീരയെ സ്ട്രെക്ച്ചറിൽ കിടത്തി അതിവേഗം തള്ളിക്കൊണ്ടുപോയി.

ഡോക്ടർമാർ പരിശോധിച്ചു.

മീര മരിച്ചിട്ടില്ല. രക്തം വേണം. അവളുടെ ഗ്രൂപ്പ് പരിശോധിച്ചു.

ബ്ലഡ് ബാങ്കിൽ സ്റ്റോക്കില്ല.

രക്തം കൊടുക്കാൻ ആൾക്കാർ മുന്നോട്ടു വന്നു.

പക്ഷേ അതിൽ 'എ' പോസിറ്റീവ് ഒരാൾക്കുമാത്രം. എം.ബി.

ബി.എസ്. സ്റ്റുഡന്റിന്റെ ഹോസ്റ്റലിലേക്ക് കാർ പാഞ്ഞു. 'എ' പോസിറ്റീവ് ഗ്രൂപ്പുള്ളവരുമായി തിരികെയെത്തി.

ധൃതിയിൽ അവരുടെ രക്തമെടുത്തു തുടങ്ങി.

വിവരം എങ്ങനെയോ ലീക്കു ചെയ്തു.

പത്രപ്രതിനിധികളും ഫോട്ടോഗ്രാഫർമാരും പാഞ്ഞെത്തി.

അവർ മുഖ്യമന്ത്രിയെ വളഞ്ഞു.

"യഥാർത്ഥത്തിൽ എന്താണു സാർ സംഭവിച്ചത്?"

അദ്ദേഹം ശബ്ദിക്കാനാവാതെ അവരെ തുറിച്ചുനോക്കി.

"മകളുടെ വിവാഹം ഉറപ്പിക്കുന്നത് നാളെയായിരുന്നല്ലോ. കുട്ടിക്ക് ഈ വിവാഹത്തോട് എന്തെങ്കിലും ഇഷ്ടക്കുറവ്..?"

"നിങ്ങൾ ഇപ്പോൾ എന്നോടൊന്നും ചോദിക്കരുത്. എന്റെ മകൾ രക്ഷപെടുമോ ഇല്ലയോ എന്നുപോലും പറയാറായിട്ടില്ല" അദ്ദേഹം ദയനീയമായി സംസാരിച്ചു.

പത്രപ്രതിനിധികൾ മുഖാമുഖം നോക്കി.

"സാർ താങ്കളുടെ മകൾക്ക് ഒരു ചെറുപ്പക്കാരനുമായി അടുപ്പമുണ്ടായിരുന്നു എന്നു പറഞ്ഞാൽ നിഷേധിക്കുമോ?"

"ഫ! നിന്റെ അമ്മേടെ മറ്റവന്റെ കാര്യം?" മുഖ്യമന്ത്രിയുടെ ഭാവം മാറി "കുറേ പത്രക്കാരു വന്നിരിക്കുന്നു. നിന്നെയൊക്കെ പിടിച്ചു ഞാൻ ലോക്കപ്പിലാക്കും..."

അവർ പിന്നോട്ടു മാറി.

അതിനിടെ ആരോ വിളിച്ചുപറഞ്ഞു.

"പത്രക്കാരോട് കളിക്കുന്നത് സൂക്ഷിച്ചുവേണം. ഭരണാധികാരികളെ ഉണ്ടാക്കാനും ഇല്ലാതാക്കാനും പത്രങ്ങൾക്കു കഴിയും."

"എന്നാൽ നീയൊക്കെ എന്താണെന്നുവച്ചാൽ ഒന്നുണ്ടാക്കടാ. ഞാനൊന്നു കാണട്ടെ..."

"സാറ് ദുഃഖിക്കേണ്ടി വരും" എന്നു പറഞ്ഞ് ചിലർ തിരിച്ചുപോയി. മറ്റു ചിലർ അവിടെയൊക്കെ ചുറ്റിപ്പറ്റി നിന്നു. മീര മരിക്കുകയാണെങ്കിൽ ആദ്യം അത് റിപ്പോർട്ട് ചെയ്യണമല്ലോ.

മീരയെ ഓപ്പറേഷൻ തീയേറ്ററിൽ നിന്നും ഇന്റൻസീവ് കെയർ യൂണിറ്റിലേക്ക് മാറ്റി.

വിവരമറിഞ്ഞ് ഡി.ജി.പി.യും ഐ.ജിയും പാഞ്ഞെത്തി.

അതുപോലെതന്നെ മന്ത്രിമാരിൽ ചിലരും. മെഡിക്കൽ കോളേജും പരിസരവും പോലീസിനെക്കൊണ്ട് നിറഞ്ഞു. ഉദ്വേഗം മുറ്റി നിൽക്കുന്ന നിമിഷങ്ങൾ. ഒരു വെളുത്ത അംബാസിഡർ കാർ വന്നു നിന്നു. അതിൽനിന്നും അരവിന്ദാക്ഷനും ശങ്കറും ഇറങ്ങി.

അവർ മുഖ്യമന്ത്രിയുടെ അരുകിലെത്തി.

"അരവിന്ദാക്ഷാ..."മുഖ്യമന്ത്രി സ്പോർട്സ് മന്ത്രിയുടെ തോളിലേക്ക് വിലപിച്ചുകൊണ്ട് തലചായ്ച്ചു.

ഉടൻ പ്രസ് ഫോട്ടോഗ്രാഫറുടെ ക്യാമറ മിന്നി.

ഡി.ജി.പി. കോപത്തോടെ തലതിരിച്ചു.

ഫോട്ടോഗ്രാഫർ പിന്നോട്ടു നീങ്ങി.

രാത്രിയിൽതന്നെ ഉന്നതങ്ങളിൽ മുഴുവൻ വാർത്ത പരന്നു.

മുഖ്യമന്ത്രിയുടെ മകൾ ആത്മഹത്യക്ക് ശ്രമിച്ചിരിക്കുന്നു

ഒന്നും പറയാറായിട്ടില്ലെന്ന് ഡോക്ടർ.

ഇപ്പോൾ മീര 'കോമ' പോലുള്ള ഒരുതരം അവസ്ഥയിലാണ്. മരണത്തിനും ജീവിതത്തിനും ഇടയ്ക്കുള്ള അവസ്ഥ.

നിമിഷങ്ങൾക്ക് മണിക്കൂറുകളുടെ ദൈർഘ്യമുണ്ടെന്ന് മുഖ്യമന്ത്രിക്ക് തോന്നി. മാനഹാനിയും പരാജയബോധവുമെല്ലാം അദ്ദേഹത്തെ തളർത്തി. മീരയുടെ മനസ്സിൽ ഇങ്ങനെയൊരു ചിന്തയുണ്ടെന്ന് സ്വപ്നേപി അറിയില്ലായിരുന്നു. അവിടെയാണ് തെറ്റു പറ്റിയത്. അല്ലെങ്കിൽ നേരത്തെ വേണ്ട മുൻകരുതലുകൾ കൈക്കൊള്ളുമായിരുന്നു.

ശങ്കർ ഒരു ബെഞ്ചിൽ ഒറ്റയ്ക്കിരുന്നു.

പ്രതാപും മീരയുമായി അടുപ്പത്തിലായിരുന്നുവെന്ന് അവനറിയാം. അവനോടുള്ള വൈരാഗ്യമാണ് ഒരർത്ഥത്തിൽ ഈ വിവാഹത്തിനു തന്നെ പ്രേരിപ്പിച്ചതുതന്നെ. അവൻ കൊതിച്ചത് താൻ സ്വന്തമാക്കുക. അപ്പോൾ അവന്റെ വേദന കണ്ട് ആനന്ദിക്കുക. വിവാഹനിശ്ചയം കഴിഞ്ഞാലുടനെ ടീമിലുള്ളവർക്ക് പാർട്ടി നടത്തണമെന്നും പ്രതാപിനെ പ്രത്യേകം ക്ഷണിക്കണമെന്നുമൊക്കെ തീരുമാനിച്ചിരുന്നതാണ്.

ആരോ അവന്റെ തോളിൽ കൈവച്ചു.

ശങ്കർ തലയുയർത്തി.

ആർദ്ര!

അവൻ എണീറ്റു.

"അമ്മാവീ..."

"ഒന്നും പറയാറായിട്ടില്ലെന്നാണ് ഡോക്ടർമാരുടെ നിലപാട്. എന്നാലും അവള് നമ്മളോടിങ്ങനെ ചെയ്തല്ലോ മോനേ..."

ശങ്കർ പല്ലു ഞെരിച്ചു.

"പന്നക്കഴുവേർടെമോൾ. ആ തെണ്ടിയെ കിട്ടാത്തതിന്റെ വാശിയാണവൾക്ക്' മനസ്സിൽ അങ്ങനെ പറഞ്ഞുവെങ്കിലും വാക്കുകൾ

പുറത്തുവന്നതിങ്ങനെയാണ്.

"എന്തോ അബദ്ധം പിണഞ്ഞതാണമ്മാവീ. നമുക്ക് പ്രാർത്ഥിക്കാം. എല്ലാവരുംകൂടി പ്രാർത്ഥിച്ചാൽ തീർച്ചയായും മീരയുടെ ജീവൻ തിരികെ കിട്ടും."

ഒരു ഡോക്ടർ ധൃതിയിൽ ഇന്റൻസീവ് കെയർ യൂണിറ്റിന്റെ വാതിൽ തള്ളിത്തുറന്ന് അകത്തേക്ക് പോയി.

** ** **

രാവിലെ പത്രവുമായി വിനോദ് പ്രതാപിന്റെ അരുകിൽ ഓടിയെത്തി.

അവൻ പുതപ്പ് തലയിലൂടെ വലിച്ചിട്ട് അപ്പോഴും ഉറക്കമാണ്.

തലേന്നത്തെ മദ്യത്തിന്റെ കെട്ട് ഇനിയും വിട്ടിട്ടുണ്ടാവില്ല

ബാറിൽ നിന്നും പ്രതാപിനെ ഇവിടെയെത്തിച്ചതിന്റെ ബുദ്ധിമുട്ട് വിനോദിനേ അറിയൂ.

ഒരു വിധത്തിൽ ഓട്ടോയിൽ കയറ്റിക്കൊണ്ടുപോരുകയായിരുന്നു.

"എടാ...നീയൊന്നെണീറ്റേ" വിനോദ് അവന്റെ ശിരസ്സിൽ നിന്നും പുതപ്പ് വലിച്ചു മാറ്റി.

ഞരങ്ങിക്കൊണ്ട് അവൻ തിരിഞ്ഞുകിടന്നു.

"പ്രതാപേ....എടാ..."

"ങാ..."നീയൊന്നെണീക്ക്"

"കുറച്ചു കഴിയട്ടെ.."

"ഹാ, ഇത് ഒരു അത്യാവശ്യകാര്യമാ..."

"നീ പറ"

"മീര ഹോസ്പിറ്റലിൽ..."

"ങേ...?" പൊടുന്നനെ പ്രതാപ് തലയുയർത്തി. "എന്താ നീ പറഞ്ഞത്?"

"മീര ആത്മഹത്യ ചെയ്യാൻ ശ്രമിച്ചു. വെയിൻ കട്ടു ചെയ്തു. ഇപ്പോൾ മെഡിക്കൽ കോളേജിലാണ്. പത്രം പ്രിന്റു ചെയ്യുന്നതുവരെ ഒന്നും അറിയാറായിട്ടില്ലെന്ന്. സംഗതി സീരയസ്സാണ്.."

"മൈ ഗോഡ്..." പ്രതാപ് ചാടിയെണീറ്റു. വിനോദിന്റെ കയ്യിൽ നിന്ന് പത്രം തട്ടിപ്പറിച്ചു വായിച്ചു.

അവന്റെ മുഖത്ത് വിവിധഭാവങ്ങൾ മിന്നി മറഞ്ഞു.

മീര...

അവൾ...

കടൽത്തീരത്തുവച്ച് മീര പറഞ്ഞ വാക്കുകൾ തിരമാലകളുടെ ഗർജ്ജനത്തേക്കാൾ ശക്തിയിൽ അവന്റെ മനസ്സിൽ മുഴങ്ങി.

"ഈ കഴുത്തിൽ ഒരു താലി വീഴുകയാണെങ്കിൽ അത് പ്രതാപിന്റെ കൈ കൊണ്ടായിരിക്കും. മറ്റാരെങ്കിലുമാണ് അതിനു തയ്യാറാകുന്നതെങ്കിൽ എന്റെ ശവമേ കിട്ടൂ..."

അവൾ വാക്കു പാലിച്ചിരിക്കുന്നു.

പത്രത്തിലെ കറുത്ത അക്ഷരങ്ങളിലേക്ക് നോക്കി അവൻ ഇരുന്നു. അവ തന്നെ പരിഹസിക്കുന്നതുപോലെ പ്രതാപിന് തോന്നി.

"വിനോദ് എനിക്ക് മീരയെ കാണണം..." അവൻ പറഞ്ഞു.

വിനോദ് അമ്പരന്നു.

"നീ എന്തു ഭ്രാന്താടാ ഈ പറയുന്നത്? അവൾ ആത്മഹത്യയ്ക്ക് ശ്രമിക്കാൻ കാരണം നീ ആണെന്ന് മുഖ്യമന്ത്രിക്കും മറ്റും അറിയാം. ആ നിലയ്ക്ക് നീ ഇനിയും അവിടെ ചെന്നാൽ സംഗതി കൂടുതൽ വഷളാകുകയേയുള്ളൂ.."

"എന്തു സംഭവിച്ചാലും എനിക്കവളെ കാണണം..." അവന്റെ ശബ്ദത്തിന് മാറ്റമില്ല. "മരിക്കുന്നതിനു മുമ്പ് ആ മുഖമൊന്ന് കണ്ട് എനിക്ക് മാപ്പു പറയണം. അവൾ പറഞ്ഞതുകേട്ടിരുന്നുവെങ്കിൽ ഇങ്ങനെയൊന്നും സംഭവിക്കില്ലായിരുന്നു. ഈ ലോകത്തിന്റെ ഏതെങ്കിലും കോണിലേക്ക് ഒളിച്ചോടാൻ അവൾ തയ്യാറായിരുന്നു."

"കാര്യമൊക്കെ ശരിതന്നെ. മീരയ്ക്ക് എന്തെങ്കിലും സംഭവിച്ചാൽ അതിന്റെ മുഴുവൻ ഉത്തരവാദിത്വവും നിന്റെ തലയിലായിരിക്കും. നിനക്കെതിരെ നീങ്ങുവാൻ എന്തെങ്കിലും മാർഗ്ഗമുണ്ടോന്ന് നോക്കിയിരിക്കുന്നവർ ഒരുപാടുപേരുണ്ട്. അത് മറക്കണ്ട."

"ഈ പ്രശ്നത്തിനുവേണ്ടി മരിക്കേണ്ടി വന്നാലും ഞാൻ മീരയെ കാണും..." അവൻ എണീറ്റു. "നിനക്കിഷ്ടമുണ്ടെങ്കിൽ എന്റെ കൂടെ വരാം."

** ** **

മീരയുടെ കൺപോളകൾ ചലിച്ചു.

ഡോക്ടർമാരുടെ മുഖം തെളിഞ്ഞു.

അവൾ വളരെ സാവധാനത്തിൽ കണ്ണുകൾ തുറന്നു.

ആദ്യം ഒന്നും പിടികിട്ടാതെ അവൾ ഡോക്ടർമാരെയും നേഴ്സുമാരെയും പകച്ചുനോക്കി.

താൻ മരണത്തിൽ നിന്നും രക്ഷപെട്ടുവെന്ന് വിശ്വസിക്കാൻ

മീരയ്ക്ക് പ്രയാസം തോന്നി. ഡ്രിപ്സ്റ്റാൻഡിൽ തൂങ്ങിക്കിടക്കുന്ന ബ്ലഡ് ബോട്ടിൽ. ട്യൂബിലൂടെ തന്റെ സിരയിലേക്ക് ഒഴുകിയെത്തുന്ന രക്തം.

അവൾ യാഥാർത്ഥ്യത്തിലേക്ക് മടങ്ങി വന്നു.

താൻ മരിച്ചിട്ടില്ല.

ഈശ്വരാ...

മരണത്തിനുപോലും തന്നെ വേണ്ടാതായിരിക്കുന്നു.

"ഗുഡ്മോണിംഗ് മീര..." ഡോക്ടർമാരുടെ ശബ്ദം.

അവൾ തന്റെ കാതുകൾ കൊട്ടിയടയക്കാൻ ശ്രമിച്ചു.

മീര രക്ഷപെട്ടു.

വാർത്ത ഇന്റൻസീവ് കെയർ യൂണിറ്റിന്റെ പുറത്തേക്കൊഴുകി.

അവിടെ ആകാംക്ഷയോടെ കാത്തിരുന്നവർ ആശ്വാസത്തോടെ നിശ്വസിച്ചു.

"ഓരോരുത്തർക്കായി അകത്തേക്ക് പോവാം" ഡോക്ടർ അറിയിച്ചു.

ആദ്യം ശിവദാസൻ തന്നെയാണ് മകളുടെ കിടക്കയ്ക്കരുകിൽ എത്തിയത്.

അദ്ദേഹത്തെ കണ്ടപ്പോൾ അവൾ കണ്ണുകൾ അടച്ചുകളഞ്ഞു.

മുഖ്യമന്ത്രിക്ക് വല്ലായ്മ തോന്നി.

താൻ കാട്ടിയത് അല്പം കൂടിപ്പോയോ എന്ന് അദ്ദേഹം ചിന്തിക്കാതിരുന്നില്ല. പക്ഷേ പെട്ടെന്ന് മനസ്സിനെ തടഞ്ഞു. പാടില്ല.

ഡാഡിയും മകളും ഒന്നും പറഞ്ഞില്ല.

മുഖ്യമന്ത്രി അരുകിൽ നിന്നും തിരിച്ചുപോരുന്നതുവരെ അവൾ കണ്ണുകൾ തുറന്നതുമില്ല.

ഓരോരുത്തരായി മീരയെ കണ്ടു മടങ്ങി.

ശങ്കറുടെ ഊഴമായി.

അവനെ കണ്ടപ്പോൾ അവൾ ശക്തിയില്ലാതിരുന്നിട്ടുകൂടി പല്ലമർത്തി. അവൻ വല്ലാത്തഭാവത്തിൽ ചിരിച്ചു.

"ഏതായാലും രക്ഷപെട്ടല്ലോ, ആശ്വാസം..."

"എല്ലാത്തവണയും ഇങ്ങനെ സംഭവിച്ചെന്നു വരില്ല..." അവൾ പറഞ്ഞു.

"ഉവ്വോ? അപ്പോൾ ഇനിയും ആത്മഹത്യക്ക് ശ്രമിക്കുമെന്ന് അല്ലേ?" അവൾ വെറുപ്പോടെ തല തിരിച്ചു.

അവൻ പിൻവാങ്ങി.

മുഖ്യമന്ത്രി വീട്ടിലേക്കൊന്ന് പോകാൻ ഭാവിക്കുമ്പോഴാണ് ഇട

നാഴിയുടെ അങ്ങേത്തലയ്ക്കൽ നിന്നും ഒരാൾ ധൃതിയിൽ നടന്നു വരുന്നത് കണ്ടത്. അദ്ദേഹത്തിന്റെ നെറ്റി ചുളിഞ്ഞു.

പ്രതാപ്...

മുഖ്യമന്ത്രി ചുറ്റും നോക്കി.

സ്പോർട്സ് മന്ത്രിയുടെയും മുഖ്യമന്ത്രിയുടെയും കണ്ണുകൾ കോരുത്തു.

പ്രതാപിന്റെ പിന്നാലെ ഓടിയെത്തുന്ന വിനോദ്. അകലെ നിന്നേ പ്രതാപ് മുഖ്യമന്ത്രിയെയും മറ്റും കണ്ടു കഴിഞ്ഞു.

അവൻ പക്ഷേ അത് കാര്യമാക്കിയില്ല

പ്രതാപ് തൊട്ടുമുന്നിലെത്തിയപ്പോൾ മുഖ്യമന്ത്രി വഴി തടഞ്ഞു.

“നീ എവിടെപ്പോകുന്നു?”

അവൻ ആ കണ്ണുകളിലേക്ക് തറച്ചുനോക്കി.

മുഖ്യമന്ത്രി പതറി.

പ്രതാപിന്റെ കണ്ണുകളിൽ അഗ്നി എരിയുകയാണെന്ന് അദ്ദേഹം അറിഞ്ഞു.

ശിവദാസന്റെ ചോദ്യത്തിനുത്തരം നൽകാതെ അവൻ മുന്നോട്ടു നീങ്ങുവാൻ ഭാവിച്ചപ്പോൾ അരവിന്ദാക്ഷനും തടഞ്ഞു.

“ചോദിച്ചതിനു മറുപടി പറഞ്ഞിട്ടു പോയാൽമതി”

“എനിക്കൊരാളെ കാണണം...”

“ആരെ?”

“അതു നിങ്ങളോട് പറയേണ്ട കാര്യമില്ല...”

“ഉണ്ട്...”

“പറയാതെ കാണാമോയെന്ന് ഞാൻ ഒന്നു നോക്കട്ടെ...”

അവൻ അവരെ തള്ളിമാറ്റി.

“പ്രതാപ്...”വിനോദ് വിളിച്ചു.

“നീ പോടാ...മീരയെ കാണാൻ എനിക്ക് ഒരുത്തന്റെയും ലൈസൻസു വേണ്ട...”

“വേണമെടാ...”

എന്നു പറഞ്ഞ് തൊട്ടുമുന്നിൽ ശങ്കർ.

“മാറി നിൽക്കെടാ...”

“മീരയെ നീ കാണണ്ടാ..”

ഒറ്റയടിയായിരുന്നു മറുപടി.

ശങ്കർ മൂന്നുതവണ വട്ടംകറങ്ങി തറയിൽ വീണു.

അവിടെ നിന്നിരുന്ന പോലീസുകാർ പ്രതാപിനെ വളഞ്ഞു.

“അറസ്റ്റ് ഹിം...” മുഖ്യമന്ത്രിയുടെ കല്പന.

പത്തൊൻപത്

മ്യൂസിയത്തിനു മുന്നിലെ സിമന്റുബെഞ്ചിൽ അവർ ഇരുന്നു, പ്രതാപും വിനോദും.

പുൽത്തകിടിയിൽ ഓടിക്കളിക്കുന്ന രണ്ടു കുട്ടികളെ നോക്കി നിശ്ശബ്ദനായി ഇരുന്ന പ്രതാപിന്റെ തോളിൽ വിനോദ് കൈവച്ചു. എന്നിട്ടും അവൻ ഒന്നും പറഞ്ഞില്ല.

അവസാനം വിനോദ് തന്നെ സംസാരിച്ചു.

"നിനക്ക് ദുഃഖമില്ലെന്ന് ഞാൻ പറഞ്ഞില്ലല്ലോ. പക്ഷേ ഇതല്ലാതെ മറ്റു വഴികളൊന്നുമില്ല. നീ മീരയെ മറക്കണം. അവളെ കാണരുത്. നിന്റെ കുടുംബത്തിന്റെ ആകെ അത്താണിയും നീ മാത്രമാണെന്ന് ഓർക്കാത്തതെന്താണ്?"

പ്രതാപ് സംസാരിക്കുന്നില്ല.

വിനോദ് തുടർന്നു.

"ഇനിയും നീ അവളെ തേടിച്ചെന്നാൽ അറസ്റ്റു ചെയ്യുക മാത്ര മായിരിക്കില്ല അവർ ചെയ്യുന്നത്. ഇത്തവണ വെറുതെ വിട്ടത് ഈ ന്യൂസു കൂടി പത്രപംക്തികളിൽ സ്ഥാനം പിടിക്കാതിരിക്കാനാണ്. അധികാരവും പണവും ഒന്നുചേർന്നുള്ള അവരെ എതിർക്കാൻ നിനക്കാവില്ല. മാത്രമല്ല ഇനി നീ ഒന്നിനും മുതിരില്ലെന്ന് ഞാൻ മുഖ്യമന്ത്രിക്ക് വാക്കു കൊടുക്കുക കൂടി ചെയ്തതിനുശേഷമാണ് നിന്നെ റിലീസു ചെയ്തേക്കാൻ അദ്ദേഹം ഫോൺ ചെയ്തു പറ ഞ്ഞത്."

കൊച്ചുകുട്ടികൾ കുറച്ചപ്പുറത്തിരിക്കുന്ന അവരുടെ മാതാപിതാ ക്കളുടെ അടുത്തേക്ക് ഓടിപ്പോകുന്നത് പ്രതാപ് കണ്ടു.

അവനിൽ നിന്നും ഒരു ദീർഘനിശ്വാസം ഉതിർന്നു.

"ഞാൻ പറഞ്ഞതിനൊന്നും നീ ഇതുവരെ മറുപടി പറഞ്ഞില്ല." വിനോദ് ഓർമ്മിപ്പിച്ചു.

"ഓക്കെ" അവൻ അത്രമാത്രം പറഞ്ഞു. പിന്നെ എണീറ്റു. "എനിക്ക് മദ്യപിക്കണം."

"പ്രതാപ്..."വിനോദ് ഒപ്പം എണീറ്റു. "നീ ഇതൊരു ശീലമാക്കാൻ തന്നെയാണോ തീരുമാനം..."

"പറയാറായിട്ടില്ല..."

"വേണ്ട. അറിഞ്ഞുകൊണ്ട് നീ തന്നെ നിന്റെ ഫുട്ബോൾ ഭാവി തുലയ്ക്കരുത്..."

പ്രതാപിന്റെ മുഖത്ത് ഒരു വരണ്ട ചിരിയുണ്ടായി.

"ഇനി എനിക്കെന്ത് ഫുട്ബോൾ ഭാവി? ഏതെങ്കിലും പോലീസ്

സ്റ്റേഷനിലേക്ക് താമസിക്കാതെ മാറ്റം കിട്ടിയിരിക്കും" അവൻ പതിയെ നടന്നു. ഒപ്പം വിനോദും. "എന്റെ കളിക്കളത്തിലെ അവസാന നാളുകളും പിന്നിട്ടുപോയെടാ..."

വിനോദിനും വല്ലാത്ത ദുഃഖം തോന്നി. ഒരുപക്ഷേ ഈ വർഷത്തെ ഏറ്റവും നല്ല കളിക്കാരനുള്ള അവാർഡു കിട്ടേണ്ടവനായിരുന്നു പ്രതാപ്! പക്ഷേ എന്തുചെയ്യാം?

നിശ്ശബ്ദരായി ഇരുവരും റോഡിൽ ഇറങ്ങി. ആളൊഴിഞ്ഞുവന്ന ഒരു ഓട്ടോറിക്ഷയ്ക്ക് കൈ കാണിച്ചു.

** ** **

ഒരു നേഴ്സിൽ നിന്നായിരുന്ന മീര അതറിഞ്ഞത്.

പ്രതാപ് തന്നെ കാണുവാൻ വന്നു. ഡാഡിയുമായി വഴക്കുണ്ടായി. അവസാനം പ്രതാപിനെ പോലീസ് അറസ്റ്റ് ചെയ്തു.

പേവാർഡിലേക്ക് മാറ്റിക്കഴിഞ്ഞിരുന്നു മീരയെ. ഡാഡിയും മമ്മിയും ദിവസവും വരും. പക്ഷേ അവൾ അവരെ കാണുമ്പോൾത്തന്നെ കണ്ണുകൾ അടച്ചുകളയും.

റെഡ്ക്രോസ് സൊസൈറ്റിയിൽ നിന്നും വരുത്തിയ ഒരു യുവതിയാണ് ഹോസ്പിറ്റലിൽ മീരയ്ക്ക് കൂട്ട്. അവൾ ഇനി അവിടെ നിന്നിറങ്ങി പ്രതാപിന്റെ കൂടെ പൊയ്ക്കളഞ്ഞാലോ എന്ന ഭീതിയുണ്ട് ശിവദാസിന്. അതുകൊണ്ടുതന്നെ സദാ രണ്ടുമൂന്നുപേരെ അവിടെ നിർത്തിയിട്ടുണ്ട്. ആർക്കും സംശയവും തോന്നാത്ത വിധത്തിൽ.

പ്രതാപിന് ഇപ്പോഴും തന്നോടിഷ്ടമുണ്ടെന്ന് മീരയ്ക്കുറപ്പായി. അവന്റെ മുഖം ഒന്നു കാണുവാൻ അവൾക്ക് കൊതിയായി.

** ** **

ഒരാഴ്ച കഴിഞ്ഞപ്പോൾ മീരയെ ഡിസ്ചാർജ്ജ് ചെയ്തു. അവൾ വീട്ടിലെത്തി. കഴിവതും തന്റെ മുറിയിൽതന്നെ കഴിഞ്ഞുകൂടി. ഇനി എന്തെങ്കിലും അവിവേകം കാണിച്ചാലോ എന്ന വിചാരത്തിൽ ആർദ്രയും ഇപ്പോൾ മകളുടെ മുറിയിലോ ചുറ്റുവട്ടത്തെവിടെയെങ്കിലുമോ കാണും.

വിവാഹനിശ്ചയത്തിനായി മുറ്റത്തുയർത്തിയ പന്തൽ അതുപോലെ തന്നെ നിൽക്കുന്നു. ഇറക്കിവച്ച വാടക കസേരപോലും കൊണ്ടുപോയിട്ടില്ല.

മീര വീട്ടിലെത്തിയതിന്റെ മൂന്നാം നാൾ രാത്രിയിൽ സ്പോർട്സ്

മന്ത്രി അരവിന്ദാക്ഷൻ മുഖ്യമന്ത്രിയെ ഫോണിൽ വിളിച്ചു.

"പന്തൽ അഴിച്ചു മാറ്റിയിട്ടില്ലല്ലോ? അടുത്തൊരു ദിവസംതന്നെ നിശ്ചയം നടത്തിക്കൂടേ?"

"ഇനി പെട്ടെന്നു വേണോ അരവിന്ദാക്ഷാ? ആൾക്കാർ അതുമിതും പറയില്ലേ?"

"അതിനു നമുക്കെന്താ? നമ്മൾ തീരുമാനിക്കുന്നു. നമ്മുടെ കാര്യം. അതിനു മറ്റുള്ളവരുടെ അഭിപ്രായം ആരായേണ്ട കാര്യമെന്ത്?"

പിന്നെ ശിവദാസന് രണ്ടാമതൊന്ന് ആലോചിക്കേണ്ട കാര്യമില്ലായിരുന്നു.

"ഓക്കെ, അങ്ങനെയെങ്കിൽ അടുത്ത ഞായറാഴ്ച തന്നെ..." അദ്ദേഹം പറഞ്ഞു.

"സമ്മതിച്ചു..."

അന്നുതന്നെ ശിവദാസൻ മകളുടെ മുറിയിലെത്തി. ഏതോ മാഗസിൻ വായിച്ചുകൊണ്ട് കിടക്കുകയായിരുന്ന മീര എണീറ്റ് ഡാഡിയെ ഒന്നു നോക്കുകപോലും ചെയ്യാതെ ജനലയ്ക്കരുകിൽ പോയി നിന്നു.

ശിവദാസന്റെ മുഖത്ത് പുച്ഛഭാവത്തിൽ ഒരു ചിരിയുണ്ടായി.

അദ്ദേഹം പറഞ്ഞു.

"അടുത്ത് ഞായറാഴ്ച തന്നെ നിശ്ചയം നടത്തുവാൻ ഞങ്ങൾ തീരുമാനിച്ചു"

മീര പ്രതികരിച്ചില്ല

മന്ത്രി തന്നെ തുടർന്നു.

"ഇനി മരിച്ചു കളയാമെന്നൊന്നും നീ ചിന്തിക്കുകപോലുമരുത്. കാരണം ഇനി അങ്ങനെയെന്തെങ്കിലും ഉണ്ടായാൽ ശിക്ഷ അനുഭവിക്കുന്നത് അവനും അവന്റെ കുടുംബവുമായിരിക്കും. എല്ലാത്തിനെയും കൊന്ന് ഞാൻ കടലിൽ താഴ്ത്തും..."

അവൾ ഞെട്ടലോടെ ഡാഡിയെ നോക്കി.

"പറഞ്ഞാൽ പറഞ്ഞതാ. അവനും കുടുംബവും നശിക്കണമെന്നുണ്ടെങ്കിൽ നിനക്ക് ആത്മഹത്യക്ക് ശ്രമിക്കാം."

അവൾ സ്തംഭിച്ചങ്ങനെ നിൽക്കുമ്പോൾ അദ്ദേഹം വിജയഭാവത്തിൽ തിരിച്ചുനടന്നു.

പറഞ്ഞ ദിവസം തന്നെ വിവാഹനിശ്ചയം നടന്നു. പ്രതാപിനെയോർത്തു മാത്രം മീര പിന്നീട് മരണത്തെക്കുറിച്ച് ചിന്തിച്ചില്ല. ഡാഡി പറഞ്ഞാൽ അങ്ങനെതന്നെ ചെയ്യുമെന്ന് അവൾക്കറിയാം.

ഒന്നരയാഴ്ച കഴിഞ്ഞുള്ള ഒരു ഡേറ്റാണ് ഫിക്സു ചെയ്തിരിക്കുന്നത്. എങ്ങനെ രക്ഷപെടുമെന്നറിയാതെ മീര തളർന്നിരുന്നു.

** ** **

തികച്ചും ഉല്ലാസവാനായി ശങ്കർ ക്യാമ്പിൽ തിരികെയെത്തി. എല്ലാവർക്കും വിതരണം ചെയ്യുവാൻ ലഡു കരുതിയിരുന്നു.

തന്റെ വിവാഹം ഉറപ്പിച്ച വിവരം പറയുകയും ഓരോരുത്തർക്കും ലഡു നൽകുകയും ചെയ്തുകൊണ്ട് ശങ്കർ പ്രതാപും മറ്റും താമസിക്കുന്ന മുറിയിലെത്തി. സുസ്മേരവദനനായി വിജയഭാവത്തിൽ അവൻ അവർക്കു നേരെ ലഡു നീട്ടി.

"എന്റെ വിവാഹം ഉറപ്പിച്ചു. വധു മുഖ്യമന്ത്രി ശിവദാസൻ സാറിന്റെ മകൾ മീരയാണ്"

വിനോദ് ഒളികണ്ണാലെ പ്രതാപിനെ നോക്കി. മറ്റെവിടെയോ ദൃഷ്ടിയുറപ്പിട്ട് ഏതു നിമിഷവും ഒരു പൊട്ടിത്തെറിക്ക് സന്നദ്ധനായി അവൻ ഇരിക്കുന്നു!

വിനോദും ജോസും ലഡു വാങ്ങി.

"പ്രതാപ്.... ലഡു..." ശങ്കർ പറഞ്ഞു.

"ഫ...നായിന്റെ മോനെ...നിന്റമ്മേടെ മറ്റവനു കൊണ്ടുകൊടുക്കെടാ..." പ്രതാപ് ചാടിയെണീറ്റു.

വിനോദും ജോസും ഇടയ്ക്ക് കയറിയതിനാൽ മറ്റൊന്നും സംഭവിച്ചില്ല. തലയുയർത്തിപ്പിടിച്ചുകൊണ്ട് ശങ്കർ സാവധാനം ഇറങ്ങിപ്പോയി.

ജോസ് ചെന്ന് വാതിലടച്ചു.

നിന്റെ മനസ്സ് ഞങ്ങൾക്കറിയാം. പക്ഷേ രോഷം കൊണ്ടിട്ടോ ശങ്കറെ തല്ലിയിട്ടോ എന്തു ഫലം?"

മറുപടി പറയാതെ അവൻ പകയോടെ അടഞ്ഞ വാതിലിലേക്കു തന്നെ നോക്കി നിന്നു.

** ** **

രാത്രി ഏറെയായിട്ടും പ്രതാപിനുറക്കം വന്നില്ല. കിടക്കയിൽ തിരിഞ്ഞും മറിഞ്ഞും ഇരുട്ടിലേക്ക് തുറിച്ചുനോക്കിയും അവൻ കിടന്നു.

ഭ്രാന്തുപിടിക്കുന്നതുപോലെ തോന്നി. സിരകൾ വല്ലാതെ ത്രസിക്കുന്നു. ചാടിയെണീറ്റ് കണ്ണിൽ കാണുന്നതെല്ലാം അടിച്ചു തകർക്കാനുള്ള ആവേശം തോന്നുന്നു. മുഖ്യമന്ത്രിയെയും ശങ്കറെയുമൊക്കെ

ഞെരിച്ചുകൊല്ലുവാൻ മോഹം.

അവൻ കിടക്കയിൽ എണീറ്റിരുന്നു.

നേരം എന്തായിക്കാണും?

പതിനൊന്നരയോ പന്ത്രണ്ടോ?

അതിനപ്പുറം ആയിക്കാണുകേലാ.

വീണ്ടും കിടന്നു.

മനസ്സു പുകയുകയാണ്. അത് ശരീരത്തിൽ മുഴുവനായും വ്യാപിക്കുന്നു. താൻ പുകഞ്ഞുനീറി ഇല്ലാതെയാകുമെന്നുപോലും തോന്നി.

ഫാനിന്റെ കാറ്റിന് അവന്റെയുള്ളിലെ ചൂടിനെ ശമിപ്പിക്കാനുള്ള കരുത്തില്ലായിരുന്നു. അവൻ പിന്നെയും എണീറ്റിരുന്നു.

ഈ അവസരത്തിൽ ശങ്കറുടെ മുറിയിൽ അവന്റെ രണ്ടു കൂട്ടുകാരും കോച്ചുംകൂടി ചീട്ടു കളിക്കുകയായിരുന്നു.

ക്ലാവർ ആസിനെ ഗുലാൻകൊണ്ട് വെട്ടിയിട്ട് ശങ്കർ ചിട്ട് പിടിച്ച് കമിഴ്ത്തി. പിന്നെ കോച്ചിന്റെ ചുണ്ടിൽ ഇരുന്ന എരിഞ്ഞ സിഗരറ്റെടുത്ത് രണ്ടുകവിൾ പുക വിഴുങ്ങിയിട്ട് വീണ്ടും സാം ലൂയിസിന്റെ ചുണ്ടിൽ തന്നെ വെച്ചുകൊടുത്തു.

"അതിരിക്കട്ടെ, വിവാഹത്തിന്റെ പാർട്ടി എപ്പോഴാണളിയാ?" ആൻഡ്രൂസ് തിരക്കി.

ശങ്കർ ഇസ്പേഡ് രാജാവിനെ ഇറക്കിയിട്ട് തലയുയർത്തി.

"എപ്പോൾ വേണമെങ്കിലും ആകാമല്ലോ."

"ആ പ്രതാപിനെക്കൂടി വിളിക്കണേ..."സൈമൺ

"അല്ലെങ്കിൽ അവനെന്തുതോന്നും..."ആൻഡ്രൂസ്

എല്ലാവരും പൊട്ടിച്ചിരിച്ചു.

പൊട്ടിച്ചിരിയുടെ അലകൾ അടച്ചിട്ടിരുന്ന വാതിലിലൂടെ അവ്യക്തമായി ആണെങ്കിലും പ്രതാപ് കേട്ടു.

"ബാസ്റ്റാർഡ്സ്" അവൻ പല്ലുകടിച്ചു.

കിടക്കയിൽതന്നെ അസ്വസ്ഥതയോടെ കുത്തിയിരിക്കുകയാണ് പ്രതാപ്. താൻ എന്തിനിങ്ങനെ എണീറ്റിരിക്കുന്നു എന്നുപോലും അവനറിയില്ല.

സൈറൻ മുഴങ്ങുന്നതു കേട്ടു.

പന്ത്രണ്ട് മണിയുടേതായിരിക്കും.

മീരയെ ശങ്കർ വിവാഹം ചെയ്യുന്നത് കാണുവാനുള്ള കരുത്ത് അവനില്ല.

അവരുടെ വിവാഹം നടക്കുംമുമ്പ് ഇവിടംവിട്ട് മറ്റെവിടേയ്ക്കെങ്കിലും ഓടിപ്പോകണമെന്ന് അവന്റെ മനസ്സ് മന്ത്രിക്കുന്നു.

എവിടേക്ക്?

പെട്ടെന്ന് അവന്റെ മനസ്സിൽ കൂരിരുട്ടിൽ മിന്നാമിനുങ്ങ് തിളങ്ങുന്നതുപോലെ ഒരു വെളിച്ചം കടന്നുവന്നു. ഉടനെ അവൻ മുറിയിലെ ലൈറ്റ് തെളിയിച്ചു.

കൂർക്കം വലിച്ചുറങ്ങുകയാണ് വിനോദും ജോസും.

ഭാഗ്യവാന്മാർ.

അവൻ തന്റെ ബാഗെടുത്ത് കിടക്കയിൽ വച്ചു. ഉത്കണ്ഠയോടെ എന്തോ തിരയുവാൻ തുടങ്ങി.

അവസാനം അവൻ അത് കണ്ടെത്തി.

ബാംഗ്ലൂരിൽ വച്ച് കൽക്കത്തയിലെ അലിമാവോ ബ്രദേഴ്സ് കൊടുത്ത ഫോൺനമ്പരും അഡ്രസ്സും.

അവന്റെ കണ്ണുകളിൽ തിളക്കം.

അടുത്ത ദിവസംതന്നെ അലിമാവോ ബ്രദേഴ്സുമായി ഫോണിൽ ബന്ധപ്പെട്ടു.

വളരെ ഉത്സാഹത്തോടെയാണ് അവർ സംസാരിച്ചത്. വിശദവിവരങ്ങൾ ചർച്ച ചെയ്യുന്നതിനായി ടീം മാനേജരും കോച്ചും ഉടനെ കേരളത്തിൽ എത്തിച്ചേരുമെന്നും മറുപടി കിട്ടി. തന്നെ ക്യാമ്പിൽവന്നു കാണരുതെന്ന് അവൻ പ്രത്യേകം പറഞ്ഞിരുന്നു. അവർ സമ്മതിക്കുകയും ചെയ്തു.

പ്രതാപ് ഈ വിവരം തൽക്കാലം ആരോടും പറഞ്ഞില്ല. എല്ലാം ശരിയായിക്കഴിഞ്ഞിട്ട് അറിഞ്ഞാൽ മതി.

രണ്ടു ദിവസങ്ങൾ കഴിഞ്ഞപ്പോൾ പ്രതാപിനു ഫോൺ. അലിമാവോ ബ്രദേഴ്സിന്റെ മാനേജരാണ്.

“ഞങ്ങൾ എത്തി, ഹോട്ടൽ സൗപർണ്ണികയുടെ നൂറ്റി എഴുപത്തിരണ്ടാം നമ്പർ റൂം...”

“ശരി സാർ, ഞാൻ ഉടനെയെത്താം...”

അവൻ ധൃതിയിൽ മുറിയിൽ വന്ന് വേഷം മാറുന്നത് കണ്ടപ്പോൾ വിനോദ് തിരക്കി.

“നീ എവിടേക്കാ?”

“ഒരാളെ കാണണം. ഒക്കെ തിരികെ വന്നിട്ടു പറയാം.”

അവൻ ഇറങ്ങിക്കഴിഞ്ഞു.

വിനോദ് ചുളിഞ്ഞ നെറ്റിയോടെ നോക്കിയിരുന്നു.

പ്രതാപ് ഒരു ഓട്ടോറിക്ഷയിൽ ഹോട്ടൽ സൗപർണ്ണികയിലെത്തി. നൂറ്റി എഴുപത്തിരണ്ടാം നമ്പർ മുറിയുടെ വാതിലിൽ തട്ടുമ്പോൾ കൈകൾക്ക് നേരിയ വിറയലുണ്ടായിരുന്നു. ഹൃദയത്തിൽ

ധൃതഗതിയിലുള്ള മിടിപ്പും.

"യേസ് കമിൻ..."

അവൻ വാതിൽ തള്ളിത്തുറന്ന് അകത്തുകയറി.

"ഗുഡ്മോണിംഗ് പ്രതാപ്"

അവൻ പ്രത്യഭിവാദനം ചെയ്തു.

"വരൂ...വരൂ..ഇരിക്കൂ..."

കോച്ച് ഗബ്ബാർസിംഗും മാനേജർ പോപ്സൺ അലിമാവോയും വളരെ സന്തോഷത്തിലായിരുന്നു.

പ്രതാപ് താനിപ്പോൾ അനുഭവിച്ചുകൊണ്ടിരിക്കുന്ന യാതനകളും അതിനു കാരണമായ പ്രേമബന്ധവുമൊക്കെ അവരെ പറഞ്ഞു കേൾപ്പിച്ചു.

"ഇങ്ങനെയും മനുഷ്യരുണ്ടോ? അവർ മുഖാമുഖം നോക്കി. "വളർന്നുവരുന്ന ഒരു കായികതാരത്തെ അറിഞ്ഞുകൊണ്ട് നശിപ്പിക്കുക"

"ഞങ്ങൾ തീരുമാനിച്ചുറച്ച കാര്യം പ്രതാപിനെ അറിയിക്കുകയാണ്." മാനേജർ പറഞ്ഞു.

പ്രതാപ് കാതു കൂർപ്പിച്ചു.

"എത്ര വർഷത്തേക്കാണ് പ്രതാപ് കരാർ ചെയ്യുന്നത്?"

"ഒരു നാലഞ്ചു വർഷമെങ്കിലും..."

"ശരി...അഞ്ചുവർഷത്തേക്ക് നമുക്ക് കരാർ ചെയ്യാം..."അദ്ദേഹം നിവർന്നിരുന്നു. "ഓരോ വർഷവും ഞങ്ങൾ മൂന്നുലക്ഷം രൂപ വീതം തരും. എന്താ?"

പ്രതാപിന്റെ കണ്ണുകളിൽ തിളക്കം.

"ഇതുകൂടാതെ ഒരോ മത്സരം വിജയിക്കുമ്പോഴും പ്രത്യേക ക്യാഷ് അവാർഡുകൾ ഉണ്ടായിരിക്കും. എന്തു പറയുന്നു?"

അവന് രണ്ടാമത് ഒന്നുകൂടി ആലോചിക്കാനില്ലായിരുന്നു. എങ്ങനെയും ഇവിടെനിന്നും രക്ഷപെടാമല്ലോ. മാത്രമല്ല ഇവിടെ കിട്ടുന്നതിന്റെ എത്രയോ ഇരട്ടിയുണ്ടത്. തന്റെ വീട്ടിലെ കഷ്ടപ്പാടുകൾ തീരും. അതുമതി.

"ഞാൻ സമ്മതിച്ചിരിക്കുന്നു..."

"താങ്ക് യൂ" അവർ കൈ നീട്ടി.

പ്രതാപ് ഹസ്തദാനം നല്കി.

അവിടെവച്ചുതന്നെ അവൻ അഡ്വാൻസ് വാങ്ങി. ഒരു ലക്ഷം രൂപ കൊടുത്തു. മീരയുടെ വിവാഹത്തിനു മുമ്പുതന്നെ ഇവിടെനിന്നും പോകുക.

പ്രതാപ് യാത്ര പറഞ്ഞ് പിരിഞ്ഞു.

തിരികെയെത്തിക്കഴിഞ്ഞ് അവൻ വിനോദിനോടും ജോസിനോടും സംഗതി പറഞ്ഞു.

വിനോദ് സന്തോഷത്തോടെ അവനെ കെട്ടിപ്പിടിച്ചു.

“നീ രക്ഷപെട്ടളിയാ. ആദ്യം അവരു വിളിച്ചപ്പോൾത്തന്നെ നീ പോയിരുന്നുവെങ്കിൽ ഇങ്ങനെയൊന്നും സംഭവിക്കില്ലായിരുന്നു...”

“തൽക്കാലം ഈ രഹസ്യം ആരും അറിയേണ്ട. കാര്യങ്ങളൊക്കെ ശരിയായിട്ട് അറിഞ്ഞാൽ മതി...”

അവർ സമ്മതിച്ചു.

അന്നുതന്നെ രണ്ടുദിവസത്തെ ലീവെടുത്ത് അവൻ വീട്ടിലേക്ക് മടങ്ങി.

വിവരമറിഞ്ഞപ്പോൾ അച്ഛനും വലിയ ആഹ്ലാദം. അവൻ കൊണ്ടുചെന്ന ഒരു ലക്ഷം രൂപയിലേക്ക് അദ്ദേഹം അമ്പരപ്പോടെ നോക്കി. ഇത്രയും രൂപ ആ വൃദ്ധൻ ആദ്യം കാണുകയായിരുന്നു.

അദ്ദേഹം സന്തോഷത്തോടെ അതെടുത്ത് മണത്തുനോക്കി.

പുത്തൻ നോട്ടുകളുടെ മണം.

വൈകീട്ട് പഞ്ചു വന്നു.

വിവരമറിഞ്ഞപ്പോൾ അവൻ പറഞ്ഞു.

“വലിയ കളിക്കാർക്കൊക്കെ മാനേജർമാരുണ്ട്. ഞാൻ അളിയന്റെ മാനേജരായാലോ?”

“അതേതായാലും വേണ്ട...”

“എന്നാൽ എന്നെ അളിയന്റെ അരിവെയ്പുകാരനെങ്കിലും ആക്ക്. ആ കെയറോഫിൽ എനിക്കും കൽക്കത്തയിലൊക്കെ ഒന്നു വരാമല്ലോ. ഒരുപാട് നാളായി വിചാരിക്കുന്ന കൽക്കത്തയൊക്കെ ഒന്നു കാണണമെന്ന്.”

“തൽക്കാലം അളിയൻ ഫുട്ബോർഡിൽ നിന്ന് മണിയടിച്ചാൽ മതി...”

മറ്റുള്ളവർ പൊട്ടിച്ചിരിച്ചു.

ഇരുപത്

അടുത്ത രണ്ടു ദിവസങ്ങൾ പ്രതാപിനെ സംബന്ധിച്ചിടത്തോളം ഏറെ തിരക്കുള്ളതായിരുന്നു. ആദ്യമായി അവൻ അഞ്ചു വർഷത്തേക്ക് ലീവ് വേണമെന്ന് അപേക്ഷിച്ചുകൊണ്ട് ഒരു കത്തും അതോടൊപ്പം ലീവ് ആപ്ലിക്കേഷനും ഡി.ജി.പി.ക്ക് സമർപ്പിച്ചു.

പിന്നെ അത്യാവശ്യം വേണ്ട വസ്ത്രങ്ങളൊക്കെ വാങ്ങി. എല്ലാ കാര്യങ്ങൾക്കും അവന്റൊപ്പം പഞ്ചുവും ഉണ്ടായിരുന്നു. അവനും ഒരു പാന്റും ഷർട്ടും എടുത്തുകൊടുക്കാൻ പ്രതാപ് മറന്നില്ല.

ഒരു ട്രാവൽ ഏജൻസിയുമായി ബന്ധപ്പെട്ട് എത്രയും വേഗത്തിൽ കൽക്കത്തയ്ക്ക് പ്ലെയിൻ ടിക്കറ്റ് തരപ്പെടുത്തുന്ന കാര്യവും ഏൽപ്പിച്ചു.

വീട്ടിൽ നിന്ന് എല്ലാവരെയും കൊണ്ട് സിനിമയ്ക്കു പോയി. വലിയ ഹോട്ടലിൽ നിന്ന് ആഹാരം വാങ്ങിക്കൊടുത്തു.

അൻപതിനായിരം രൂപ അച്ഛന്റെ പേരിൽ ബാങ്കിൽ നിക്ഷേപിക്കുകയും ചെയ്തു.

എത്രയും വേഗത്തിൽ സുമചേച്ചിയുടെയും വിവാഹം നടത്തണമെന്നും വരനെ അന്വേഷിക്കുന്ന ചുമതല ദല്ലാൾ രാഘവനെത്തന്നെ ഏൽപ്പിക്കുവാൻ അച്ഛനോട് പറയുകയും ചെയ്തു.

അവന്റെ നിമിഷങ്ങൾക്ക് വല്ലാത്ത ആഹ്ലാദമുണ്ടായിരുന്നു. ഓടി നടന്ന് ഓരോ കാര്യങ്ങളും ചെയ്തുകൊണ്ടിരുന്നു.

അതിനിടെ അവന് ഒരു കത്തു കിട്ടി,

കാർലോസിന്റെ കത്ത്.

അദ്ദേഹം ഡൽഹിയിലാണ്. ഒരു കമ്പനി ടീമിന്റെ കോച്ചായി ജോയിൻ ചെയ്തു കഴിഞ്ഞു കഴിഞ്ഞു. പ്രതാപിന് ആഗ്രഹമുണ്ടെങ്കിൽ അവിടെ അവനുവേണ്ടി ശ്രമിക്കാമെന്നും പറഞ്ഞിരുന്നു.

താൻ കൽക്കത്തയ്ക്കു പോകുന്ന വിവരം കാണിച്ച് അന്നുതന്നെ അവൻ അദ്ദേഹത്തിനു മറുപടി അയച്ചു.

രണ്ടു ദിവസത്തിനുശേഷം അവൻ പോലീസ് ടീം ക്യാമ്പിൽ മടങ്ങിയെത്തുമ്പോഴേയ്ക്കും കൽക്കത്ത യാത്രയെക്കുറിച്ചുള്ള വിവരം എല്ലാവരും അറിഞ്ഞു കഴിഞ്ഞിരുന്നു.

ലീവ് അപേക്ഷിച്ചുകൊണ്ട് ഡി.ജി.പി.ക്ക് കൊടുത്ത കത്തിൽ നിന്നും സ്പോർട്സ് മന്ത്രി വിവരമറിഞ്ഞിട്ട് ശങ്കറോട് പറയുകയായിരുന്നു. അവനാണ് ക്യാമ്പിൽ വിവരമറിയിച്ചത്.

ശങ്കറിനും സുഹൃത്തുക്കൾക്കും ഇതൊരടിയായിരുന്നു. ഇങ്ങനെ ഒരു മാർഗ്ഗത്തിലൂടെ അവൻ രക്ഷപെടുമെന്ന് ചിന്തിച്ചിരുന്നില്ല. മറിച്ചല്ലായിരുന്നു കോച്ച് സാം ലൂയിസിന്റെയും അവസ്ഥ.

ഇവൻ കൽക്കത്തയിൽ പോയി തിളങ്ങിയാൽ താൻ മനഃപൂർവ്വം ഇവനെ നശിപ്പിക്കുകയായിരുന്നു എന്ന് എല്ലാവരും മനസ്സിലാക്കും. അതു പാടില്ല.

കോച്ചും ശങ്കറുമായി ആലോചിച്ചു.

എങ്ങനെയെങ്കിലും ഇവനെ തളയ്ക്കണം.

അതിനൊരു മാർഗ്ഗത്തിനായി അവർ ചികഞ്ഞു ചിന്തിച്ചു. പക്ഷേ ബുദ്ധിയിൽ പറ്റിയ ഒരു മാർഗ്ഗവും തെളിയുന്നുമില്ല. അലിമാവോ ബ്രദേഴ്സിനെക്കൊണ്ട് ഇവനെ വേണ്ടെന്ന് പറയിച്ചാൽ മതി.

ശങ്കറുടെ തലച്ചോറിൽ വെളിച്ചം പരന്നു.

മുഖ്യമന്ത്രി വിചാരിച്ചാൽ ചിലപ്പോൾ അതു നടന്നേക്കും.

അവൻ തന്റെ അമ്മായിയപ്പൻ ആകാൻ പോകുന്ന മുഖ്യമന്ത്രിയുടെ അരികിലെത്തി. കാര്യങ്ങൾ വിശദമായി പറഞ്ഞു മനസ്സിലാക്കി. അവൻ പറയുന്നത് ശരിയാണെന്ന് മുഖ്യമന്ത്രിക്കും ഉറപ്പായി. പ്രതാപിനെ ഇവിടെനിന്നും വിട്ടുകൂടാ.

ബംഗാൾ മുഖ്യമന്ത്രി പീറ്റർ അലിമാവോയെ തനിക്കറിയാം. അദ്ദേഹത്തിന്റെ സഹോദരന്മാരുടേതാണ് അലിമാവോ ബ്രദേഴ്സ് എന്ന ടീം. പീറ്ററെ സന്ധിക്കണം.

മുഖ്യമന്ത്രി ഉറച്ചു കഴിഞ്ഞു.

ഡൽഹിയിൽവച്ച് തങ്ങൾ വളരെയധികം അടുത്തു കഴിഞ്ഞിട്ടുള്ളവരാണ്. താൻ ഇത്തരം ഒരാവശ്യം ഉന്നയിച്ചു കഴിഞ്ഞാൽ അത് അദ്ദേഹം നടത്തിത്തരും എന്ന കാര്യത്തിൽ ശിവദാസന് സംശയമില്ല.

അന്നുതന്നെ ശിവദാസൻ ബംഗാൾ മുഖ്യമന്ത്രിയുമായി ടെലഫോണിൽ സംസാരിച്ചു.

നേരിൽ പറയേണ്ട ഒരു അത്യാവശ്യസംഗതിയുണ്ടെന്നും താൻ അടുത്ത ദിവസം തന്നെ അവിടേക്കെത്തുമെന്നും അറിയിച്ചു.

താൻ സ്ഥലത്തുണ്ടാവുമെന്നും എയർപോർട്ടിലേക്ക് കാർ അയയ്ക്കാമെന്നും പീറ്റർ അലിമാവോ അറിയിച്ചു. അടുത്ത ദിവസം അതീവ രഹസ്യമായി കേരളാ മുഖ്യമന്ത്രി ബംഗാളിലേക്ക് പോയി.

പീറ്റർ അലിമാവോയെ അദ്ദേഹത്തിന്റെ ഔദ്യോഗിക വസതിയിൽ വച്ചാണ് സന്ധിച്ചത്. ചായ സൽക്കാരത്തിനുശേഷം ശിവദാസൻ കാര്യത്തിലേക്ക് കടന്നു.

“ഇതെന്റെ പ്രസ്റ്റീജ് പ്രശ്നമാണ്” എന്നു പറഞ്ഞാണ് ശിവദാസൻ തുടങ്ങിയത്.

ഒരു ചുരുട്ട് പുകച്ചുകൊണ്ട് പീറ്റർ അലിമാവോ എല്ലാം ശ്രദ്ധയോടെ കേട്ടിരുന്നു.

“അതുകൊണ്ട് എന്തുവന്നാലും അലിമാവോ ബ്രദേഴ്സ് പ്രതാപിനെ ടീമിലെടുക്കരുത്. അത് മി. പീറ്റർ എനിക്ക് സാധിച്ചു തരണം...”

അലിമാവോയുടെ ചുണ്ടിൽ വിരിഞ്ഞ പുഞ്ചിരിയുടെ അർത്ഥം ശിവദാസന് പിടി കിട്ടിയില്ല.

"മി. ശിവദാസൻ" പീറ്റർ നേരെ ഇരുന്നിട്ട് കണ്ണടയെടുത്ത് കർച്ചീഫുകൊണ്ട് തുടച്ചിട്ട് വീണ്ടും യഥാസ്ഥാനത്തു വച്ചു."ടീമിന്റെ കാര്യങ്ങളിലൊന്നും ഇതേവരെ ഞാൻ ഇടപെട്ടിട്ടില്ല. അതൊക്കെ അനുജന്മാരാണ്. ഇന്ന് ഭാരതത്തിലെ ഏറ്റവും മികച്ച കളിക്കാരാണ് അലിമാവോ ബ്രദേഴ്സിൽ ഉള്ളതെന്ന് ഞാൻ പറയാതെ അറിയാമല്ലോ. പല സംസ്ഥാനങ്ങളിലും ഉള്ളവരാണിവർ. മികച്ച കളിക്കാർ തങ്ങളുടെ സംസ്ഥാനത്തുനിന്നും പോകുന്നതിനോട് എന്നും അവിടുത്തെ ഭരണാധികാരികൾക്ക് വിയോജിപ്പാണു താനും. എന്നിരുന്നാലും മോഹിക്കുന്ന പ്രതിഫലം നൽകി അവരെയൊക്കെ അലിമാവോ ബ്രദേഴ്സ് സ്വന്തമാക്കിയിട്ടുണ്ടുതാനും. അതെല്ലാംതന്നെ അനുജന്മാരുടെമാത്രം റിസ്കിലാണ്. ഇപ്പോൾ ഇവിടെയും ഒരു തീരുമാനം എടുക്കണമെങ്കിൽ അവർതന്നെ വേണം. എനിക്കായിട്ട് ഒന്നും കഴിയില്ല..."

ശിവദാസിന്റെ മുഖം മങ്ങി. എങ്കിലും പ്രതീക്ഷ കൈവിട്ടില്ല.

"എനിക്ക് അനുജന്മാരുമായി ഒന്നു സംസാരിച്ചാൽ കൊള്ളാം."

"ഓക്കെ...താങ്കൾ വിശ്രമിക്കുക..."

ശിവദാസൻ എണീറ്റു.

മന്ത്രിയുടെ പി.എ. അദ്ദേഹത്തെ മറ്റൊരു മുറിയിലെത്തിച്ചു.

ഉച്ച കഴിഞ്ഞപ്പോൾ അലിമാവോ ബ്രദേഴ്സിന്റെ ടീം മാനേജരും പീറ്റർ അലിമാവോയുടെ സഹോദരനുമായ പോപ്സൺ അലിമാവോയും മുഖ്യമന്ത്രി ശിവദാസന്റെ മുന്നിലെത്തി.

ഇരുവരും പരസ്പരം അഭിവാദനം ചെയ്തു.

പീറ്റർ അലിമാവോയോടു പറഞ്ഞതത്രയും പോപ്സണിന്റെ മുന്നിൽക്കൂടി അദ്ദേഹത്തിന് അവതരിപ്പിക്കേണ്ടി വന്നു.

ശ്രദ്ധയോടെ കേട്ടിരുന്ന പോപ്സൺ സംസാരിച്ചു.

"പക്ഷേ ഞാൻ അറിഞ്ഞ കാര്യങ്ങൾ വച്ചു നോക്കുമ്പോൾ പ്രതാപ് അവിടെനിന്നും പോരുന്നതുകൊണ്ട് ടീമിനുണ്ടാകുന്ന നഷ്ടമല്ല, മറിച്ച ഇത് താങ്കൾ ഒരു പകപോക്കലായിട്ടാണെടുത്തിരിക്കുന്നത് എന്ന് തോന്നുന്നു."

ശിവദാസൻ അമ്പരന്നുപോയി.

"സാർ തെറ്റിദ്ധരിക്കരുത്" പോപ്സൺ തുടർന്നു "അങ്ങയുടെ പുത്രിയും പ്രതാപും തമ്മിൽ അടുപ്പമായിരുന്നതുകൊണ്ടല്ലേ താങ്കൾക്ക് വൈരാഗ്യം?"

ശിവദാസന്റെ മുഖം വിളറിവെളുത്തു. എല്ലാകാര്യങ്ങളും ഇവരും അറിഞ്ഞിരിക്കുന്നു.

“ആ നിലയ്ക്ക് അയാൾ അവിടെനിന്നും പോരുന്നതു തന്നെയാണ് നിങ്ങൾക്കും ആശ്വാസം. അതിനു പകരം മികച്ച ഒരു കളിക്കാരനെ ഇങ്ങനെ ശ്വാസം മുട്ടിക്കുന്നത് ശരിയാണോ?”

“മി. പോപ്സൺ” മുഖ്യമന്ത്രി ആ സംസാരം ഇഷ്ടപ്പെടാത്ത രൂപത്തിൽതന്നെ സംസാരിച്ചു. “ഞാൻ പറഞ്ഞ കാര്യങ്ങൾ അംഗീകരിക്കുവാൻ നിങ്ങൾക്കിഷ്ടമുണ്ടെങ്കിൽ ആവാം. അതല്ലാതെ മറ്റൊന്നും എനിക്ക് കേൾക്കണമെന്നില്ല.”

പോപ്സൺ അലിമാവോ ചിരിച്ചു.

“താങ്കൾ രോഷം കൊണ്ടിട്ടൊന്നും കാര്യമില്ല. പ്രതാപിനെ വേണ്ടെന്നുവയ്ക്കാൻ ഞങ്ങൾക്കു ബുദ്ധിമുട്ടാണ്.”

“എങ്കിൽ ഈ സംഭാഷണം നമുക്ക് ഇവിടംകൊണ്ട് അവസാനിപ്പിക്കാം.”

“ഓക്കെ...” പോപ്സൺ എണീറ്റു.

“ലുക്ക് മി. പോപ്സൺ. നിങ്ങൾ ഒരു കാര്യം ഓർത്തിരുന്നാൽ കൊള്ളാം. കേരളത്തിലെ പോലീസ് ടീമിന്റെ കളിക്കാരനാണ് പ്രതാപ്. ഞാൻ അവിടുത്തെ ആഭ്യന്തരം കൂടി കൈകാര്യം ചെയ്യുന്ന മുഖ്യമന്ത്രിയും. ആ നിലയ്ക്ക് എനിക്കും ചില അധികാരങ്ങളൊക്കെയുണ്ട്.”

ഇത്തവണ പോപ്സൺ ഉച്ചത്തിൽ പൊട്ടിച്ചിരിച്ചു.

“താങ്കൾ ഇപ്പോൾ ഞങ്ങളുടെ അതിഥിയാണ്. ആതിഥ്യമര്യാദ അലിമാവോ ബ്രദേഴ്സ് മറക്കാറില്ല. അല്ലെങ്കിൽ ഇനി താങ്കൾ ഒരക്ഷരംപോലും സംസാരിക്കില്ലായിരുന്നു.”

താൻ വല്ലാതെ അപമാനിതനായിരിക്കുന്നുവെന്ന് കേരളാ മുഖ്യമന്ത്രി അറിഞ്ഞു.

അലിമാവോ ബ്രദേഴ്സിന്റെ ശക്തിയെക്കുറിച്ച് ശിവദാസൻ കേട്ടിട്ടുണ്ട്. കൽക്കത്ത അധോലോകം അവരുടെ കാൽക്കീഴിലാണ്. അവർ ഒന്നു മൂളിയാൽ എന്തിനും മടിക്കാത്ത ഭയങ്കരന്മാർ വിദേശനിർമ്മിത റൈഫിളുകളുമായി നിരത്തിലിറങ്ങും.

“വീണ്ടും കാണാം...” എന്ന് പറഞ്ഞ് തിരിഞ്ഞു നടന്ന പോപ്സൺ അലിമാവോ വാതിൽക്കൽ എത്തിയിട്ട് പറഞ്ഞു. “താങ്കൾ കേരളാ മുഖ്യമന്ത്രി എന്ന നിലയിൽ എന്ത് ആക്ഷൻ വേണമെങ്കിലും കൈക്കൊണ്ടോളൂ. പക്ഷേ ഞങ്ങളുടെ അടുത്ത മത്സരത്തിൽ പ്രതാപ് ഉണ്ടായിരിക്കും...”

"ചലഞ്ച്..."

"യേസ്?" അദ്ദേഹത്തിന്റെ കണ്ണുകളിലേക്ക് ഉറ്റുനോക്കിക്കൊണ്ട് പോപ്സൺ തുടർന്നു. "പക്ഷേ അതിന്റെ പേരിൽ പാവപ്പെട്ട അവന്റെ കുടുംബത്തെ ഏതെങ്കിലും വിധത്തിൽ ദ്രോഹിക്കാൻ ശ്രമിച്ചാൽ....അലിമാവോ ബ്രദേഴ്സ് ബംഗാളിൽ ഇരുന്നാൽ മതി, കേരളത്തിലെ മന്ത്രിമന്ദിരങ്ങളിൽ അഗ്നിയെരിയുവാൻ..."

അവസാനവാചകം കടുപ്പിച്ചാണ് പോപ്സൺ പറഞ്ഞത്.

കേരളാ മുഖ്യമന്ത്രി വിയർത്തുപോയി.

മടക്കയാത്രയിൽ തീർത്തും പരിക്ഷീണിതനായിരുന്നു ശിവദാസൻ. ദൗത്യം നടന്നില്ലെന്നു മാത്രമല്ല താൻ അപമാനിതനാകുകയും ചെയ്തിരിക്കുന്നു. നാളത്തെ പത്രങ്ങളിൽ ഇത് വാർത്തയാകും. ഒന്നും വേണ്ടിയിരുന്നില്ല. ഇനിയെങ്ങിനെ അടുത്ത നിയമസഭയെ അഭിമുഖീകരിക്കും?

കേരളത്തിൽ തിരിച്ചെത്തിയ മുഖ്യമന്ത്രിയെ പത്രറിപ്പോർട്ടർമാരുടെ ഒരു പടതന്നെയാണ് എയർപോർട്ടിൽ എതിരേറ്റത്.

അദ്ദേഹം അമ്പരന്നുപോയി.

"താങ്കൾ അതീവ രഹസ്യമായി ബംഗാളിനു പോകുവാനുണ്ടായ കാരണം എന്താണ്?" ചോദ്യങ്ങൾ വീണു തുടങ്ങി.

മുഖ്യമന്ത്രി തുറിച്ചൊന്നു നോക്കിയതല്ലാതെ മറുപടി പറഞ്ഞില്ല.

"പ്രതാപ് അലിമാവോ ബ്രദേഴ്സനുവേണ്ടി വർക്കു ചെയ്യാൻ തീരുമാനിച്ചതുമായി ബന്ധപ്പെട്ടല്ലേ ഈ യാത്ര?"

അതിനും മറുപടിയില്ല.

"ചോദ്യങ്ങൾക്കു മുന്നിൽ ഇങ്ങനെ നിശ്ശബ്ദനാകുന്ന ശീലം ശരിയല്ല..."

"അതെയോ?" മുഖ്യമന്ത്രി പണിപ്പെട്ടു ചിരിച്ചു.

"താങ്കളുടെ യാത്രകൊണ്ട് പ്രയോജനം ഒന്നുമുണ്ടായില്ല അല്ലേ?"

"ആവോ ചോദ്യത്തിനൊപ്പം ഉത്തരങ്ങളും നിങ്ങൾതന്നെ കണ്ടെത്തുന്നുണ്ടല്ലോ..."

"പ്രതാപിനെ ഇവിടെത്തന്നെ തളച്ചിട്ട് മനഃപൂർവ്വം ദ്രോഹിക്കണമെന്ന് താങ്കൾക്കെന്താണിത്ര വാശി?"

"എന്നാരു പറഞ്ഞു?"

"എല്ലാവരും പറയുന്നു."

"എങ്കിൽ ആ പറഞ്ഞവർക്കാവും വാശി..."

മുഖ്യമന്ത്രി കാറിനടുത്തെത്താറായി.

"സാർ, ഒരിക്കൽ ഹോസ്പിറ്റിലിൽ വച്ചു ചോദിച്ച അതേ ചോദ്യം ഒന്നുകൂടി ആവർത്തിക്കട്ടെ. മീരയ്ക്ക് ഒരു ചെറുപ്പക്കാരനുമായി അടുപ്പമുണ്ടായിരുന്നു അല്ലേ? പ്രതാപുമായി. അതിന്റെ ദേഷ്യമല്ലേ താങ്കൾ പ്രതാപിനോട് കാണിക്കുന്നതും മീരയുടെ വിവാഹം വേഗത്തിൽ നടത്തുന്നതും."

മുഖ്യമന്ത്രി കണ്ണുകൾ കത്തി.

പല്ലുകടിച്ചു കൊണ്ട് അദ്ദേഹം പത്രറിപ്പോർട്ടറെ നോക്കി.

പൊലീസ് ഉദ്യോഗസ്ഥൻ കാറിന്റെ ഡോർ തുറന്നുകൊടുത്തു.

അദ്ദേഹം കയറി.

ഡോർ അടഞ്ഞു.

കാർ പാഞ്ഞുപോയി.

ഒപ്പം സൈറൻ മുഴക്കിക്കൊണ്ട് പോലീസ് ജീപ്പും.

** ** **

പ്രതാപ് പലതവണ ഡി.ജി.പി. ഓഫീസിൽ കയറിയിറങ്ങി. ഉടനെ ലീവ് സാങ്ഷൻ ചെയ്തുതരാം എന്നുള്ള മറുപടി അല്ലാതെ ആശാവഹമായ നീക്കങ്ങളൊന്നും ഉണ്ടാകുന്നില്ല. വ്യാഴാഴ്ചയാണ് അവൻ കൽക്കത്തയ്ക്കു പോകുവാൻ തീരുമാനിച്ചിരിക്കുന്നത്. ഇന്ന് തിങ്കൾ എന്തായാലും ഡി.ജി.പി.യെ ഒന്നു നേരിൽക്കാണണമെന്ന് അവൻ തീരുമാനിച്ചു.

പ്രതാപ് കാത്തിരുന്നു.

ഉച്ചയാകാറായപ്പോൾ അവന് അദ്ദേഹത്തെ കാണുവാനുള്ള അനുവാദം കിട്ടി.

മേലുദ്യോഗസ്ഥനു സല്യൂട്ട് നൽകി.

മാന്യമായ പെരുമാറ്റമാണ് അദ്ദേഹത്തിൽ നിന്നും അവനു കിട്ടിയത്.

"എന്റെ കുറ്റം കൊണ്ടല്ല പ്രതാപ് തനിക്ക് ലീവ് കിട്ടാത്തത്. മറ്റു ചിലരുടെ പ്രേരണയാണ്. അത് നടപ്പാക്കിയില്ലെങ്കിൽ നാളെ ഞാൻ നഷ്ടത്തിലോടുന്ന ഏതെങ്കിലും സർക്കാർ കമ്പനിയുടെ മാനേജിംഗ് ഡയറക്ടറായിരിക്കും. ഇതൊക്കെ ഞാൻ പ്രതാപിനോടായതുകൊണ്ട് തുറന്നു പറയുവാണ്. പുറത്തുപോകില്ലെന്ന വിശ്വാസത്തിൽ..."

അവൻ കേട്ടിരുന്നു.

"എനിക്ക് നൂറുശതമാനവും സമ്മതമാണ്. എന്തായാലും ലീവ്

അനുവദിച്ചുതരാൻ സാധിക്കും എന്നാണ് എന്റെ വിശ്വാസം.”

“എങ്കിൽ ഞാൻ ഇറങ്ങട്ടെ സാർ...”

“ശരി...”

തനിക്ക് ലീവ് കിട്ടില്ലെന്ന് പ്രതാപിനുറപ്പായി.

അവൻ പ്രതിപക്ഷനേതാവിന്റെ മകൻ റാം ഗബ്രിയേലുമായി സന്ധിച്ചു. അവൻ തന്റെ ഡാഡിയെക്കൊണ്ട് മുഖ്യമന്ത്രിയുമായി സംസാരിച്ചു. ശിവദാസൻ യാതൊരു തരത്തിലും വഴങ്ങുന്ന ലക്ഷണം കണ്ടില്ല. പത്രങ്ങളിൽ അടിക്കടി വാർത്തകൾ വന്നു. യാതൊരു പ്രയോജനവുമില്ല

“ലീവ് കൊടുക്കേണ്ടത് ഞാനല്ല ഡി.ജി.പിയാണ്”

ഒരു പത്രസമ്മേളനത്തിൽ മുഖ്യമന്ത്രി തുറന്നടിച്ചു.

പക്ഷേ അപ്പോഴേയ്ക്കും രസകരമായ മറ്റൊരു സംഭവം നടന്നു. ഡി.ജി.പി. രണ്ടാഴ്ചത്തേക്ക് ലീവെടുത്തു!

ആരുടെ പ്രേരണയാലാണ് അദ്ദേഹം ലീവെടുത്തതെന്ന് പരസ്യമായ രഹസ്യമായിരുന്നു.

പ്രതാപ് തളർന്നുപോയി.

ചിലന്തിവലയിൽ അകപ്പെട്ട പ്രാണിയാണ് താൻ എന്നവൻ ഓർത്തു.

വിനോദും ജോസും അലക്സുമൊക്കെ അവന്റെ ഈ അവസ്ഥയിൽ ആത്മാർത്ഥമായും വേദനിച്ചു.

ശങ്കറും സുഹൃത്തുക്കളുമൊക്കെ വിജയഭാവത്തിൽ തലയുയർത്തിപ്പിടിച്ച് നടന്നു.

ബുധനാഴ്ചയായി.

അന്നു വൈകിട്ടത്തെ പ്രാക്ടീസ് കഴിഞ്ഞയുടനെ അവൻ വീട്ടിലേക്ക് പോയി. മനസ്സിൽ ദൃഢമായ ചില തീരുമാനങ്ങളോടെ.

പോകുന്ന വഴിക്ക് അവൻ അലിമാവോ ബ്രദേഴ്സുമായി ഫോണിൽ ബന്ധപ്പെട്ടു.

അടുത്തദിവസം വൈകിട്ടായപ്പോൾ ക്യാമ്പിൽ ആ വാർത്തയറിഞ്ഞു.

ശങ്കറും സുഹൃത്തുക്കളുമൊക്കെ വിളറിപ്പോയി. മുഖ്യമന്ത്രിയുടെയും സ്പോർട്സ് മന്ത്രിയുടെയുമൊക്കെ ടെലഫോണുകൾ ശബ്ദിച്ചു.

പ്രതാപ് അന്നത്തെ വിമാനത്തിൽ ബംഗാളിലേക്ക് പോയി.

ലീവ് അനുവദിക്കാതെ.

അതിന്റെ തൊട്ടടുത്ത ദിവസം ഡി.ജി.പി.യുടെ ഓഫീസിൽ ഒരു

രജിസ്ട്രേർഡ് കവർ കിട്ടി. അതിന്റെ ഫ്രം അഡ്രസ്സ് പ്രതാപിന്റേതായിരുന്നു.

അസി. ഡി.ജി.പി. കവർ തുറന്നു.

അതിനുള്ളിൽ പ്രതാപിന്റെ രാജിക്കത്തായിരുന്നു.

അവന്റെ എതിരാളികൾ ഇത്രയും പ്രതീക്ഷിച്ചിരുന്നില്ല.

ഇരുപത്തിയൊന്ന്

പ്രതാപ് ജോലി രാജിവച്ചതും കൽക്കത്ത അലിമാവോ ബ്രദേഴ്സിലേക്ക് ചേക്കേറിയതുമൊക്കെ പത്രത്തിലൂടെയാണ് മീര അറിഞ്ഞത്.

അവന്റെ ആ രക്ഷപെടലിൽ അവൾക്ക് അതിരറ്റ ആഹ്ലാദം തോന്നി. ഇവിടെ നിൽക്കുകയായിരുന്നുവെങ്കിൽ എല്ലാവരുംകൂടി അവനെ ഇഞ്ചിഞ്ചായി കൊല്ലുമെന്ന് അവൾക്കറിയാം.

എന്നിരുന്നാലും അവൻ തന്നിൽ നിന്നകന്ന ആ നഷ്ടബോധം അവളുടെ സന്തോഷത്തിനുമേൽ നിഴൽ വീഴ്ത്തി.

മുഖ്യമന്ത്രിക്ക് അരിശമായിരുന്നു.

അലിമാവോ ബ്രദേഴ്സ് പരസ്യമായി തന്നെ വെല്ലുവിളിച്ചതാണ്. എന്നിട്ടും എന്തേ ഇത്തരം ഒരു സാദ്ധ്യതയെക്കുറിച്ച് ചിന്തിച്ചില്ലേ?

വിവാഹത്തിന് ഇനി അധികദിവസമൊന്നുമില്ല. ക്ഷണക്കത്തുകൾ പ്രിന്റു ചെയ്തിരുന്നു. അത്യധികം ആഡംബരത്തോടെ.

മന്ത്രിയും പത്നിയും രണ്ട് വഴികളിലൂടെയാണ് ക്ഷണിക്കാനിറങ്ങിയത്. എങ്കിലേ മുഴുവൻ വിളിച്ചു തീർക്കാൻ കഴിയൂ.

മീര ആരെയും വിളിച്ചില്ല. തന്റെ അടുത്ത കൂട്ടുകാരികളെപ്പോലും. തന്റെ വിവാഹമാണെന്നേ അവൾക്ക് ചിന്തപോലുമില്ല. ഒരുതരം മരവിപ്പു ബാധിച്ച അവസ്ഥയിൽ അവളങ്ങനെ കഴിഞ്ഞു.

** ** **

അലിമാവോ ബ്രദേഴ്സിൽ എത്തിച്ചേർന്ന പ്രതാപിന് ഹൃദ്യമായ സ്വീകരണമാണ് ലഭിച്ചത്. അവരുടെ ടീം ഡോക്ടർ തന്നെ അവനെ വിവിധ ടെസ്റ്റുകൾക്ക് വിധേയമാക്കി.

ആദ്യത്തെ ഒന്നുരണ്ട് ദിവസം അവനു റസ്റ്റായിരുന്നു. അതിനുശേഷം ഗബ്ബാർസിംഗിന്റെ കീഴിൽ കോച്ചിംഗ് തുടങ്ങി.

തനിക്ക് നഷ്ടപ്പെട്ട വീര്യം തിരിച്ചുകിട്ടുന്നത് പ്രതാപ് തിരിച്ചറിഞ്ഞു. മാത്രമല്ല അവനു വാശിയായിരുന്നു. തന്നെ തള്ളിപ്പറഞ്ഞവരോട് പക വീട്ടണം. അതിനു താൻ കളിക്കളത്തിൽ മിന്നിത്തിളങ്ങണം. അതിനു വേണ്ടി എന്തും സഹിക്കുവാൻ അവൻ സന്നദ്ധനായിരുന്നു.

ഏതാനും ദിവസങ്ങൾക്കുള്ളിൽ അവൻ ഒരു കാര്യമറിഞ്ഞു. താൻ കുറെക്കൂടി നേരത്തെ ഇവിടെയെത്തേണ്ടതായിരുന്നു. പരസ്പരം സ്നേഹവും വിശ്വാസവുമുള്ള കളിക്കാർ. കളിക്കാരുടെ ന്യായമായ ഏതാവശ്യവും നടത്തിക്കൊടുക്കാൻ സന്നദ്ധരായ മാനേജുമെന്റ്.

മെച്ചപ്പെട്ട പാർപ്പിട സൗകര്യങ്ങളും ഭക്ഷണവും. പൊലീസ് ടീമിനെ അപേക്ഷിച്ച് അവിടം സ്വർഗ്ഗമായിരുന്നു.

അലിമാവോ ബ്രദേഴ്സിലെ കളിക്കാർക്കൊക്കെ അവനെ വലിയ കാര്യമായി.

പ്രതാപ് എല്ലാ വിവരവും കാണിച്ച് വീട്ടിലേക്ക് കത്തെഴുതി.

'ഗോൾഡ് കപ്പ്' അടുത്തു വരികയാണ്. കഴിഞ്ഞവർഷം ആ സമയത്ത് താൻ ഹോസ്പിറ്റലിൽ നിന്നും പുറത്തിറങ്ങിയതേയുള്ളൂ. ബംഗാളിന്റെ അയൽ സംസ്ഥാനങ്ങളിലൊന്നായ ഒറീസയിൽ വച്ചാണ് മത്സരം.

കേരളാപോലീസും രംഗത്ത് കാണും. ഒന്നു കളിക്കണം. ഇത്തവണയെങ്കിലും ഗോൾഡ് കപ്പിൽ മുത്തമിടണം. എത്രയോ വർഷം മുമ്പ് തുടങ്ങിയ ആഗ്രഹമാണ്.

ഗോൾഡ് കപ്പ് മുന്നിൽ കണ്ടുകൊണ്ടുതന്നെ അവൻ പ്രാക്ടീസുകളിൽ മുഴുകി.

** ** **

ശങ്കറും മീരയും തമ്മിലുള്ള വിവാഹത്തിന്റെ തലേദിവസം.

മുഖ്യമന്ത്രിയുടെ വസതിയിൽ രണ്ടുദിവസങ്ങൾക്കു മുമ്പ് മുതലേ അതിഥികളുടെ വരവു തുടങ്ങിയതാണ്. മീരയുടെ അതേ പ്രായമുള്ള പെൺകുട്ടികളും അക്കൂട്ടത്തിലുണ്ടായിരുന്നു. എന്നാൽ അവരോടുപോലും അവൾ അത്ര താല്പര്യം കാട്ടിയില്ല.

സാധാരണ പെൺകുട്ടികൾക്കുണ്ടാവുന്ന ആശങ്കയോ ലജ്ജയോ ഒന്നുംതന്നെ അവൾക്കില്ലായിരുന്നു.

ഈ രാത്രിയിൽ താൻ അങ്ങു മരിച്ചുപോയിരുന്നെങ്കിൽ എന്ന് അവൾ ആഗ്രഹിക്കുകയായിരുന്നു.

കടൽക്കരയിൽ വച്ച് പ്രതാപിനോട് പറഞ്ഞത് പാലിക്കാൻ തനിക്ക് കഴിയുന്നില്ലല്ലോയെന്ന് അവൾ സങ്കടത്തോടെ ചിന്തിച്ചു.

പ്രതാപല്ലാതെ മറ്റേതു പുരുഷനാണെങ്കിലും തന്റെ ശവശരീരത്തിലേ താലി ചാർത്തൂ എന്നായിരുന്നു താൻ പറഞ്ഞത്.

പക്ഷേ പ്രതാപ്....

അങ്ങയ്ക്കും അങ്ങയുടെ കുടുംബത്തിനും യാതൊന്നും സംഭവിക്കാതിരിക്കാൻവേണ്ടിയാണ് ഈ മീരയിപ്പോൾ ജീവനോടിരിക്കുന്നത്. പക്ഷേ ആ സത്യം അങ്ങയെ അറിയിക്കുവാൻ കഴിയാത്തതിൽ എനിക്കതിയായ ദുഃഖമുണ്ട്.

താഴെ പന്തലിൽ പൊട്ടിച്ചിരികളും ബഹളങ്ങളുമൊക്കെ കേൾക്കുന്നു. മീര അസഹ്യതയോടെ ജനൽ വലിച്ചടച്ചു.

ഇരുട്ടു വീണു

രാത്രി കനത്തു.

ഇരുളിൽ തുറിച്ചുനോക്കിക്കൊണ്ട് മീര കിടന്നു.

നാളെ തന്റെ കഴുത്തിൽ കൊലക്കയർ വീഴും. പിന്നെ ഈ ജന്മത്തിൽ ഇനി മോചനമില്ല.

തന്റെ വിധിയിൽ സ്വയം പഴിച്ചുകൊണ്ട് അവൾ തലയിണയിൽ തലതല്ലി കരഞ്ഞു.

അടുത്ത ദിവസം

അതിരാവിലെതന്നെ തലസ്ഥാനത്തെ പ്രസിദ്ധമായ ബ്യൂട്ടിഷ്യനെത്തി.

ഒരു മരപ്പാവ കണക്കെ അവൾ ഇരുന്നുകൊടുത്തു. മുറ്റത്തെ വിശാലമായ പന്തലിൽ ആൾക്കാർ തിക്കിത്തിരക്കി.

സമൂഹത്തിലെ വമ്പൻ തിമിംഗലങ്ങളൊക്കെ എത്തിച്ചേർന്നു തുടങ്ങി. മുഖ്യമന്ത്രിയും പത്നിയും മുഖം നിറയെ പുഞ്ചിരിയുമായി അതിഥികളെ സ്വീകരിച്ചു.

വരനും കൂട്ടരം എത്തി.

ചടങ്ങുകൾ ആരംഭിക്കുകയായി.

ചുവന്ന പട്ടിൽ ഒരു അപ്സരസിനെപ്പോലെ മീര.

വരനും വധുവും മണ്ഡപത്തിലേക്ക് ആനയിക്കപ്പെട്ടു.

ശങ്കറുടെ അരികിൽ കുനിഞ്ഞ ശിരസ്സോടെ മീര ഇരുന്നു. ശങ്കറുടെ അടുത്ത സുഹൃത്തുക്കളും കോച്ച് സാംലൂയിസും കസേരയിൽ ഇരിക്കാതെ മണ്ഡപത്തിനരികിൽ തന്നെയുണ്ട്. ഒരുതരം വളിച്ച വിറ്റുകളും പറഞ്ഞുകൊണ്ട്.

പെട്ടെന്ന് മീര ഒരു കാര്യമറിഞ്ഞു. ശങ്കറിൽ നിന്നും മദ്യത്തിന്റെ അതിരൂക്ഷമായ ഗന്ധം ഉതിരുന്നു.

ഛേ! അവൾ അവജ്ഞയോടെ തല വെട്ടിത്തിരിച്ചു. പിന്നെ

പെട്ടെന്നോർത്തു. ഈ മനുഷ്യനിൽ നിന്ന് താൻ ഒന്നും ആഗ്രഹിച്ചിരുന്നില്ലല്ലോ? ഇയാൾ എങ്ങനെയായിരുന്നാലും തനിക്കൊന്നുമില്ല. കെണിയിൽ അകപ്പെട്ടുപോയ ഇരമാത്രമാണ് താൻ. കൊല്ലുകയോ തിന്നുകയോ ആവാം.

വേടൻ എത്തരക്കാരനും ആയിക്കൊള്ളട്ടെ.

മുഹൂർത്തം ആഗതമായി.

ശങ്കർ താലിചാർത്തിയ ആ നിമിഷം.

ഒരു സർപ്പം കഴുത്തിൽ വീണതുപോലെ പിടഞ്ഞുപോയി മീര.

കണ്ണടച്ച് പല്ലുകടിച്ച് അവൾ സഹിച്ചു.

എന്നെന്നേക്കുമായി തന്നെ ബന്ധിപ്പിക്കുന്ന ആ ചങ്ങല കഴുത്തിൽ വീണു കഴിഞ്ഞു.

അടിമ.

അതെ. താൻ അടിമയായിരിക്കുന്നു. അവകാശങ്ങളില്ലാത്ത അഭിപ്രായങ്ങളില്ലാത്ത അഭിലാഷങ്ങളില്ലാത്ത അടിമ.

അവളുടെ കൺകോണിൽ ഒരു തുള്ളി കണ്ണീർ മൊട്ടിട്ടു. ആരുമറിയാതെ അവൾ അത് കർച്ചീഫിൽ ഒതുക്കി. പക്ഷേ ശങ്കർ കണ്ടു. അവന്റെ മുഖത്ത് ലോകം പിടിച്ചടക്കിയതുപോലെ ഒരു ചിരിയുണ്ടായി.

ഫോട്ടോഗ്രാഫർമാരുടെയും വീഡിയോഗ്രാഫർമാരുടെയും തിരക്ക്. കേരളം കണ്ട ഏറ്റവും വലിയ വിവാഹങ്ങളിൽ ഒന്ന്.

മണ്ഡപത്തിൽ നിന്നും പുറത്തേക്കിറങ്ങുമ്പോൾ മീര ദീർഘമായി ഒന്നു നിശ്വസിച്ചു.

പിന്നെ ശങ്കറുടെ കൂട്ടുകാരെ പരിചയപ്പെടൽ, ഡാഡിയുടെ കൂടെ അദ്ദേഹം കാട്ടിക്കൊടുത്തവരെയൊക്കെ തൊഴുക, മമ്മിയുടെ പൊങ്ങച്ചക്കാരികളായ മഹിളാസമാജം പ്രവർത്തകർക്കിടയിൽ, എല്ലാം മീര ഒരു യന്ത്രപ്പാവയായി അനുസരിച്ചു.

വിഭവസമൃദ്ധമായ സദ്യ കഴിഞ്ഞു.

അതിഥികൾ പിരിഞ്ഞുതുടങ്ങി.

വരനും വധുവും പുറപ്പെടേണ്ട നേരമായി.

മീര ഡാഡിയുടെയും മമ്മിയുടെയും അരികിൽ ചെന്നു. അവരുടെ അരികിൽ മറ്റാരും ഉണ്ടായിരുന്നില്ല അപ്പോൾ.

"ഞാൻ പോട്ടെ..."

"പോയിട്ടു വരാം എന്നു പറ മോളേ..." ആർദ്ര പറഞ്ഞു.

"ഇല്ല. ആ വീട്ടിൽ കാൽ കുത്തുന്നതിനുമുമ്പ് വഴിയിൽവച്ച് ഒരു ആക്സിഡന്റുണ്ടായി മരിക്കണമേ എന്നാണ് എന്റെ പ്രാർത്ഥന"

"മീരേ..." അമ്പരപ്പോടെ ശിവദാസൻ വിളിച്ചു. പിന്നെ ആരെങ്കിലും ഇതുകേട്ടോ എന്നറിയാൻ ചുറ്റും നോക്കി. "നീ എന്താ മോളെ ഈ പറയുന്നത്?"

"സത്യം എന്റെ ആഗ്രഹങ്ങളൊന്നും ഈശ്വരൻ സാധിച്ചു തന്നിട്ടില്ല. ഇതെങ്കിലും സാധിച്ചിരുന്നെങ്കിൽ..."

പൊട്ടിക്കരഞ്ഞുകൊണ്ട് അവൾ കാറിനടുത്തേക്ക് നീങ്ങി. കണ്ടുനിന്നവർ കരുതിയത് മാതാപിതാക്കളെ പിരിയുന്നതിനുള്ള വേദനയായിരിക്കും എന്നാണ്.

ശങ്കറിനു സമീപം കാറിൽ ഇരിക്കുമ്പോൾ വൃത്തികെട്ട ഏതോ വന്യമൃഗത്തിന്റെ സാമീപ്യമാണ് അവൾക്കു തോന്നിയത്.

വാഹനങ്ങൾ നിരനിരയായി നീങ്ങി.

മുന്നിൽപോകുന്ന കാറിലിരുന്ന് കോച്ച് സാം ലൂയിസും സൈമണും ആൻഡ്രൂസും കൈയടിച്ചു പാടുന്നു. ഇടയ്ക്കിടയ്ക്ക് പിന്നിലേക്ക് നോക്കുകയും കൈ ഉയർത്തി വീശുകയും ചെയ്യുന്നു. ചില അഞ്ചാംകിട തെരുവുപിള്ളേരെപ്പോലെ. മീര മുഖം കുനിച്ചു.

ശങ്കറുടെ വീട്.

രണ്ടുനിലകളുള്ള ഒരു ചെറിയ കൊട്ടാരം എന്നു വേണമെങ്കിൽ പറയാം. വിശാലമായ ഒരു മതിൽക്കെട്ടിനുള്ളിലെ ഏക കെട്ടിടം.

മുറ്റത്ത് മനോഹരമായി ഡിസൈൻ ചെയ്തിരിക്കുന്ന ഗാർഡനും നീന്തൽക്കുളവും ഒരു പാർക്കിനേക്കാൾ ഭംഗി തോന്നിപ്പിക്കുന്നതായിരുന്നു. ഗാർഡനു നടുവിൽ ജലധാര. അതിൽ മത്സ്യകന്യക.

പക്ഷേ അതൊന്നും മീരയുടെ ഹൃദയത്തിൽ പതിഞ്ഞില്ല. ഡ്രൈവ് വേയിലൂടെ പോർച്ചിലെത്തിയ കാർ നിൽക്കുമ്പോൾതന്നെ വാതിൽക്കൽ നിലവിളക്കുമായി ഒരു മദ്ധ്യവയസ്ക പ്രത്യക്ഷപ്പെട്ടു.

സ്പോർട്സ് മന്ത്രി അരവിന്ദാക്ഷന്റെ ഭാര്യ.

നിലവിളക്കു നല്കി അവർ മരുമകളെ സ്വീകരിച്ചു.

"വലതുകാൽ വച്ച് കയറ് മോളെ..."

മീര ഉള്ളിൽ ചിരിച്ചു.

ബലിമൃഗം എങ്ങനെ കയറിയാലെന്ത്?

** ** **

രാവിലത്തെ പ്രാക്ടീസ് കഴിഞ്ഞ് വെറുതെയിരിക്കുമ്പോൾ പ്രതാപ് ഓർത്തു. ഇന്നാണ് മീരയുടെ വിവാഹം.

അറിയാതെ മനസ്സിൽ ഒരു മുള്ളുകൊണ്ടു.

നഷ്ടബോധത്തിന്റെ നീറ്റൽ അനുഭവപ്പെട്ടു.

പക്ഷേ മനസ്സിനെ ശാസിച്ചു.

അരുത് പതറരുത്. നിനക്ക് നിന്റെ ലക്ഷ്യങ്ങളാണ് വലുത്. ഇന്ന് അവൾ നിന്റെ ആരുമല്ല. ഒന്നും വിധിച്ചിട്ടില്ലെന്ന് കരുതി സമാധാനിക്കുക.

ഒരു സുഹൃത്ത് കടന്നുവന്നു.

"പ്രതാപിന് ഒരു ഫോൺകാൾ"

അവൻ വേഗം ചെന്ന് അറ്റന്റ് ചെയ്തു.

അപ്പുറത്ത് പഞ്ചുവായിരുന്നു

"അളിയോ, ഞാൻ കേരളത്തിൽ നിന്നു വിളിക്കുവാ. കൽക്കട്ടയിൽ കേൾക്കാമോ?"

"കേൾക്കാം..."

"അച്ഛൻ അടുത്തുതന്നെ നിൽപ്പുണ്ട്. പിന്നെ സുമചേച്ചിക്ക് വിവാഹാലോചന, അതു പറയാനാ വിളിച്ചത്..."

"നമുക്ക് തൃപ്തിയാകുന്നതാണെങ്കിൽ മറ്റൊന്നും നോക്കണ്ട. തീരുമാനിച്ചേര്. ഒരു കാര്യം ചെയ്യ്. നീ റിസീവർ അച്ഛന്റെ കൈയിലേക്ക് കൊടുക്ക്."

"അയ്യോ, ഞാൻ തന്നെ സംസാരിച്ചാൽ മതിയെന്നാ പുള്ളിക്കാരൻ പറയുന്നത്."

"എങ്കിൽ എല്ലാം തീരുമാനിച്ചിട്ട് എന്നെ അറിയിക്ക്."

"കുറച്ച് പണംകൂടി വേണ്ടി വരും."

"ഒക്കെ ശരിയാക്കാം..."

"അടുത്തിടെയെങ്ങാനും കളിയുണ്ടോ?"

"വയ്ക്കെടാ ഫോൺ..."

പഞ്ചു അറിയാതെ റിസീവർ വച്ചു.

** ** **

മീരയുടെ ആദ്യരാത്രി.

സന്ധ്യ കഴിഞ്ഞപ്പോഴേ കോച്ച് സാം ലൂയിസും സൈമണും ആൻഡ്രൂസും എത്തിച്ചേർന്നതാണ്.

ഗാർഡനിൽ കസേരകളും ടീപ്പോയും എടുത്തിട്ട് മദ്യപിക്കുകയാണ് അവരോടൊപ്പം ചേർന്ന് ശങ്കറും.

സ്പോർട്സ് മന്ത്രി അരവിന്ദാക്ഷൻ അവിടെയുണ്ടായിരുന്നില്ല.

മീര ജനാലയ്ക്കൽ വന്നുനിന്ന് താഴേയ്ക്ക് നോക്കി.

പൊട്ടിച്ചിരികളും ഉച്ചത്തിലുള്ള സംസാരവും തുടരുകയാണ്.

"അളിയാ കാര്യമൊക്കെ കൊള്ളാം. കല്യാണം കഴിഞ്ഞെന്നു വച്ച് പ്രാക്ടീസ് നിർത്തിക്കളയരുത്..." ആൻഡ്രൂസ് ഓർമ്മിപ്പിച്ചു.

"കല്യാണം കഴിയുമ്പോഴല്ലേടാ പ്രാക്ടീസ് കൂടുന്നത്? സൈമൺ ചിരിച്ചു.

"ഞാൻ ഫുട്ബോൾ കളിയുടെ കാര്യമാണ് പറഞ്ഞത്..."

"എല്ലാം ഒന്നുംതന്നെയാ..."

മീരയുടെ തോളിൽ ഒരു കരം അമർന്നു.

അവൾ തിരിഞ്ഞുനോക്കി.

ആന്റി...

അരവിന്ദാക്ഷന്റെ ഭാര്യ സൗദാമിനി.

ഒറ്റനോട്ടത്തിൽതന്നെ അവർ ഒരു പൊങ്ങച്ചക്കാരിയാണെന്ന് തോന്നുമായിരുന്നെങ്കിലും വെറും സാധുവാണെന്ന് പിന്നീട് മനസ്സിലാക്കുവാൻ മീരയ്ക്ക് ഏതാനും മിനിട്ടുകൾകൊണ്ടു തന്നെ കഴിഞ്ഞിരുന്നു.

"മോൾക്ക് ഉറക്കം വരുന്നുണ്ടോ?"

"ഇല്ല" അവൾ ചിരിക്കാൻ ശ്രമിച്ചു.

ഈ വീട്ടിൽ മനുഷ്യപ്പറ്റുള്ളത് ഈ സ്ത്രീക്കു മാത്രമാണെന്ന് അവൾക്കുതോന്നി.

ജനാലയിലൂടെ താഴേയ്ക്ക് നോക്കിയ അവർ കോപത്തോടെ തല തിരിച്ചു.

"മാനേഴ്സില്ലാത്ത കൂട്ടങ്ങൾ. ഇന്നത്തെ ഈ ദിവസമേ കണ്ടുള്ളൂ നോൺസെൻസിനു മദ്യപിക്കുവാൻ...അതെങ്ങിനാ 'കൊമ്പൻ പോകുന്നതല്ലേ മോഴയ്കു വഴി' ആരെയും കുറ്റപ്പെടുത്തിയിട്ട് കാര്യമില്ല മോളേ..." അവർ ദീർഘമായി നിശ്വസിച്ചു. "ഇനി നിനക്കു കഴിയുമെങ്കിൽ ഒക്കെ തിരുത്തിയെടുക്കാൻ നോക്ക്..."

കഴിയുമെന്നോ ഇല്ലെന്നോ മീര പറഞ്ഞില്ല.

"മോൾക്കു വിശക്കുന്നില്ലേ?"

"ഇല്ല"

ക്ലോക്കിൽ പത്തടിച്ചു.

ഒരു കാർ ഗേറ്റ് കടന്നുവന്നു.

അതിൽ നിന്നും അരവിന്ദാക്ഷൻ ഇറങ്ങി.

"ആഹാ, ഇതുവരെ നിർത്തിയില്ലേ?" എന്നു ചോദിച്ചുകൊണ്ട് ഗാർഡനിലേക്ക് ചെന്നു.

"നിർത്തി അങ്കിൾ..." എന്നു പറഞ്ഞുകൊണ്ട് ആൻഡ്രൂസ് ഗ്ലാസ്സിൽ അവശേഷിച്ചതും അകത്താക്കിയിട്ട് എണീറ്റു.

"എന്നാൽ ഗുഡ്നൈറ്റ് സാർ" സാം ലൂയിസ് നടന്നു കഴിഞ്ഞു. "ശങ്കർ നിന്നോടുംകൂടിയാ ഗുഡ്നൈറ്റ് പറഞ്ഞത്"

"ഓക്കെ, ഗുഡ്നൈറ്റ്"

കൂട്ടുകാരും യാത്ര പറഞ്ഞു.

"നീ ഓവറായിപ്പോയി..." വേച്ചു വേച്ചു തന്നോടൊപ്പം നടക്കുന്ന അനന്തിരവനോട് മന്ത്രി പറഞ്ഞു.

"അതൊക്കെ അങ്കിളിനു തോന്നുന്നതാ..." തീൻമേശയിൽ വിഭവങ്ങൾ റെഡി.

അവർ ഇരുന്നു.

സൗദാമിനി പോയി മീരയെക്കൂടി വിളിച്ചുകൊണ്ടുവന്നു. കുനിഞ്ഞ മുഖത്തോടെ അവളും ഇരുന്നു. അരവിന്ദാക്ഷന്റെ ചോദ്യങ്ങൾക്ക് ഒറ്റവാക്കുകൾകൊണ്ട് ഉത്തരം നല്കി.

എത്രയും വേഗം അവിടെനിന്നും എണീറ്റാൽ മതിയന്നേ ഉണ്ടായിരുന്നുള്ളൂ അവൾക്ക്.

തിരികെ മുറിയിലെത്തിയ മീരയ്ക്ക് തന്നോടുതന്നെ പുച്ഛം തോന്നി. ഇത്രയും കാലം കാത്തുസൂക്ഷിച്ചതെല്ലാം ഇതാ ഒരു നിമിഷംകൊണ്ട് നഷ്ടപ്പെടാൻ പോകുന്നുവെന്നുള്ള ഓർമ്മ അവളെ ഭയചകിതയാക്കി. ഒരു സ്ട്രീറ്റ് പ്രോസ്റ്റിറ്റ്യൂട്ടിന്റെ വിലപോലും ശങ്കർ തനിക്ക് കല്പിക്കുമെന്ന് തോന്നുന്നില്ല.

കുഴഞ്ഞ കാലുകളോടെയാണ് ശങ്കർ മുറിയിലെത്തിയത്.

മീര കിടക്കയിൽ നിന്ന് എണീറ്റു.

അവൻ തന്നെ വാതിലടച്ച് തഴുതിട്ടു.

"രാജകുമാരി കാത്തിരുന്നു മുഷിഞ്ഞോ?" ചോദ്യവും ഒരു വിടലച്ചിരിയും.

അവൾ മുഖം തിരിച്ചു.

അവൻ അടുത്തെത്തി.

"അല്ലെങ്കിലും ഞാൻ പറയുന്നതൊന്നും നിനക്ക് സുഖിക്കത്തില്ലെന്ന് എനിക്കറിയാമെടീ. നിന്റെ മനസ്സിൽ ഇപ്പഴും മറ്റവനല്ലേ ആ തെണ്ടി പ്രതാപ്..."

"ശങ്കർ പ്ലീസ്..."

"എന്തോന്ന്? നീ പോടീ പുല്ലേ അവിടുന്ന്. അവന്റെ മുന്നിൽ ഞാൻ ജയിച്ചു തുടങ്ങിയിട്ടേയുള്ളെടീ. അതിന്റെ തുടക്കമാണ് നിന്നെ സ്വന്തമാക്കിയതിലൂടെ. ഇനി വച്ചടി കയറ്റമായിരിക്കും. നീ നോക്കിക്കോ. അവനെ എന്റെ കാൽക്കീഴിലിട്ട് ചവിട്ടിയരയ്ക്കും ഞാൻ നിന്റെ മുന്നിൽ വച്ച്. കൽക്കട്ടയിലല്ല കാലിഫോർണിയയിൽ

ആണെങ്കിലും അവനെ വരുത്തി വിഷമിറക്കും ഞാൻ..."

ശങ്കർ കിടക്കയിൽ ഇരുന്നു.

"ഇന്നു നമ്മുടെ ആദ്യരാത്രിയാ, അല്ലേ? എന്തോന്ന് ആദ്യരാത്രി? അവന്റെ കൂടെ നീ കുറേ രാത്രികൾ കഴിഞ്ഞിട്ടുള്ളതല്ലേ?"

"ശങ്കർ...." അവൻ തന്റെ സ്ത്രീത്വത്തെ ചോദ്യം ചെയ്തത് അവൾക്കൊട്ടും ഇഷ്ടമായില്ല.

"എന്താടീ, സുഖിച്ചില്ലേ? ഞാന് ചോദിച്ചതാണോടീ കുറ്റം? അവനുവേണ്ടി എത്രതവണ നീ ഉടുതുണി അഴിച്ചിട്ടുണ്ടെടീ..."

തീയിൽ വീണതുപോലെ പിടഞ്ഞുപോയി മീര.

ലോകത്ത് ഒരു പെണ്ണിനും ഇത്രയും ആക്ഷേപം സഹിക്കേണ്ടി വന്നിരിക്കില്ല.

"കൈ കാണട്ടെടീ" അവൻ അവളുടെ വലതുകൈ പിടിച്ചുനോക്കി.

"കാമുകനുവേണ്ടി കുറെ ചോരയൊഴുക്കിയതല്ലേ നീ..." അവൻ ചിരിച്ചു. "പലിശയും പലിശയുടെ പലിശയും ചേർത്ത് നിനക്ക് ഞാൻ തരും. എന്നെ നിനക്ക് പുച്ഛമായിരുന്നില്ലേ?" അവൻ അവളെ ഉയർത്തി കിടക്കയിലേക്ക് തള്ളി.

ഇരുപത്തിരണ്ട്

പുറത്ത് കിളികൾ ചിലയ്ക്കുന്നതു കേട്ടാണ് മീര ഉണർന്നത്. കണ്ണുകൾ ചിമ്മിത്തുറന്ന് അവൾ ചുറ്റുംനോക്കി. വെന്റിലേഷനിലൂടെ വെളിച്ചം അരിച്ചിറങ്ങുന്നു.

ഭിത്തിയിൽ ഉറപ്പിച്ചിരിക്കുന്ന ക്ലോക്കിൽ ഏഴുമണി കഴിഞ്ഞിരിക്കുന്നത് അവൾ കണ്ടു.

തന്റെ അടുത്തുകിടന്ന് കൂർക്കം വലിച്ചുറങ്ങുന്ന ശങ്കറെ പുച്ഛത്തോടെ നോക്കിയിട്ട് തന്റെ നഗ്നതയിലേക്ക് അവൾ വസ്ത്രം നീക്കിയിട്ടു.

എന്തൊരാക്രമണമായിരുന്നു ഇന്നലെ?

അതും എത്രതവണ. ലോകത്ത് ഒരു പുരുഷനും തന്റെ ഭാര്യയോട് ഇത്രയും ക്രൂരത കാട്ടിയിട്ടുണ്ടാവില്ല.

ശരീരത്ത് ഇടിച്ചു നുറുക്കിയ വേദന. അടിവയർ പൊട്ടിപ്പിളരുന്നതുപോലെ.

മീരയ്ക്ക് എണീക്കുവാൻതന്നെ ബുദ്ധിമുട്ടായിരുന്നു. ഇപ്പോൾ എന്തെങ്കിലും എടുത്ത് അവന്റെ ശിരസ്സിൽ ആഞ്ഞടിച്ചാലോ എന്നു

പോലും അവൾ ചിന്തിക്കാതിരുന്നില്ല.

ഏതാനും നിമിഷങ്ങളോളം അവന്റെ മുഖത്തേക്ക് നോക്കി നിന്നിട്ട് വേച്ചുവേച്ചു അവൾ ബാത്ത്റൂമിലേക്ക് നടന്നു.

** ** **

പ്രതാപ് കൽക്കത്തയിലെ അലിമാവോ ബ്രദേഴ്സിൽ എത്തിയിട്ട് ഒരുമാസം പിന്നിടുന്നു. ഇപ്പോൾ അവന്റെ ജഴ്സി നമ്പർ പതിനേഴാണ്. അവരുടെ പത്താംനമ്പരുകാരൻ ഗോവക്കാരനാണ്.

അവൻ എത്തിയ ശേഷമുള്ള ആദ്യമത്സരത്തിന് ടീം തയ്യാറാകുകയാണ്. എ.ഐ.എഫ്.എ. (ഓൾ ഇന്ത്യ ഫുട്ബോൾ അസോസിയേഷൻ) അംഗീകരിച്ച മത്സരം തന്നെയാണ്.

ഇത് മൈസൂരിൽ വച്ച് നടക്കും.

ഇനി മൂന്നു ദിവസങ്ങൾ മാത്രം.

ടീം യാത്രയ്ക്ക് തയ്യാറായി.

ദുഃഖത്തോടെ പ്രതാപ് ഒരു കാര്യം അറിഞ്ഞു. ഈ മത്സരത്തിൽ കേരളാപോലീസ് പങ്കെടുക്കുന്നില്ല. അതൊരു വലിയ നഷ്ടമായിത്തന്നെ അവനു തോന്നി. അവർ കൂടി വേണമായിരുന്നു. ശങ്കറെ നേരിട്ടൊന്നു കാണാൻ.

ആദ്യദിവസം അലിമാവോ ബ്രദേഴ്സിനു മത്സരമില്ല. രണ്ടാം ദിവസം പഞ്ചാബിനെയാണ് നേരിടുന്നത് അവർ. ഇവിടെയും പ്രതാപിന് ആക്രമണനിരയിൽ മദ്ധ്യഭാഗത്താണ് സ്ഥാനം.

അവരുടെ ദിവസം വന്നെത്തി. കഴിഞ്ഞവർഷത്തെ റണ്ണർ അപ്പായിരുന്നു പഞ്ചാബ്. പ്രതിരോധത്തിലും ആക്രമണത്തിലും ഒരേപോലെ ശ്രദ്ധിക്കുന്നവർ. കായികശേഷിയിൽ മറ്റുള്ളവരെക്കാൾ ഒരു പടികൂടി മുന്നിൽ.

മത്സരം തുടങ്ങി.

തുടക്കത്തിലേ കൽക്കത്ത അലിമാവോ ബ്രദേഴ്സ് ആക്രമിച്ചു കളിക്കുകയായിരുന്നു. മാസങ്ങൾക്കുശേഷം കളിക്കളത്തിലെത്തിയ പ്രതാപ് കൈയ്യും മെയ്യും ഏകോപിപ്പിച്ചുകൊണ്ടുള്ള ഒരു മുന്നേറ്റം. സുനിൽദത്തിനും നിശാന്തിനും മാറിമാറി കുറിയ പാസ്സുകൾ നല്കിയിട്ട് ഓടിക്കയറി. വീണ്ടും പന്ത് പ്രതാപിലേക്കുതന്നെ.

പഞ്ചാബിന്റെ പ്രതിരോധനിരക്കാർ പ്രതാപിനെ വളഞ്ഞു. അവന് അവരെ കടക്കുവാൻ കഴിഞ്ഞില്ല.

പഞ്ചാബിന്റെ തന്ത്രം അവനു മനസ്സിലായി. എല്ലാവരുംകൂടി ചേർന്ന് പന്തു വാങ്ങുക.

ഇതിനിടെ കൽക്കത്ത ഗോൾമുഖത്ത് അവർ അപകടം സൃഷ്ടിച്ചു. ഇഞ്ചുകളുടെ വ്യത്യാസത്തിൽ പന്തു പുറത്തേക്കു പാഞ്ഞു പോയി. രണ്ടു ടീമുകൾക്കും പരസ്പരം ശത്രുക്കളുടെ ശക്തി മനസ്സിലായി.

കാണികൾ വിധിയെഴുത്തു തുടങ്ങി. "ഏതെങ്കിലും പോസ്റ്റിൽ ഗോൾ വീണാൽ പിന്നീടു നോക്കണ്ട. അത്രയ്ക്കു ടൈറ്റ് ഫൈറ്റാണ്"

ഹാഫ്ടൈം ആകാൻ ഇനി ഏതാനും മിനിട്ടുകളേയുള്ളൂ. ഇതുവരെ ഇരുകൂട്ടരും ഗോളുകളൊന്നും സ്കോർ ചെയ്തിട്ടില്ല.

പ്രതാപ്-സുനിൽദത്ത്-നിശാന്തിന്റെ മറ്റൊരു മുന്നേറ്റം.

പഞ്ചാബ് ഡിഫൻഡർമാരുടെ തന്ത്രം പിഴയ്ക്കുന്നു. ഒരുവന്റെ തലയ്ക്കു മുകളിലൂടെ പന്ത് അപ്പുറത്തേക്ക് മറിച്ചിട്ട് പ്രതാപ് ഓടിക്കയറി.

ഇരുവശത്തുനിന്നും രണ്ടു ഡിഫൻഡർമാർ പാഞ്ഞുവരുന്നു. മുന്നിൽ ഗോളിയും ഒരാളും മാത്രം.

അവൻ ഒന്ന് കറങ്ങിത്തിരിഞ്ഞു.

കാലുകളിലേക്ക് ശക്തി മുഴുവൻ ആവാഹിച്ചു. പെനാൽറ്റി ബോക്സിനു പുറത്തുനിന്നുതന്നെ ഒറ്റയടി.

ബോൾ ഔട്ടാകുമെന്ന് എല്ലാവരും കരുതി.

ഗോളി പോലും.

പക്ഷേ, ഇടതുഭാഗത്തെ ഗോൾപോസ്റ്റിന്റെ അകത്തുവശത്ത് മുട്ടിയ പന്ത് കൃത്യം നെറ്റിനുള്ളിലേക്ക്. അമ്പരന്നുനിന്ന ഗോളി തല്ലിയലച്ച് വിഷമത്തോടെ തറയിൽ വീണു.

പഞ്ചാബ് കളിക്കാർ ശ്വാസം കഴിക്കാൻ മറന്നുനിന്ന ഒരു നിമിഷം. അതു ഗോളായി എന്നു വിശ്വസിക്കുവാൻ അവർക്കിപ്പോഴും കഴിയുന്നില്ല. ഡിഫൻഡർമാർ തിരിഞ്ഞ് അമ്പരപ്പോടെ പ്രതാപിനെ നോക്കി.

കൂട്ടുകാർ അവനെ കെട്ടിപ്പിടിച്ച് ആഹ്ലാദം പങ്കിടുന്നതാണ് കണ്ടത്. കോച്ച് ഗബ്ബാർസിംഗ് തുള്ളിച്ചാടി.

പോപ്സൺ അലിമാവോയുടെ മുഖത്ത് നിറഞ്ഞ പുഞ്ചിരി.

ഏതാനും മിനിട്ടുകൾക്കുള്ളിൽ ഹാഫ്ടൈമായി.

ഗബ്ബാർസിംഗ് അവർക്ക് പുതിയ തന്ത്രങ്ങൾ മെനഞ്ഞു.

കരുത്തൻമാരായ പഞ്ചാബിനെ തോൽപ്പിച്ചാൽ തങ്ങൾ ഫൈനലിൽ എത്തി എന്നു വ്യക്തം.

കളി തുടർന്നു. പ്രതാപ് ഒരു തവണകൂടി ലക്ഷ്യം കണ്ടു.

ഏവരെയും അത്ഭുതപ്പെടുത്തിയ ഒരു ഗോൾ.

മദ്ധ്യനിരയിൽ നിന്നും ക്യാപ്റ്റൻ സുഖ്ദേവ് നൽകിയ പന്തുമായി ഒറ്റയ്ക്കു കുതിക്കുകയായിരുന്നു പ്രതാപ്. മുന്നിലെത്തി എതിരാളികൾക്കെല്ലാം പിഴവുപറ്റി. ഡിഫൻഡർമാർ കാലിടറി വീണു. അവന്റെ ആ ശക്തിക്കുമുന്നിൽ ഫൗൾ ചെയ്യാൻപോലും അവർക്കായില്ല.

ഗോളി ഡൈവുചെയ്തു നോക്കി. കിട്ടിയില്ല.

ടൂർണമെന്റ് കണ്ട അതിമനോഹരമായ രണ്ടാംഗോൾ.

അതോടെ പഞ്ചാബുകാരുടെ ആത്മവീര്യം നഷ്ടമായി.

തുടരെത്തുടരെ പഞ്ചാബ് ഗോളി പരീക്ഷിക്കുവാൻ തുടങ്ങി. ഇനിയും തങ്ങൾക്ക് ഗോൾ വീഴും എന്നുറപ്പായതോടെ പ്രതിരോധത്തിൽ മാത്രമായി അവരുടെ ശ്രദ്ധ. അതോടെ കൽക്കത്തയുടെ ഗോളിക്ക് വിശ്രമമായി. മത്സരം അവസാനിച്ചു.

കാണികൾ ഗ്യാലറിയിൽ നൃത്തം ചെയ്തു.

പ്രതാപ് കൈയുയർത്തി വീശി. ഹർഷപുളകത്തോടെ അവരും അപ്രകാരം ചെയ്തു. കോച്ചും ടീം മാനേജരും മറ്റു കളിക്കാരുമെല്ലാം പ്രതാപിനെ അഭിനന്ദിച്ചു. കളങ്കമില്ലാത്ത അഭിനന്ദനം. അവന്റെ ഹൃദയം തുടിച്ചു.

ദിവസങ്ങൾ കഴിഞ്ഞു.

ഓരോ മത്സരങ്ങളിലും വിജയം മാത്രമേ ഉണ്ടായിരുന്നുള്ളൂ അലിമാവോ ബ്രദേഴ്സിന്. അവസാനം അവർ ഫൈനലിൽ എത്തി. പ്രതാപ് ഗോളടിക്കാത്ത ഒറ്റ മത്സരങ്ങളും അവർക്കില്ലായിരുന്നുതാനും.

ഫൈനലിൽ അവർക്ക് നേരിടേണ്ടിവന്നത് കഴിഞ്ഞ വർഷത്തെ ജേതാക്കളായ മഹാരാഷ്ട്രയെയാണ്.

“നമ്മൾ ജയിക്കും, കഴിഞ്ഞ കളികളിലേതുപോലെ നിങ്ങൾ ഒന്നുണർന്നു കളിച്ചാൽ മതി...” കോച്ചു പറഞ്ഞു.

മത്സരം തുടങ്ങി.

നേരത്തെയുണ്ടായിരുന്ന മത്സരങ്ങളെ അപേക്ഷിച്ച് തികച്ചും പരുക്കനായ കളി. മഹാരാഷ്ട്രയ്ക്ക് എങ്ങനെയും ട്രോഫി കൊണ്ടുപോയാൽ മതിയെന്നു തോന്നി.

അതുകൊണ്ടുതന്നെ അവർ നേരത്തെ നോട്ടു ചെയ്തുവച്ചിരുന്ന അലിമാവോ ബ്രദേഴ്സിന്റെ കളിക്കാർ മാർച്ചു ചെയ്യപ്പെട്ടു.

പ്രതാപ് പലതവണ താഴെ വീണു.

കാണികൾക്കിടയിൽ നിന്നും ആക്രോശങ്ങൾ ഉയർന്നു. പ്രതാപിനെ അങ്ങനെ ഫൗൾ ചെയ്യുന്നത് അവർക്കിഷ്ടപ്പെട്ടില്ല. ഡൽഹി

ക്കാരായ റഫറി മഹാരാഷ്ട്രയുടെ കൂടെയാണെന്ന് തോന്നുമായിരുന്നു അയാളുടെ പ്രവർത്തികൾ കണ്ടാൽ. തികച്ചും പക്ഷപാതപരമായ പെരുമാറ്റം.

പോപ്സൺ അലിമാവോയും ഗബ്ബാർസിംഗും പുറത്തിരുന്ന് പല്ലു കടിച്ചു. മനഃപൂർവ്വം തങ്ങളുടെ കുട്ടികളെ ദ്രോഹിക്കുകയാണ്.

ഹാഫ്ടൈംവരെ ഗോളൊന്നും വീണില്ല.

റഫറി പക്ഷപാതം കാണിക്കുന്നുവെന്ന് കാണിച്ചുകൊണ്ട് ഫുട്ബോൾ അസോസിയേഷന് പരാതി നൽകുവാന് പോപ്സൺ അലിമാവോ തീരുമാനിച്ചു.

ഹാഫ്ടൈം കഴിഞ്ഞുള്ള മത്സരം തുടങ്ങി. അലിമാവോ ബ്രദേഴ്സിൽ ആരെങ്കിലും ഫൗൾ ചെയ്താൽ ഉടനെ ഫൗൾകിക്ക് കൊടുക്കുന്നു. മഹാരാഷ്ട്ര ഫൗൾ ചെയ്താൽ അത് കണ്ടില്ലെന്ന് നടിക്കും.

കാണികളുടെയും ക്ഷമ നശിച്ചു തുടങ്ങി.

ഇപ്പോൾ മുൻതൂക്കം മഹാരാഷ്ട്രയ്ക്കാണ്. പ്രതാപും മറ്റും ഒരുതരം നിരാശാ മനോഭാവത്തിലേക്ക് വഴുതിവീഴുകയായിരുന്നു. തങ്ങൾക്ക് എങ്ങനെ കളിച്ചാലും പ്രയോജനമില്ലെന്നൊരു തോന്നൽ.

ഗബ്ബാർസിംഗ് അസ്വസ്ഥനായി.

വിജയം ഉറപ്പായ മത്സരമാണ്. ഇവിടെ തോറ്റാൽ...

അതിനിടെ പ്രതാപിനു പന്തു കിട്ടി.

അവൻ മുന്നിലുള്ള ഒരാളെ വെട്ടിച്ച് അത് നിശാന്തിനു നല്കി.

ഇടതുവിംഗിലൂടെ ഓടിക്കയറിയ നിശാന്ത് അത് വീണ്ടും പ്രതാപിനു മറിച്ചു.

അപ്പോൾ പെനാൽറ്റി ഏരിയയ്ക്ക് തൊട്ടരുകിൽ എത്തിക്കഴിഞ്ഞിരുന്നു അവൻ.

ഇടതുകാൽകൊണ്ട് പന്തുയർത്തി തന്റെ ശിരസ്സോളം.

പിന്നിൽ നിന്നെത്തിയവൻ അവന്റെ കാലിൽ തട്ടി. പ്രതാപ് കമിഴ്ന്നു വീണു.

ബോൾ താണുവന്നു.

പ്രതാപ് ഉരുണ്ടുതിരിഞ്ഞു.

അവിടെ കിടന്നുകൊണ്ട് കറങ്ങിയുയർന്നു.

ഇടതു കാൽമുട്ടും ഇടതു കൈമുട്ടും തറയിൽ അമർത്തിക്കൊണ്ട് വലതുകാൽ വീശി ഒറ്റയടി.

"ഗോൾ..." കാണികൾ അലറിവിളിച്ചു.

ഗബ്ബാർസിംഗ് അട്ടഹസിച്ചു.

അതിനിടെ റഫറിയുടെ വിസിൽ മുഴങ്ങി.

ആഹ്ലാദത്തിനിടയിൽ അതാരും കേട്ടില്ല.

പ്രതാപ് വീണുകിടന്ന ഭാഗത്ത് ബോൾ വയ്ക്കുന്നതുകണ്ടപ്പോൾ ഏവരും അമ്പരന്നു.

പ്രതാപ് നടുങ്ങിത്തിരിഞ്ഞുനോക്കി.

റഫറി ഫൗൾ വിധിച്ചിരിക്കുന്നു.

ഗോൾ വീഴുന്നതിനുമുമ്പ് പ്രതാപിനെ ഫൗൾ ചെയ്തതിന് ഇപ്പോൾ വിസിൽ.

ഇതെന്തു നീതി?

ഗോളടിക്കുന്നതിനുമുമ്പ് വിസിൽ മുഴക്കാഞ്ഞതെന്ത്?

ഇത് മനഃപൂർവ്വമാണ്. മഹാരാഷ്ട്രയെ രക്ഷിക്കാനുള്ള നീക്കം. എല്ലാവരും ചീത്ത വിളിക്കുന്നത് റഫറിയെയാണ്. പോലീസ് ജാഗരൂകരായി.

"ഇതെന്ത് അവിവേകമാണ്?" ഗബ്ബാർസിംഗ് വിളിച്ചുകൂവി.

പോപ്സൺ അലിമാവോ പല്ലുകടിച്ചു.

"നായിന്റെ മോൻ ഇവിടെനിന്നും ജീവനോടെ തിരിച്ചുപോകില്ല."

"ഇതെന്തു പരിപാടിയാണു സാർ?" പ്രതാപ് റഫറിയുടെ അരികിൽ ഓടിയെത്തി.

റഫറി അവനെ തിരിഞ്ഞുനോക്കി.

റഫറിയെ ചോദ്യം ചെയ്യരുത്. അയാൾ നിക്കറിന്റെ കീശയിൽ നിന്നും മഞ്ഞക്കാർഡ് എടുത്തുയർത്തിക്കാണിച്ചു. പ്രതാപ് ഞെട്ടിപ്പോയി.

ശ്ശെടാ. തെറ്റു കാണിച്ചതു മുഴുവൻ റഫറി. മഞ്ഞക്കാർഡ് തനിക്കും.

അയാൾ പ്രതാപിന്റെ നമ്പർ നോട്ടുചെയ്തു.

റഫറിയുടെ തീരുമാനം അനുസരിച്ചേ മതിയാകൂ.

ഫൗൾ കിക്കെടുക്കുക തന്നെ.

മഹാരാഷ്ട്ര ബ്ലോക്കു ചെയ്തു നിൽക്കുകയായിരുന്നു.

കിക്കെടുക്കുന്നത് പ്രതാപ്.

വിഷമവും കോപവുമൊക്കെ ഒന്നിച്ചുണ്ടായി അവന്.

ഇത്രയും ബുദ്ധിമുട്ടി താൻ നേടിയ ഗോൾ വെള്ളത്തിൽ വരച്ച രേഖപോലെയായിരിക്കുന്നു.

ഗോളിയുടെ കണ്ണുകൾ ബോളിൽ തറഞ്ഞിരിക്കുന്നു.

പോസ്റ്റിന്റെ ബാക്കി ഭാഗങ്ങൾ മുഴുവൻ മറ്റുള്ളവർ കവർ ചെയ്തി

രിക്കുകയാണ്.

ഒരു പരീക്ഷണം. പ്രതാപ് ഉറച്ചു.

ബോളും ഗോൾപോസ്റ്റും തമ്മിലുള്ള അകലം മനസ്സിൽ കണക്കുകൂട്ടി.

കിക്കെടുക്കുവാൻ റഫറിയുടെ നിർദ്ദേശം.

അവൻ ഓടിയടുത്തു.

ഒറ്റയടി. റഫറിയോടുള്ള കോപം മുഴുവൻ ഉണ്ടായിരുന്നു ആ അടിയിൽ.

നേരെ ഗോളിയുടെ കൈയിലേക്കുതന്നെ.

ഗോളിയുടെ കൈയ്യിൽ പന്തൊതുങ്ങി.

പക്ഷേ, നിന്ന നില്പിൽ വേച്ചു വീണുപോയി ഗോളി.

ബോളും കൈയിൽ വച്ചുകൊണ്ടുതന്നെ പോസ്റ്റിനുള്ളിലേക്ക്. അത്രമാത്രം ശക്തമായിരുന്നു ആ അടി.

റഫറി വിളറിപ്പോയി.

"ഗോൾ...." രണ്ടാമതും ജനം അലറിപ്പറഞ്ഞു.

ഇത്തവണ റഫറിക്ക് പഴുതുകൾ കിട്ടിയില്ല.

മിഴിച്ചിരുന്നുപോയി ഗബ്ബാർസിംഗ്.

പെനാൽറ്റി ഷൂട്ട് എടുക്കുമ്പോൾപോലും ഇതേവരെ ഒരു കളിക്കാരന് ഗോളിയേയും ബോളുംകൂടി നെറ്റിൽ വീഴ്ത്തുവാൻ കഴിഞ്ഞിട്ടില്ല. ഒരുപക്ഷേ അതൊരു റിക്കാർഡുതന്നെയായിരിക്കും.

ഗോളിയെ അടിച്ച് പോസ്റ്റിൽ കേറ്റുക. ഒന്നുറക്കെ ചിരിക്കണമെന്ന് തോന്നി ഗബ്ബാർസിംഗിന്.

മഹാരാഷ്ട്ര കളിക്കാർ നാണംകെട്ടുപോയി. ജീവിതത്തിൽ ഒരിക്കലും ഇത്തരം ഒരു പരാജയം ഏറ്റുവാങ്ങേണ്ടി വന്നിട്ടില്ല.

പിന്നീടങ്ങോട്ട് പാളിച്ചകളുടെ ഒരു പരമ്പരതന്നെയായിരുന്നു അവരുടെ ഭാഗത്തുനിന്നും ഉണ്ടായത്. അതുകൊണ്ട് രണ്ടാമത് ഒരു ഗോൾകൂടി നേടുക എന്ന അലിമാവോ ബ്രദേഴ്സിന്റെ ലക്ഷ്യം സാധിച്ചു.

ഇത്തവണ ഗോൾ നേടിയത് അവരുടെ സ്ട്രൈക്കർ നിശാന്താണ്. രണ്ടു ഗോളിന് കൽക്കത്ത അലിമാവോ ബ്രദേഴ്സ് വിജയിച്ചു. മത്സരം അവസാനിച്ചപ്പോൾ കോച്ച് ഗബ്ബാർസിംഗും പോപ്സൺ അലിമാവോയും പ്രതാപിനെ അഭിനന്ദിച്ചു.

പത്രക്കാർ പ്രതാപിനെ വളഞ്ഞു.

അവന്റെ മിന്നുന്ന ഗോൾ അവർ ചിത്രത്തിലാക്കിക്കഴിഞ്ഞിരുന്നു.

പത്രത്തിൽ പ്രതാപ് ഗോൾ നേടുന്നതും, അതേക്കുറിച്ചുള്ള വാർത്തകളും അച്ചടിച്ചുവന്നപ്പോൾ ശങ്കറും കൂട്ടരും വിളറിപ്പോയി.

ഭാരതത്തിലെ ഏറ്റവും മികച്ച കളിക്കാരൻ എന്നാണ് പത്രക്കാർ അവനെക്കുറിച്ച് എഴുതിയത്.

വിനോദും ജോസും അലക്സുമൊക്കെ ഈ വാർത്തകൾ കണ്ട് ആഹ്ലാദിച്ചു.

"ഇവനെ വിട്ടുകൂടാ" ശങ്കറും സാം ലൂയിസും കൂടി തീരുമാനിച്ചു. പറ്റിയ ഒരു അവസരത്തിനായി അവർ കാത്തിരുന്നു. താമസിയാതെ അതിനുള്ള അവസരവും വന്നുചേരുന്നതുകണ്ട് അവർ സന്തോഷിച്ചു.

ഇരുപത്തിമൂന്ന്

പ്രതാപിന്റെ രണ്ടാമത്തെ ചേച്ചിയുടെ വിവാഹവും തീരുമാനിക്കപ്പെട്ടു. സുമയുടെ. പയ്യൻ ഒരു പ്രൈവറ്റ് ബസ്സിലെ കണ്ടക്ടറാണ്. കാണാൻ സുമുഖൻ. വിവാഹനിശ്ചയം കഴിഞ്ഞയുടനെ വിവരം പഞ്ചു ഫോണിലൂടെയും അച്ഛൻ കത്തിലൂടെയും അവനെ അറിയിച്ചു. അവൻ വിവരം അലിമാവോ ബ്രദേഴ്സിന്റെ ടീം മാനേജരെ ധരിപ്പിച്ചു.

"അതിനെന്താ....വിവാഹം കളിയൊന്നും ഇല്ലാത്ത സമയത്താണല്ലോ. പ്രതാപിന് ഒരാഴ്ചത്തെ ലീവെടുത്തുപോകാം."

അവനു സന്തോഷമായി.

"താങ്ക യൂ സാർ"

"പണം ആവശ്യമായിരിക്കുമല്ലോ?"

അവൻ തലകുലുക്കി.

ഒരു ലക്ഷം രൂപകൂടി അവനു നൽകാമെന്ന് മാനേജർ ഏറ്റു. അതിനിടെ മറ്റൊരു കാര്യം അദ്ദേഹം അവനെ ഓർമ്മിപ്പിച്ചു. അവിടുത്തെ ഭരണാധികാരികൾ മുതൽ തന്റെ ശത്രുക്കളാണ്. സൂക്ഷിച്ചില്ലെങ്കിൽ തനിക്ക് ഏറെ ദുഃഖിക്കേണ്ടി വരും."

"എനിക്കും അതറിയാം സാർ..."

"തന്റെ സുരക്ഷിതത്വത്തിനുവേണ്ടി ഞാൻ മറ്റു ചില പദ്ധതികൾ ആസൂത്രണം ചെയ്യുന്നുണ്ട്. പിന്നെ തനിക്കുള്ള പ്ലെയിൻ ടിക്കറ്റൊക്കെ സമയത്തുതന്നെ എത്തിക്കുന്നതാണ്."

"താങ്ക് യൂ സാർ..."

പോപ്സൺ അലിമാവോ പോയി. തന്റെ സുരക്ഷിതത്വത്തിനു

വേണ്ടി എന്തു നടപടിയാണ് കൈക്കൊള്ളുന്നതെന്ന് അവൻ തിരക്കിയില്ല. അത് തിരക്കേണ്ട കാര്യമില്ലെന്നും അവനറിയാം.

എന്തും മുൻകൂട്ടി കണ്ട് കരുക്കൾ നീക്കുന്നവരാണ് അലിമാവോ ബ്രദേഴ്സ്. അവരുടെ കാര്യത്തിൽ ഉത്കണ്ഠയുടെ ആവശ്യമില്ല.

അവൻ സഹോദരിയുടെ വിവാഹത്തിന്റെ ദിവസങ്ങൾ എണ്ണിയെണ്ണി കഴിഞ്ഞു.

ഈ ഒരു അവസരത്തിനുവേണ്ടിത്തന്നെയാണ് ശങ്കറും സാംലൂയിസും മറ്റും കാത്തിരിക്കുന്നത്.

"ഇത്തവണ കേരളത്തിൽ നിന്നും അവൻ തിരികെപ്പോവില്ല" ശങ്കർ തീർത്തു പറഞ്ഞു. "പെങ്ങളുടെ വിവാഹം കഴിയുമ്പോൾ അവന്റെ ശവശരീരവും എടുക്കേണ്ടി വരും"

അതിനുവേണ്ടി പല പദ്ധതികളും അവർ ആസൂത്രണം ചെയ്തു.

** ** **

വിവാഹം ബുധനാഴ്ചയാണ്.

ഞായറാഴ്ച രാവിലെ പ്രതാപ് കൽക്കത്തയിൽ നിന്നെത്തി. പഞ്ചു അപ്പോൾ പ്രതാപിന്റെ വീട്ടിൽ ഉണ്ടായിരുന്നു. വിവാഹം സംബന്ധിച്ച് അവനും ഒരു മാസത്തെ ലീവിലാണ്.

പ്രതാപ് അവിടെയില്ലാത്തതിനാൽ അവന്റെ സുഹൃത്തുക്കളാണ് എല്ലാ കാര്യങ്ങളും നോക്കി നടത്തിക്കൊണ്ടിരുന്നത്. ക്ഷണിക്കുന്നതിനുപോലും. പിന്നെ അകലെയെങ്ങും ആരെയും ക്ഷണിക്കാനില്ലാത്തതുകൊണ്ട് ഏറെ ആശ്വാസം.

വന്ന അന്നുതന്നെ പ്രതാപ് പഞ്ചുവിനെയും കൂട്ടി പോലീസ് ടീമിന്റെ ക്യാമ്പിലെത്തി. അവിടുത്തെ സുഹൃത്തുക്കൾ ഹൃദയപൂർവ്വം അവനെ സ്വീകരിച്ചു.

"അളിയൻ രക്ഷപെട്ടു. കഴിഞ്ഞ കളിയെക്കുറിച്ച് പത്രക്കാർ എഴുതിയിരിക്കുന്നതുകണ്ട് ഞങ്ങൾ കോരിത്തരിച്ചുപോയി" വിനോദ് ഉള്ള സത്യം തുറന്നുപറഞ്ഞു.

പ്രതാപ് ചിരിച്ചു.

"എങ്ങനെ ജീവിതം...?"

"ഒന്നും പറയാതിരിക്കുന്നതാണ് ഭേദം. നരകം എന്നു പറഞ്ഞാൽ മറ്റെങ്ങും പോകണ്ട. ശങ്കറും ലൂയിസും ചേർന്ന് ഞങ്ങളെ നശിപ്പിച്ചേ അടങ്ങൂ എന്നാണ് തോന്നുന്നത്. ശരിക്കും പറഞ്ഞാൽ ലൂയിസിന് ലൂസാണെന്നാണ് എനിക്ക് തോന്നുന്നത്..."

പ്രതാപ് അവിടെയുള്ള തന്റെ സുഹൃത്തുക്കളെയൊക്കെ വിവാ

ഹത്തിന് ക്ഷണിച്ചു.

അവർ തീർച്ചയായും എത്തിച്ചേരുമെന്ന് അറിയിച്ചു.

അവനും പഞ്ചുവും തിരിച്ചുപോരുമ്പോൾ സ്റ്റെയർകേസിനു താഴെ ശങ്കർ.

ഇരുവരും മുഖാമുഖം നോക്കി.

അപ്പോൾ പുറത്തുനിന്നും കയറിവന്ന കോച്ച് സാം ലൂയിസും പ്രതാപിനെ കണ്ട് നിന്നു.

അവൻ ഇരുവരെയും നോക്കി ചിരിച്ചു.

ശങ്കറുടെ മുഖം കടന്നൽ കുത്തിയതുപോലെയായി. എന്നാൽ സാം ലൂയിസ് മന്ദഹസിച്ചു.

"എങ്ങിനെയുണ്ട് പ്രതാപേ പുതിയ താവളം?"

"തെറ്റില്ല പിന്നെ ഞാൻ അൺഫിറ്റായതിനാൽ ഇപ്പോഴും സബ്സ്റ്റിറ്റ്യൂട്ടായിപ്പോലും ഗ്രൗണ്ടിൽ ഇറങ്ങാൻ പറ്റുന്നില്ല..."

തന്നെ കളിയാക്കിയതാണെന്നു മനസ്സിലായെങ്കിലും ലൂയിസ് മറുപടിയൊന്നും പറഞ്ഞില്ല.

ഗേറ്റു കടക്കുമ്പോൾ പഞ്ചു തിരക്കി.

"അവനാണോ അളിയാ ലൂസ് പാർട്ടി?"

"ങാ..."

** ** **

സുമയുടെ വിവാഹം കഴിഞ്ഞു.

വരനും വധുവും വരന്റെ വീട്ടിലേക്ക് പോയി. രേണുകയുടെ വിവാഹത്തേക്കാൾ ആർഭാടപൂർവ്വമായിരുന്നു സുമയുടെ വിവാഹം.

എന്നാൽ പ്രതാപിനെ അത്ഭുതപ്പെടുത്തിയ മറ്റൊരു സംഗതി മുഹൂർത്തത്തിന് കൃത്യം പത്തുമിനിട്ടുമുമ്പ് രണ്ട് അതിഥികൾ അപ്രതീക്ഷിതമായി വന്നെത്തിയതാണ്.

കൽക്കത്താ അലിമാവോ ബ്രദേഴ്സിന്റെ മാനേജർ പോപ്സൺ അലിമാവോയും അദ്ദേഹത്തിന്റെ അനുജൻ വിക്ടർ അലിമാവോയും.

ഹൃദ്യമായി ചിരിച്ചുകൊണ്ട് അവർ പ്രതാപിന്റെ മുന്നിൽ വന്നു നിന്നു.

"ഒട്ടും പ്രതീക്ഷിച്ചില്ല അല്ലേ?"

പ്രതാപ് തലകുലുക്കി.

അവന് ആ യാഥാർത്ഥ്യം ഉൾക്കൊള്ളാൻ കഴിയാത്തതുപോലെ. ഈ ചെറിയ വിവാഹത്തിൽ പങ്കെടുക്കുവാൻ ഇവർ കൽക്കത്ത

യിൽ നിന്നും എത്തുക.

വിവാഹം കഴിഞ്ഞ് സദ്യയും ഉണ്ടതിനുശേഷമാണ് അവർ യാത്ര പറഞ്ഞുപോയത്.

അലിമാവോ ബ്രദേഴ്സിന്റെ ആത്മാർത്ഥത ഒന്നുകൂടി തെളിയിക്കുന്ന സംഭവമായിരുന്നു അത്. ആളൊഴിഞ്ഞ വിവാഹപ്പന്തലിൽ ഇരുന്നു ചിന്തിക്കുകയായിരുന്നു പ്രതാപ്. അവന്റെ അരുകിൽ നാലും കൂട്ടി മുറുക്കി ചുവപ്പിച്ചങ്ങിനെ ഇരിക്കുകയായിരുന്നു പഞ്ചു.

"അളിയോ..." പഞ്ചു വിളിച്ചു.

"മ്?"

"എന്നെക്കൂടി നിനക്ക് കല്ക്കത്തയ്ക്ക് കൊണ്ടുപോയാലെന്താ?"

"അവിടെ വന്ന് നീ എന്തു ചെയ്യാനാ?"

"ഏതെങ്കിലും ബസ്സിൽ കിളിയായിട്ടു പൊയ്ക്കൊള്ളാം."

"അതിന് നിന്റെ ആരെങ്കിലും അവിടെ ബസ്സ് വാങ്ങിച്ചിട്ടുണ്ടോ...?"

"ദൈവം വായ് തന്നു. അദ്ദേഹം തന്നെ ഇരയും തന്നുകൊള്ളും."

"ഉറപ്പാണോ?"

"ഉറപ്പ്..."

"എങ്കിൽ നീ ഇവിടെ നിന്നാലും ഇര കിട്ടും..."

"ഞാൻ കാര്യായിട്ടു പറഞ്ഞതാ..."

"കൊണ്ടുപോകാമെടാ...കുറെനാൾകൂടി കഴിയട്ടെ..." പഞ്ചുവിന് സന്തോഷമായി.

** ** **

രാത്രി.

മുനിഞ്ഞു കത്തുന്ന വിളക്കിനു മുന്നിൽ ഇരിക്കുകയായിരുന്നു പ്രതാപ്. വീട്ടിൽ ഇപ്പോൾ അച്ഛനും പ്രഭയും സാവിത്രിയും ബാക്കിയായി. ഇവരെക്കൂടി കൽക്കയ്ക്കു കൊണ്ടുപോയിരുന്നുവെങ്കിൽ എന്നുപോലും ചിന്തിക്കാതിരുന്നില്ല.

ഈ റെയിൽവേ പുറമ്പോക്കിൽ നിന്നും എന്നാണിറക്കിവിടുന്നതെന്ന് എങ്ങനെ അറിയാം?

പ്രതാപ് പത്താം സ്റ്റാൻഡേർഡിൽ പഠിക്കുന്ന അവസരത്തിൽ ഒരു കുടിയൊഴിക്കൽ ഉണ്ടായതാണ്. കുറെനാൾ കഴിഞ്ഞപ്പോൾ വീണ്ടും അവിടെത്തന്നെ കുടിൽകെട്ടി.

ഇനി ഇറക്കിവിടുകയാണെങ്കിൽ സർക്കാർ മറ്റെവിടെയെങ്കിലും

വീടു വയ്ക്കാൻ സ്ഥലം തരും.

സർക്കാർ ഭൂമിയിൽ അനധികൃതമായി പാർക്കുന്നതിനാൽ ഇവിടെ വൈദ്യുതി ലഭിക്കുകയുമില്ല.

സന്ധ്യ കഴിഞ്ഞപ്പോൾ ഒരു മഴ പെയ്തിരുന്നു.

വടക്കോട്ട് ഒരു ഗുഡ്സ് ട്രെയിൻ പാഞ്ഞുപോയി. നല്ല തണുപ്പ്.

അച്ഛനും സഹോദരിമാരും ഒന്നിച്ചിരുന്ന് ഭക്ഷണം കഴിച്ചു.

കുടിലിലെ വിളക്കണഞ്ഞു.

തലേന്നു രാത്രിയിൽ ഉറങ്ങാതിരുന്നതുകാരണം എല്ലാവരും പെട്ടെന്നുതന്നെ ഉറക്കത്തിലേക്ക് വഴുതിവീണു.

അർദ്ധരാത്രിയായിക്കാണും.

ആരോ വാതിലിൽ മുട്ടി.

"പ്രതാപ്...പ്രതാപ്..." പേര് ചൊല്ലി വിളിക്കുന്നു. അവൻ ഉണർന്നു.

"ആരാ?"

"ഞങ്ങളാ...ഒരത്യാവശ്യകാര്യം പറയാനുണ്ട്..."

അവൻ തീപ്പെട്ടി തപ്പിയെടുത്ത് വിളക്ക് കത്തിച്ചു.

"ഞങ്ങളെന്നു പറഞ്ഞാൽ ആരാ...പേരു പറ..."

"അതെന്താ അളിയാ ഞങ്ങളെ പേടിയാണോ?"

അവൻ വാതിൽ തുറക്കാൻ മുന്നോട്ടു നീങ്ങുകയായിരുന്നു.

പെട്ടെന്നാണ് പുറത്തു ചിലർ ചാടി വീഴുന്ന ശബ്ദങ്ങൾ കേട്ടത്. പന്തലിനുള്ളിൽ പൊരിഞ്ഞ അടി നടക്കുകയാണെന്ന് അവൻ അറിഞ്ഞു.

"പ്രതാപ് വാതിൽ തുറക്കരുത്..." ആരോ വിളിച്ചു പറയുന്നു. "ഇവന്മാരെ ഞങ്ങൾ കൈകാര്യം ചെയ്തോളാ..." ഹിന്ദിയിലുള്ള ആ സംസാരം അവൻ ശ്രദ്ധിച്ചു.

അവന്റെ മുഖത്ത് ജിജ്ഞാസ പടർന്നു.

വീട്ടിൽ എല്ലാവരും ഉണർന്നു കഴിഞ്ഞു. പുറത്തു നടക്കുന്നതെന്താണെന്ന് ആർക്കും ഒരു രൂപവുമില്ല.

അടിയുടെ ശബ്ദങ്ങളും നിലവിളിയും നീണ്ടു. ഏതാണ്ട് പതിനഞ്ചു മിനിട്ടോളം.

"പ്രതാപ് ഭയ്യാ..." ഹിന്ദിക്കാരുടെ ശബ്ദം. "ഇനി വാതിൽ തുറന്നോളൂ. നിങ്ങൾ സുരക്ഷിതനാണ്..."

അവൻ മുന്നോട്ടു നീങ്ങിയപ്പോൾ അച്ഛൻ തടഞ്ഞു. "വേണ്ട മോനേ..."

"ഇനി കുഴപ്പമില്ലച്ഛാ..."

അവൻ വാതിൽ തുറന്നു. വിളക്കുമായി പുറത്തെത്തി. ഇരുട്ടിന്റെ നിറമുള്ള വസ്ത്രങ്ങൾ ധരിച്ച് നാലു തോക്കുധാരികൾ. അവൻ ഒന്നു ഞെട്ടി. പക്ഷേ അവനെ കണ്ടപ്പോൾ അവർ വണങ്ങി. പിന്നെ തറയിലേക്ക് കൈചൂണ്ടി. അപ്പോഴാണ് അവിടെ കിടക്കുന്നവരെ അവൻ കണ്ടത്.

അഞ്ചുപേർ.

പ്രതാപിനൊന്നും പിടികിട്ടിയില്ല.

"നിങ്ങൾതന്നെ അവരോട് ചോദിച്ചോളൂ..."ഹിന്ദിക്കാർ അറിയിച്ചു. തറയിൽ കിടന്നു ഞരങ്ങുകയായിരുന്ന ഒരാളെ അവൻ പിടിച്ചുയർത്തി. ആ മുഖം താൻ എവിടെയോ കണ്ടിട്ടുള്ളതാണെന്ന് അവൻ ഓർത്തു.

പെട്ടെന്ന് അവന്റെ കണ്ണുകൾ തിളങ്ങി.

"അന്ന് റെയിൽവേ ഗേറ്റിനടുത്തുവച്ച് എന്നെ തല്ലിയ കൂട്ടത്തിൽ നീയും ഉണ്ടായിരുന്നില്ലേ?"

"ഞാൻ...ഞാൻ..." അയാൾ ഭയപ്പാടോടെ തോക്കുധാരികളെ നോക്കി.

"സത്യം പറഞ്ഞാൽ ഉപദ്രവിക്കില്ല..." പ്രതാപ് ഉറപ്പുകൊടുത്തു.

അയാളുടെ ശിരസ്സിലൂടെ അപ്പോഴും ചോര ഒലിച്ചിറങ്ങുന്നുണ്ടായിരുന്നു. തോക്കിന്റെ പാത്തികൊണ്ട് അവർ ഇടിച്ചതാണ്.

"പറയെടാ..."

"ഞാനും ഉണ്ടായിരുന്നു..." അയാൾ സമ്മതിച്ചു.

പ്രതാപ് ഞെട്ടി.

"വീണ്ടും നിങ്ങൾ വന്നു" അവൻ പല്ലുകടിച്ചു. "ഇനി എനിക്കറിയേണ്ടത് നിങ്ങൾ ആർക്കുവേണ്ടിയാണ് എന്നെ ദ്രോഹിക്കുന്നതെന്നാണ്..."

"ഞങ്ങളോട് ക്ഷമിക്കണം സാർ..."

"എന്റെ ചോദ്യത്തിനുള്ള ഉത്തരമായില്ല..."

"ശങ്കർ സാർ പറഞ്ഞിട്ടാണ്..."

"ബാസ്റ്റാർഡ്..." പ്രതാപിന്റെ ചുരുട്ടിയ കൈ അവന്റെ മുഖത്ത് ഊക്കോടെ പതിച്ചു.

മൂക്കിൽ നിന്നും രക്തത്തുള്ളികൾ ഇറ്റുവീണു.

അപ്പോഴേയ്ക്കും അടുത്ത കുടിലുകളിൽ ഉണ്ടായിരുന്നവരൊക്കെ ബഹളം കേട്ട് വിളക്കുകളും കുറുവടികളുമായി എത്തിയിരുന്നു.

ഓടിവന്ന പഞ്ചു കണ്ടത് പ്രതാപ് കൈ ചുരുട്ടി ഇടിക്കുന്നതാണ്. കാര്യം എന്താണെന്നൊന്നും അവൻ ചോദിച്ചില്ല. വന്നപാടെ

തറയിൽ കിടന്നിരുന്ന ഒരുവനെ വലിച്ചുയർത്തി രണ്ടെണ്ണമങ്ങു പൂശി. എന്നിട്ടാണ് തിരക്കിയത്.

"ഇവന്മാര് ആരാ അളിയാ..."

പ്രതാപ് സംഭവം ചുരുക്കിപ്പറഞ്ഞു.

അപ്പോഴാണവർ തോക്കുധാരികളെ കണ്ടത്. പഞ്ചു രണ്ടടി പിന്നിലേക്ക് മാറി.

"അവർ നമ്മളെ സഹായിക്കാൻ വന്നതാ..."

പഞ്ചുവിന് ആശ്വാസമായി.

"ഇവന്മാരെ പോലീസിൽ ഏല്പിച്ചതുകൊണ്ട് പ്രയോജനമില്ല. ഞങ്ങൾക്കു വിട്ടുതന്നേക്ക്..."

"തല്ലി കൊന്നുകളയല്ലേടാ..."

"ഇല്ലെന്നേ..."

പഞ്ചുവും മറ്റ് ആൾക്കാരും ചേർന്ന് അവർ അഞ്ചുപേരെയും വലിച്ചിഴച്ചുകൊണ്ടുപോയി. നിമിഷങ്ങൾ കഴിഞ്ഞപ്പോൾ അവരുടെ നിലവിളികൾ കേട്ടു.

പ്രതാപ് കൃതജ്ഞതയോടെ തോക്കുധാരികളെ നോക്കി. അവർ ഭവ്യതയോടെയറിയിച്ചു.

"ഞങ്ങളെ കൽക്കത്തയിൽ നിന്നും നിയോഗിച്ചിരിക്കുകയാണ്. താങ്കളുടെ സംരക്ഷണത്തിനായി. ഒന്നുകൊണ്ടും ഭയപ്പെടേണ്ട. ഞങ്ങൾ ഇവിടൊക്കെ ഉണ്ടാവും..." അവർ ഇരുളിൽ മറഞ്ഞു.

"ഛേ...മരങ്ങോടന്മാർ..." തന്റെ മുന്നിൽ വന്നുനിന്ന ഗുണ്ടകളെ നോക്കി ശങ്കർ പല്ലുകടിച്ചു.

"തല്ലുകൊള്ളാനല്ലാതെ നിന്നയൊക്കെക്കൊണ്ട് എന്തിനു കൊള്ളാമെടാ...?"

അവർ മിണ്ടിയില്ല.

തലകുനിച്ചു നിന്നു.

വളരെ ദയനീയമായ അവസ്ഥയായിരുന്നു അവരുടേത്. ഒരു വശത്തെ തലമുടിയും മറുവശത്തെ മീശയും പാടെ വടിച്ചുകളഞ്ഞിട്ടാണ് പഞ്ചുവും കൂട്ടരും അവരെ യാത്രയാക്കിയത്.

"കഴിഞ്ഞ തവണയും ഞാൻ തന്നെയാണ് നിങ്ങളെ വിട്ട് അവനെ തല്ലിപ്പിച്ചതെന്ന് തുറന്നുപറഞ്ഞു അല്ലേ?"

"അല്ലാതെ നിവൃത്തിയില്ലായിരുന്നു ശങ്കർസാർ. നാലു ഹിന്ദിക്കാരായിരുന്നു യന്ത്രത്തോക്കുകളുമായി ഞങ്ങളുടെ മുന്നിൽ. തോക്കിന്റെ മുന്നിൽ ഞങ്ങളുടെ കഠാരകൾകൊണ്ട് എന്തു പ്രയോജനം...?"

അതു ശരിയാണെന്ന് ശങ്കറിനും അറിയാം.

എന്നാൽ ആ ഹിന്ദിക്കാർ ആരാണെന്നുമാത്രം അവനു പിടികിട്ടിയില്ല.

"കൽക്കത്ത അധോലോകത്തിൽ തന്നെ ഉള്ളവരായിരിക്കണം അവർ" സാം ലൂയിസ് പറഞ്ഞു. "അങ്ങനെയെങ്കിൽ സൂക്ഷിക്കണം. കൽക്കത്ത അധോലോകം പ്രതാപിന്റെ സംരക്ഷണചുമതല ഏറ്റെടുത്തിരിക്കുകയാണെങ്കിൽ സംഗതി വളരെ ഗുരുതരമാണ്. ബോംബെയിലെയും ഡൽഹിയിലെയും അധോലോകങ്ങളോട് കിടപിടിക്കുന്നവരാണ് കൽക്കത്തക്കാർ"

ശങ്കർ ശരിക്കും ഭയന്നുപോയി.

"കളിച്ചത് തീക്കളിയാണോ...?"

സാം ലൂയിസും ചിന്തിക്കുകയായിരുന്നു.

പെട്ടെന്ന് ഫോൺ ശബ്ദിച്ചു.

ശങ്കർ അറ്റന്റു ചെയ്തു.

ഹിന്ദിയിലുള്ള തെറികളാണ് ആദ്യം കേട്ടത്. ശങ്കറുടെ നട്ടെല്ലിൽ ഒരു പഴുത്ത ലോഹം കുത്തിയിറക്കിയ പ്രതീതി.

ഇരുപത്തിനാല്

"ശങ്കർ, എടാ പന്നീടെ മോനെ..." ഹിന്ദിയിൽത്തന്നെ ചീത്തവിളി തുടരുകയാണ്. "നീ ആരോടാണ് കളിക്കുന്നതെന്നറിയാമോ?"

ശങ്കർ ശ്വാസം വിടാൻപോലും മറന്നുനിന്നു. അവന്റെ തലച്ചോറിനുള്ളിൽ അപകടത്തിന്റെ കടന്നലുകൾ കുത്തിത്തുടങ്ങിയിരുന്നു.

"ഇനി നീ പ്രതാപിനു നേരെ ചെറുവിരൽ അനക്കിയാൽ നിന്റെ മൃതദ്ദേഹം പോലും ഞങ്ങൾ വച്ചേക്കില്ല. പറഞ്ഞേക്കാം..."

അവൻ ശബ്ദിച്ചില്ല.

മറുതലയ്ക്കൽനിന്നും വീണ്ടും എന്തൊക്കെയോ പറയുന്നുണ്ടായിരുന്നു. അവൻ റിസീവർ താഴ്ത്തി.

"ഇനി നമ്മളും ഇങ്ങനെ കളിച്ചു രസിച്ചു നടന്നാൽ പോരാ..." സാം ലൂയിസ് സംസാരിച്ചു.

"പ്രാക്ടീസ് ഞാൻ കർശനമാക്കാൻ പോകുകയാണ്. കേരളത്തിൽ വച്ചു തന്നെ നടക്കുന്ന 'ഗോൾഡ് കപ്പി'ൽ നമ്മൾ തോറ്റാൽ അതിൽപ്പരം ഒരു നാണക്കേടുണ്ടാകാനില്ല. പ്രതാപ് പോയാലും പോലീസ് പ്രതാപികളാണെന്ന് എല്ലാവരും അറിയണം."

"ഞാനും സാറിനോട് അതങ്ങോട്ടു പറയുവാൻ ഭാവിക്കുകയാ

യിരുന്നു. നമുക്കൊന്ന് കളിച്ചുനോക്കാം. ഗോൾഡ് കപ്പ് ഇത്തവണ നമുക്ക് കിട്ടണം..."

പ്രതാപിനോടുള്ള കോപവും അടക്കിപ്പിടിച്ചുകൊണ്ടാണ് ശങ്കർ വീട്ടിലെത്തിയത്.

അപ്പോൾ നേരം പുലർന്നുവരുന്നതേ ഉണ്ടായിരുന്നുള്ളൂ.

മീര എണീറ്റിട്ടില്ല.

അവൻ മുറിയിലേക്ക് കടന്നു ചെല്ലുന്നതുപോലും അവൾ അറിഞ്ഞില്ല. അതോ അങ്ങനെ അഭിനയിക്കുകയാണോ? പലപ്പോഴും ഭർത്താവിനെ കണ്ടാലും അവൾ അനങ്ങാറില്ല. ഇപ്പോഴും രണ്ടു ധ്രുവങ്ങളിലായിരുന്നു അവർ. തനിക്ക് ഒരിക്കലും ശങ്കറോട് സഹകരിച്ചു പോകുവാൻ കഴിയില്ലെന്ന കാര്യത്തിൽ ഇപ്പോഴും അവൾക്ക് വിശ്വാസമുണ്ടായിരുന്നു.

ഈ കഴിഞ്ഞ ദിവസമാണ് അവൾ മറ്റൊരു സത്യം അറിഞ്ഞത്. ശങ്കറിന്റെ സന്തതി തന്റെ വയറ്റിൽ രൂപംകൊള്ളുന്നു.

വല്ലാത്ത വെറുപ്പുതോന്നി അവൾക്ക്.

തന്റെ ഗർഭപാത്രത്തിൽ ഒരു കരിന്തേളോ മറ്റോ ആണ് കിടക്കുന്നതെന്ന തോന്നൽ...

ഷർട്ട് അഴിച്ചെറിയുന്നതിനിടയിൽ ശങ്കർ തലതിരിച്ചു.

"എടീ...."

മീര കണ്ണു തുറന്നു. പക്ഷേ ഒന്നും ചോദിച്ചില്ല, എണീറ്റുമില്ല.

അവന്റെ കണ്ണുകളിൽ കോപം ആളിക്കത്തി.

"എണീറ്റുപോടീ... നായിന്റെ മോളേ..."

അവൾ അതവഗണിച്ചു.

അവൻ അവളെ പിടിച്ചുയർത്തി ഇരുകവിളുകളിലും മാറിമാറി അടിച്ചു. അവൾ കരഞ്ഞില്ല.

"കാമുകൻ സ്ഥലത്തുണ്ട്...പോകുന്നില്ലേടീ കാണാൻ?"

"കാണണമെന്ന് തോന്നിയാൽ പോകും. അതിനു ആരുടെയും ലൈസൻസുവേണ്ട എനിക്ക്..."

"ങ്ഹാ...നീ പോകും അല്ലേ?" തലമുടിയിൽ കുത്തിപ്പിടിച്ച് മുകളിലേക്കുയർത്തി പിന്നോട്ട് ആഞ്ഞു തള്ളി അവൻ അവളെ...

** ** **

പ്രതാപ് കൽക്കത്തയ്ക്ക് മടങ്ങിപ്പോയി.

ഗോൾഡ് കപ്പിനു കേരളം അണിഞ്ഞൊരുങ്ങുകയായിരുന്നു. മിക്കവാറും ഫെഡറേഷൻ കപ്പും ഇത്തവണ കേരളത്തിൽ വച്ച് നടക്കാ

നായിരുന്നു സാദ്ധ്യത.

കേരളാ പോലീസ് ടീം കടുത്ത പ്രാക്ടീസുകളിൽ മുഴുകി. ശങ്കറും സുഹൃത്തുക്കളും മദ്യപാനം കുറച്ചു. ഇപ്പോൾ അവർക്ക് നേരത്തെയുള്ളതിനേക്കാൾ ആത്മവിശ്വാസം കൈവന്നിരിക്കുന്നു.

ഗോൾഡ്കപ്പിന്റെ ഫിക്സ്ചർ പ്രസിദ്ധപ്പെടുത്തു.

കേരളം 'സി' പൂളിലും കൽക്കത്ത അലിമാവോ ബ്രദേഴ്സ് 'എ' പൂളിലും.

ഫുട്ബോൾ മാമാങ്കത്തിന്റെ നാളുകൾ അടുത്തവരികയാണ്. ആരു ജയിക്കുമെന്ന് പ്രവചിക്കുവാൻ വിദഗ്ധർ മടിച്ചു. കാരണം ഫുട്ബോൾ എന്നു പറയുന്നത് ഏതു നിമിഷവും ഒരു അട്ടിമറി നടന്നേക്കാവുന്ന മത്സരമാണ്. മാത്രമല്ല ഭാഗ്യവും വേണം.

എന്നിരുന്നാലും അലിമാവോ ബ്രദേഴ്സിനാണ് ഏറെ സാധ്യത ഏവരും കല്പിച്ചിരിക്കുന്നത്. ഇതിനിടെ ശങ്കറും കോച്ച് സാം ലൂയിസും ചേർന്ന് മറ്റൊരു പദ്ധതി തയ്യാറാക്കി.

അതനുസരിച്ച് ഒരു മനുഷ്യൻ തിരുവനന്തപുരം എയർപോർട്ടിൽ വന്നിറങ്ങി. അയാളെ കാത്ത് എയർപോർട്ടിന് പുറത്ത് ശങ്കറുടെ കാർ ഉണ്ടായിരുന്നു. ആറടിയിലധികം ഉയരവും അതിനുതക്ക വണ്ണവുമുള്ള ആ മനുഷ്യൻ ഒരു വൃത്താകൃതിയിലുള്ള കറുത്ത കണ്ണട ധരിച്ചിരുന്നു. ചുണ്ടിലിരുന്ന വിദേശനിർമ്മിതമായ സിഗരറ്റ് എരിയുന്നു.

പറ്റെ വെട്ടിയ തലമുടിയും ക്ലീൻ ഷേവുചെയ്ത മുഖവും ബലിഷ്ഠമായ ശരീരം.

അയാൾ അടുത്തേക്ക് വന്നയുടനെ ഒരാൾ കാറിന്റെ പിന്നിലെ ഡോർ തുറന്നുകൊടുത്തു. ചുണ്ടിലിരുന്ന സിഗരറ്റ് തറയിലിട്ട് ചവിട്ടി അരച്ചിട്ട് അയാൾ കാറിൽക്കയറി. ഉടനെ മറ്റൊരു സിഗരറ്റിന് തീ പിടിപ്പിക്കുകയും ചെയ്തു.

ഡോറുകൾ അടഞ്ഞു.

കാർ നീങ്ങി.

അയാൾ പുറത്തേക്ക് നോക്കിയിരുന്നു.

തിമ്മരാജ ഗൗഡ

അതായിരുന്നു അയാളുടെ പേര്

ബാംഗ്ലൂർ സ്വദേശിയായ പ്രൊഫഷണൽ കില്ലർ.

ഒരു മണിക്കൂറിനുള്ളിൽ മൂന്നു നഗരങ്ങളിൽ പതിനെട്ടുപേരെ ആസൂത്രിതമായി കൊലപ്പെടുത്തിയതാണ് പോലീസ് ഫയലുകളിൽ ഏറ്റവും അവസാനമായുള്ളത്.

എത്രപേരെ താൻ കൊലപ്പെടുത്തിയിട്ടുണ്ടെന്ന് ഗൗഡയ്ക്കു പോലും നിശ്ചയമില്ല. ഒന്നുമാത്രം അറിയാം. ഒരിക്കൽ ബാംഗ്ലൂർ അധോലോക ചക്രവർത്തിയായിരുന്ന ഉസ്താദിനെ കൊലപ്പെടുത്തിക്കൊണ്ടായിരുന്നു അരങ്ങേറ്റം. അന്നുതൊട്ടിന്നുവരെ അയാൾ പിന്നോട്ടു തിരിഞ്ഞു നോക്കേണ്ടി വന്നിട്ടില്ല. അന്ന് വയസ്സ് പതിനേഴ്. ഇന്ന് മുപ്പത്തിനാല്. കൊലപാതകങ്ങളുടെ ഒരു പരമ്പരതന്നെ. ഇലക്ഷൻ സമയങ്ങളിൽ ഗൗഡ വടക്കേയിന്ത്യയിലാണ്. കൊല്ലപ്പെടുവാൻ പോകുന്ന സ്ഥാനാർത്ഥികളുടെ ഒരു നീണ്ട ലിസ്റ്റ് തന്നെയുണ്ടാകും.

ഇവിടെ ആരാണാവോ തന്റെ ഇര? ഒരു തമാശയോടെ ഗൗഡ ഓർത്തു. അവന്റെ അവസാനത്തെ അത്താഴത്തിന്റെ സമയമടുത്തു കഴിഞ്ഞു.

കാർ അധികം ആൾപ്പാർപ്പില്ലാത്ത ഒരു ഭാഗത്തെ കെട്ടിടത്തിനു മുന്നിൽ നിന്നു.

മുഖം നിറയെ പുഞ്ചിരിയുമായി കാത്തു നിൽക്കുകയായിരുന്നു ശങ്കറും സാം ലൂയിസും.

** ** **

ഗോൾഡ് കപ്പിനു കിക്കോഫ് വിസിൽ മുഴങ്ങുവാൻ ഇനി രണ്ടു ദിവസങ്ങൾ മാത്രം.

പ്രതാപിന്റെ കളി നേരിൽ കാണുവാൻ അവസരം കിട്ടിയ കേരളത്തിലെ ഫുട്ബോൾ പ്രേമികൾ നേരത്തെതന്നെ തങ്ങളുടെ സീറ്റുകൾ ഉറപ്പാക്കിയിരുന്നു.

ആദ്യമത്സരം അലിമാവോ ബ്രദേഴ്സും കെ.എസ്.ഇ.ബിയും തമ്മിലാണ്.

അലിമാവോ ബ്രദേഴ്സ് കേരളത്തിൽ എത്തിക്കഴിഞ്ഞു. പ്രതാപ് ഇടയ്ക്ക് ഒരു തവണ വീട്ടിൽ ഒന്നു വന്നു.

"അച്ഛൻ പോരുന്നെങ്കിൽ നേരിട്ട് മത്സരം കാണാം."

"വേണ്ടെടാ. ഞാൻ ടി.വി.യിൽ കണ്ടോളാം..."

എല്ലാവിധ മുൻകരുതലുകളും എടുത്തുകൊണ്ടാണ് അലിമാവോ ബ്രദേഴ്സ് കേരളത്തിലെത്തിയിരിക്കുന്നത്.

** ** **

പോലീസ് ടീം ക്യാമ്പ്.

തന്റെ ആവനാഴിയിലെ അവസാനത്തെ ആയുധവും പുറത്തെ

ടുക്കുകയാണ് സാം ലൂയിസ്. എന്തുവന്നാലും ഇത്തവണ ഗോൾഡ് കപ്പ് നേടിയിട്ടേയുള്ളൂ.

കോച്ചിന്റെ ഉത്സാഹം കണ്ടപ്പോൾ കളിക്കാരും ആത്മാർത്ഥമായി സഹകരിക്കാൻ തുടങ്ങി. വിനോദും അലക്സും ജോസുമൊക്കെ കോച്ചിന്റെ ഈ മനംമാറ്റത്തിൽ അത്യധികം ആഹ്ലാദിച്ചു.

പ്രതാപിനോട് അവർക്കൊക്കെ സ്നേഹമുണ്ടെങ്കിലും തങ്ങൾ മത്സരിക്കുന്ന ടീമുകൾ വിജയിക്കണമെന്നു തന്നെയായിരുന്നു അവരുടെ ആഗ്രഹവും.

** ** **

മത്സരം നടക്കുന്ന ഗ്രൗണ്ടിനു പുറത്തുകൂടി തിമ്മരാജ ഗൗഡ എന്ന പ്രൊഫഷണൽ കില്ലർ പലതവണ ചുറ്റിക്കറങ്ങി. താൻ ഏറ്റെടുത്തിരിക്കുന്ന ജോലി പൂർത്തിയാക്കുവാൻ പറ്റിയ ഒരു സ്ഥലം തേടി. മൈതാനത്തിനു ചുറ്റും ഉയരമുള്ള കെട്ടിടങ്ങളും വാട്ടർ ടാങ്കും മറ്റും ഉണ്ട്. എവിടെ നിന്നാലും തനിക്ക് ലക്ഷ്യം നേടാം. എന്നാൽ കുറേക്കൂടി സുരക്ഷിതത്വം ഏഴുനിലകളുള്ള പഞ്ചനക്ഷത്രഹോട്ടൽ തന്നെയാണെന്ന് തോന്നി.

അയാളുടെ കാർ ഹോട്ടലിന്റെ പോർച്ചിൽചെന്നു നിന്നു.

** ** **

മത്സരത്തിന്റെ അന്നു രാവിലെ പ്രതാപ് ശ്രീപത്മനാഭസ്വാമി ക്ഷേത്രത്തിൽ പോയി. സുനിൽദത്തും ഉണ്ടായിരുന്നു കൂടെ. വളരെക്കാലമായി സുനിലിന്റെ ഒരാഗ്രഹമായിരുന്നു പത്മനാഭസ്വാമി ക്ഷേത്രത്തിൽ പോകണം എന്നുള്ളത്.

അവർ പടിക്കെട്ടുകൾ കയറുമ്പോൾ എതിരെ ഒരാൾ ഇറങ്ങി വന്നു.

പ്രതാപ് വിസ്മയം പൂണ്ടു.

മീര

അവളും അവനെ കണ്ടുകഴിഞ്ഞു.

ഇരുവരുടെയും കാലുകൾ നിശ്ചലമായി. സുനിൽദത്ത് ഇരുവരെയും മാറിമാറി നോക്കി.

അവളുടെ കണ്ണുകൾ പെട്ടെന്ന് നിറഞ്ഞു.

എങ്കിലും ഇരുവരും മന്ദഹസിക്കുവാൻ ശ്രമിച്ചു.

"മീര..."

"ആരും തുണയില്ലാത്തവർക്ക് ഭഗവാനല്ലേയുള്ളൂ ശരണം..." അവൾ പറഞ്ഞു.

പ്രതാപിന്റെ ഹൃദയം വിങ്ങി. എങ്കിലും ചോദിക്കാതിരിക്കാൻ കഴിഞ്ഞില്ല.

"മീരയ്ക്ക് സുഖമാണോ?"

"ഇതെന്തൊരു ചോദ്യം. കേരളത്തിലെ മുഖ്യമന്ത്രിയുടെ മകൾക്ക് മറ്റൊരു മന്ത്രിയുടെ അനന്തിരവന്റെ ഭാര്യയ്ക്ക് സുഖമാണോ എന്നു ചോദിക്കേണ്ട ആവശ്യം ഉണ്ടോ പ്രതാപ്? പരമസുഖം" ആ വാക്ക് അവൾ കടുപ്പിച്ചാണ് പറഞ്ഞത്.

പിന്നെ അവൾ നിന്നില്ല. ധൃതിയിൽ പടിയിറങ്ങിപ്പോയി.

ഏതാനും സെക്കന്റുകളോളം പ്രതാപ് അതുനോക്കി നിന്നു. പിന്നെ ഒരു ദീർഘനിശ്വാസത്തോടെ സാവധാനം പടി കയറുവാൻ തുടങ്ങി.

"ആരാണത്?" സുനിൽദത്ത് ചോദിച്ചു.

"പറയാം..."

പടിക്കെട്ടുകൾക്കു മുകളിൽ നിന്ന് ഒന്നുകൂടി തിരിഞ്ഞുനോക്കുമ്പോൾ അകന്നുപോകുന്ന മാരുതി കാറാണ് അവനു കാണാൻ കഴിഞ്ഞത്.

** ** **

തിരികെ ഹോട്ടലിൽ എത്തുമ്പോഴും പ്രതാപിന്റെ മുഖത്ത് മ്ലാനത പടർന്നിരുന്നു. യാത്രയ്ക്കിടയിൽ അവൻ സുനിൽദത്തിനോട് തന്റെ പഴയ പ്രേമകഥയെക്കുറിച്ചെല്ലാം തുറന്നു പറഞ്ഞിരുന്നു.

"കഴിഞ്ഞുപോയ കാര്യങ്ങളെക്കുറിച്ച് ഇനി ചിന്തിച്ച് മനസ്സ് വേദനിപ്പിക്കുന്നതിൽ യാതൊരു പ്രയോജനവുമില്ല പ്രതാപേ" സുനിൽദത്ത് പറഞ്ഞു. "നിനക്ക് ഇനിയും ഒരുപാട് നേടാനുണ്ട്. നിന്റെ ലക്ഷ്യങ്ങൾ മാത്രമായിരിക്കണം നിന്റെ മനസ്സിൽ. അതും ഈ ഇവസരത്തിൽ പ്രത്യേകിച്ചും അവൾ ഇപ്പോൾ നിന്റെ ശത്രുവിന്റെ ഭാര്യകൂടിയാണ്..."

അവൻ എല്ലാം മൂളിക്കേട്ടു.

എന്നിട്ടും എന്തോ അവന് വല്ലാത്ത പ്രയാസം തോന്നിക്കൊണ്ടിരുന്നു.

** ** **

കൽക്കത്തയിൽ നിന്നും കിട്ടിയ മെസേജ് പോപ്സൺ അലിമാവോയിൽ വലിയ ഞെട്ടൽ ഉണ്ടാക്കി.

ബാംഗ്ലൂർ പ്രൊഫഷണൽ കില്ലർ തിമ്മരാജഗൗഡ കേരളത്തി

ലേക്ക് പോന്നിട്ടുണ്ട്. ഫുട്ബോൾ മാമാങ്കത്തിനിടയിൽ ഏതോ അട്ടിമറിക്കാണ് നീക്കം. പോപ്സൺ അലിമാവോയുടെ മനസ്സിൽ ആദ്യം തെളിഞ്ഞത് പ്രതാപിന്റെ മുഖമാണ്. അവനെ തകർക്കുവാൻ പുതിയ നീക്കങ്ങൾ വല്ലതും...

ഏതായാലും കൽക്കത്തയിൽ നിന്നെത്തിയിട്ടുള്ള തന്റെ ആൾക്കാർക്ക് അദ്ദേഹം അതിപ്രധാനമായ ചില നിർദ്ദേശങ്ങൾ നല്കി.

“എത്രയും വേഗം തിമ്മരാജഗൗഡയെ കണ്ടെത്തണം. അയാൾ ഈ പരിസരത്തൊക്കെ കാണുവാനാണ് സാദ്ധ്യത. ഏതു വേഷത്തിലും പ്രതീക്ഷിക്കാം. അയാൾ ആരൊക്കെയുമായി ബന്ധപ്പെടുന്നു എന്നുള്ളതിന്റെ ഫുൾ ഡീറ്റെയിൽസ് എനിക്ക് കിട്ടണം. എവിടെയാണ് അയാളുടെ താവളമെന്നും...”

അനുയായികൾ വിവിധ ഭാഗങ്ങളിലേക്ക് പാഞ്ഞു. പോപ്സൺ അലിമാവോ ഒരു ചുരുട്ടിന് തീ കൊളുത്തി.

** ** **

ജനാലയ്ക്കൽ നിന്ന് തിമ്മഗൗഡ അകലേക്ക് നോക്കി. ഗ്യാലറിക്ക് മുകളിലൂടെ കളിക്കളം വ്യക്തമായി കാണാം. ഏഴാംനിലയിൽ തന്നെയായിരുന്നു അയാളുടെ റൂം.

ഇവിടെ നിന്നുകൊണ്ട് തനിക്ക് അനായാസേന ലക്ഷ്യം നേടാവുന്നതേയുള്ളൂ. പിന്നെ ഒരു പ്രശ്നമുള്ളത് അവൻ നിശ്ചലമാകുന്ന അവസരങ്ങൾ വിരളമായിരിക്കും എന്നതാണ്.

എന്തായാലും ലക്ഷ്യം നേടിക്കഴിഞ്ഞാൽ പിന്നീട് ഒരു നിമിഷം ഇവിടെ നില്ക്കുന്ന പ്രശ്നമില്ല. പ്രത്യേകിച്ചും ഇത് കേരളമാണ്. തന്നെക്കൊണ്ട് കാര്യങ്ങൾ ചെയ്യിച്ചിട്ട് തന്നെ പ്രതിയാക്കി കസ്റ്റഡിയിൽ എടുക്കുവാനും ഇവിടുത്തെ പോലീസ് മടിച്ചെന്ന് വരില്ല. മുഖ്യമന്ത്രിയുടെ മരുമകനും മറ്റും പൊടിതട്ടി കടന്നുപോയെന്നു വരും. ആപ്പിലാകുന്നത് താനാണ്. അതുകൊണ്ട് ആദ്യം പ്രതിഫലം തീർത്തു വാങ്ങേണ്ടിയിരിക്കുന്നു.

തിമ്മരാജഗൗഡ വേഗം പെട്ടി തുറന്നു. വിവിധ രൂപത്തിലുള്ള മാസ്കും ടോപ്പുമൊക്കെ അതിനുള്ളിൽ ഉണ്ടായിരുന്നു.

അയാൾ നിമിഷംകൊണ്ട് വയോവൃദ്ധനായ ഒരു വൈദികനായി മാറി. ളോഹയും കുരിശുമാലയുമണിഞ്ഞ് റിസപ്ഷൻ കൗണ്ടറിൽ ഇരുന്ന സുന്ദരിയായ യുവതി അമ്പരന്നു. കാരണം ഇവിടെ ഒരു വൈദികൻ താമസമില്ല. ആരെയെങ്കിലും കാണുവാനായി വന്നതും

ഓർമ്മയില്ല,

വൈദികൻ കാറിൽ കയറി.

അത് കുതിച്ചു.

** ** **

"അങ്ങനെയൊക്കെ ഇപ്പോൾ പറഞ്ഞാൽ" ശങ്കർ കോച്ച് ലൂയിസിന്റെ മുഖത്തേക്ക് ശ്രദ്ധിച്ചിട്ട് വീണ്ടും ഗൗഡയെ നോക്കി.

"നേരത്തെ പറഞ്ഞിരുന്നത് ജോലി കഴിഞ്ഞ് കൂലി മതിയെന്നല്ലേ..."

"അതൊക്കെ ശരിതന്നെ. പക്ഷേ കൃത്യം നടന്നു കഴിഞ്ഞാൽ കേരളം മുഴുവൻ അരിച്ചു പെറുക്കിയാലും എന്നെ കാണരുതെന്ന് നിർബന്ധമുണ്ട്. പിന്നെ നിങ്ങൾക്ക് താല്പര്യമില്ലെങ്കിൽ ഞാൻ ബിസിനസ്സിൽ നിന്നും പിന്മാറാം."

"അതുവേണ്ട" ശങ്കർ പെട്ടെന്ന് പറഞ്ഞു. "ഞങ്ങൾക്ക് നിങ്ങളെ വിശ്വാസമാണ്... പണം ഞങ്ങൾ തരാം..."

"എത്ര ദിവസങ്ങൾക്കുള്ളിൽ അവൻ മരിക്കും?" സാം ലൂയിസ് ഇടയ്ക്കുകയറി തിരക്കി.

"അതിപ്പോൾ പറയാൻ പറ്റില്ല" അയാൾ പറഞ്ഞു. "കിട്ടുന്ന അവസരങ്ങൾ പോലിരിക്കും..."

"ങാ...ങാ...കാര്യം സാധിക്കണം..."

"സാധിക്കാതെ ഞാൻ പോകില്ല. മത്സരം അവസാനിക്കുന്ന ആ ദിവസത്തിനുമുമ്പ് അവനെ ഞാൻ പെട്ടിയിലാക്കിയേക്കാം പോരെ?"

"അതുമതി..."

ശങ്കർ ബാക്കി തുകകൂടി എണ്ണിക്കൊടുത്തു.

പ്രതാപിനെ വധിക്കുന്നതിനുള്ള കൂലി അഞ്ചുലക്ഷം രൂപ.

നിറഞ്ഞ മനസ്സോടെ പെട്ടിയടച്ചിട്ട് അയാൾ യാത്ര പറഞ്ഞിറങ്ങി. ശങ്കർ സംതൃപ്തിയോടെ ചിരിച്ചു. "ഏതു നിമിഷവും ഇവൻ കടന്നു വരുമെന്ന് എനിക്കുറുപ്പുണ്ടായിരുന്നു. അതുകൊണ്ടാണ് ഞാൻ പണം സൂക്ഷിച്ചിരുന്നത്..."

തിമ്മരാജഗൗഡയുടെ കാർ പായുകയായിരുന്നു. ഡ്രൈവിംഗിലും അയാൾ അസാധാരണ മനുഷ്യൻതന്നെ. എന്നാൽ തൊട്ടുപിന്നിൽ കുതിച്ചുകൊണ്ടിരുന്ന മറ്റൊരു വാഹനവും ഉണ്ടായിരുന്നു.

മാരുതി ജിപ്സി.

അതിൽ പോപ്സണൺ അലിമാവോയുടെ അനുയായികളായിരുന്നു.

ഇരുപത്തിയഞ്ച്

ഒന്നുരണ്ടുതവണ തിമ്മരാജഗൗഡ റിയർവ്യൂമിററിലൂടെ പിന്നാലെ വരുന്ന മാരുതി ജിപ്സി കണ്ടു. ആദ്യം അതത്ര കാര്യമായെടുത്തില്ലെങ്കിലും അൽപനേരം കഴിഞ്ഞപ്പോൾ അതിന്റെ വരവിൽ അയാൾക്ക് പന്തികേട് തോന്നി.

അറിയണമല്ലോ. എന്നാലൊന്ന് അറിയണമല്ലോ. ഗൗഡയുടെ പിന്നാലെ വരിക എന്നു പറഞ്ഞാൽ കാലന്റെ പിന്നാലെ വരിക എന്നാണർത്ഥം. അത്രയ്ക്കു ചങ്കൂറ്റമോ? അതും ഈ കൊച്ചു കേരളത്തിലെ സന്തതികൾക്ക്. ആഹാ...

ഗൗഡ കാൽ ഒന്നുകൂടി ആക്സിലേറ്ററിൽ അമർത്തി.

കാർ പറന്നു.

കളിച്ചുനോക്കാം. അറിയില്ലെങ്കിൽ ഗൗഡ കളി പഠിപ്പിക്കാം.

എന്നാൽ മാരുതി ജിപ്സിയുടെയും വേഗത ഒന്നിനൊന്ന് വർദ്ധിച്ചു.

അതു ശരി. മുടിഞ്ഞ പുള്ളിങ്ങാണല്ലോ ജിപ്സിക്ക്. ഗൗഡയുടെ കണ്ണുകളിൽ കുറുക്കന്റെ കൗശലം. ശത്രുക്കളെ കുരങ്ങു കളിപ്പിക്കുന്നത് അയാൾ രസമാണ്.

നിരത്തുകളിലൂടെ അലറിക്കുന്ന ഈ രണ്ടു വാഹനങ്ങളും കണ്ട് ജനം അമ്പരന്നു. അവ പോയ വഴിയിലേക്ക് അവർ ഉറ്റുനോക്കി. പക്ഷേ കുറേ പൊടിയിളകുന്നതുമാത്രമേ അവർക്കു കാണുവാൻ കഴിഞ്ഞുള്ളൂ.

ഗൗഡയ്ക്ക് ഒരു സിഗരറ്റ് പുകയ്ക്കണമെന്ന് തോന്നി. അയാൾ ഒരു ചെയിൻസ്മോക്കറാണല്ലോ. പക്ഷേ സമയമില്ല. ജിപ്സിയെ കബളിപ്പിച്ചേപറ്റൂ. മത്സരം തുടങ്ങാനുള്ള സമയമായിരിക്കുന്നു.

കീശയിൽ തപ്പിനോക്കി. റിവോൾവർ ഭദ്രമാണ്.

ഇതിന്റെ ആവശ്യമില്ല. കൊച്ചുപിള്ളേർക്ക്.

ഇടതുകൈകൊണ്ട് ഗൗഡ പെട്ടി തുറന്നു. അതിന്റെ ചെറിയ കള്ളിയിൽ നിന്നും മൂന്നിഞ്ചു വ്യാസം വരുന്ന ഒരു ഉരുണ്ട വസ്തു പുറത്തെടുത്തു. ഇടതുകൈകൊണ്ട് സ്റ്റിയറിംഗ് പിടിച്ച് വലതു കൈ പുറത്തേക്കിട്ട് അത് പിന്നിലേക്കെറിഞ്ഞു.

ഒരു സെക്കന്റ്.

അതിശക്തമായ ഒരു സ്ഫോടനം.

മാരുതി ജിപ്സി അതിന്റെ മുകളിലെത്തിയ സമയത്തു തന്നെയായിരുന്നു അത്.

റിയർവ്യൂ മിററിലൂടെ ആ കാഴ്ച കണ്ട് ഗൗഡ കാറിന്റെ വേഗത

കുറച്ചു.

ജീപ്പ് നേരെ മുകളിലേക്കുയരുന്നു.

വന്ന വേഗതയിൽത്തന്നെയായിരുന്നതിനാൽ കാണാൻ നല്ല രസമുണ്ട്. പറക്കുകയാണെന്നേ തോന്നൂ.

അന്തരീക്ഷത്തിൽ വച്ചുതന്നെ ജീപ്പ് പൊട്ടിത്തകർന്നു. അതിന്റെ ഭാഗങ്ങളോടൊപ്പം മനുഷ്യശരീരവും ചിതറിപ്പോയി.

ഗൗഡ ഒരു സിഗരറ്റിനു തീ കൊളുത്തി. ആശ്വാസം. ഇങ്ങനെയിരിക്കും ഗൗഡയോടു കളിച്ചാൽ. ആൾക്കാർ ഓടിക്കൂടുന്നതുകണ്ട് ഒന്നും സംഭവിക്കാത്ത മാതിരി അയാൾ കാർ വിട്ടു.

"മൈഗോഡ്" റിസീവറും കൈയിൽ പിടിച്ചുകൊണ്ട് അലിമാവോ ബ്രദേഴ്സിന്റെ ടീം മാനേജർ പോപ്സൺ അലിമാവോ നിലവിളിച്ചു.

"എന്താ ചേട്ടാ?" വിക്ടർ അലിമാവോ ഉദ്വേഗത്തോടെ തിരക്കി.

"തിമ്മരാജഗൗഡയെ പിന്തുടർന്ന നമ്മുടെ ആൾക്കാരെ അയാൾ തകർത്തു കളഞ്ഞു. ഒറ്റയാൾപോലും ജീവനോടെയില്ലെന്ന്..."

നെഞ്ചിൽ ശ്വാസതടസ്സം ഉണ്ടായത് വിക്ടർ അറിഞ്ഞു.

"ഇനി എന്തു ചെയ്യും?" എല്ലാവരും വാനിൽ കയറിക്കഴിഞ്ഞു.

"ഒരു കാര്യം ചെയ്യ്. നീ കൽക്കത്തയുമായി ബന്ധപ്പെട്. ഇവിടെയുള്ള ബാക്കി ആൾക്കാരെ പെട്ടെന്ന് വിളിക്കൂ. കളിക്കളത്തിൽ വച്ച് പ്രതാപിനും യാതൊന്നും സംഭവിക്കരുത്..."

"അക്കാര്യമൊക്കെ ഞാൻ നോക്കിക്കൊള്ളാം. ചേട്ടൻ ധൈര്യമായിട്ട് പൊയ്ക്കൊള്ളൂ.."

പോപ്സൺ പുറത്തുവന്ന് വാനിൽ കയറി.

അത് സ്റ്റേഡിയം ലക്ഷ്യമാക്കി നീങ്ങി.

** ** **

യാതൊരു ധൃതിയും കൂടാതെ തിമ്മരാജഗൗഡ ഹോട്ടലിലെ തന്റെ മുറിയിലെത്തി. ജനാല തുറന്നിട്ട് നോക്കി.

സ്റ്റേഡിയത്തിന്റെ ഗ്യാലറികളിൽ ജനങ്ങൾ നിറഞ്ഞിരിക്കുന്നു.

ബൈനോക്കുലറിലൂടെ ശ്രദ്ധിച്ചുനോക്കി.

ഒഴിഞ്ഞു കിടന്നിരുന്ന സ്റ്റേഡിയം കാണുന്നതുപോലെയല്ല ഇപ്പോൾ. ആൾക്കാർ ഇരിക്കുന്നത് കാരണം മദ്ധ്യഭാഗം മുതൽ കിഴക്കോട്ടുള്ള ഭാഗംവരെ മാത്രമേ കാണാൻ കഴിയൂ.

കുഴപ്പമായോ? ഗൗഡയുടെ നെറ്റി ചുളിഞ്ഞു. കാണികൾ എണീറ്റു നിൽക്കാതിരുന്നാൽ പ്രതാപിനെ തനിക്കിവിടെനിന്ന് കാണാം.

കണ്ടുകഴിഞ്ഞാൽ ഏതാനും സെക്കന്റുകൾ കിട്ടിയാൽ മതി. വല്ല ഫൗൾകിക്കെടുക്കുകയോ മറ്റോ ആണെങ്കിൽ വളരെ സൗകര്യമായി.

ഒരു സിഗരറ്റിനു തീ പിടിപ്പിച്ചുകൊണ്ട് കിടക്കയിൽ ഇരുന്നു. ഗ്ലൗസ് എടുത്തണിഞ്ഞു.

കിടക്ക ഉയർത്തിയപ്പോൾ അതിനിടയിൽ സെറ്റു ചെയ്തുവച്ചിരിക്കുന്ന ടെലസ്കോപ്പിക് ഗൺ കണ്ടു.

സ്നേഹപൂർവ്വം ഒരു പൂച്ചക്കുഞ്ഞിനെ എടുക്കുന്ന മാതിരി അയാൾ അതെടുത്ത് മടിയിൽ വച്ച് മെല്ലെ തലോടി.

പിന്നെ സ്റ്റാൻഡിൽ ഉറപ്പിച്ചു.

സൈറനിട്ടുകൊണ്ട് പോലീസ് വാഹനങ്ങൾ കുതിക്കുന്നതുകേട്ടു ജനാലയിലൂടെ താഴേയ്ക്കു നോക്കി. സോപ്പുപെട്ടിപോലെ പോലീസ് ജീപ്പുകളും നടുവിൽ ബെൻസ് കാറും.

ഓ, മുഖ്യമന്ത്രി ഉദ്ഘാടനത്തിനു വരികയാണ്.

അയാൾ തിരികെ ടെലസ്കോപ്പിക് ഗണ്ണിനു പിന്നിലെത്തി. ജനാലയിലൂടെ പുറത്തേക്ക് ലക്ഷ്യം വച്ചിട്ട് ലെൻസിലൂടെ നോക്കി. സംതൃപ്തമായ ഒരു ചിരി അയാളുടെ ചുണ്ടുകളിലുണ്ടായി.

ഇനി കുറച്ചുനേരം വിശ്രമം.

അയാൾ കിടക്കയിൽ കയറിയിരുന്നിട്ട് കട്ടിലിനടിയിൽ നിന്നും ഷിവാസ് റീഗലിന്റെ കുപ്പി വലിച്ചെടുത്തു. അടപ്പു കടിച്ചുതുറന്ന് വെള്ളമോ സോഡയോ ചേർക്കാതെ വായിലേക്ക് കമിഴ്ത്തി.

** ** **

മുഖ്യമന്ത്രിയുടെ ഉദ്ഘാടനം കഴിഞ്ഞു.

അലിമാവോ ബ്രദേഴ്സും കെ.എസ്.ഇ.ബി.യും പോരാട്ടത്തിനൊരുങ്ങി നില്ക്കുകയാണ്. മഞ്ഞയും പച്ചയും ഇടകലർന്ന ജഴ്സിയാണ് അലിമാവോയുടേത്. വെള്ളയും ചുവപ്പും കെ.എസ്.ഇ.ബി. യുടേതും.

കാണികൾക്കിടയിൽ ശങ്കറും സാംലൂയിസും ഒക്കെയുണ്ടായിരുന്നു. ഇന്ന് തിമ്മരാജഗൗഡയ്ക്ക് ലക്ഷ്യം നിറവേറ്റാൻ കഴിഞ്ഞാൽ അവൻ പിടഞ്ഞുപിടഞ്ഞ് മരിക്കുന്നത് കാണണം. അതാണിന്നത്തെ അവരുടെ ആഗമനലക്ഷ്യം.

കിക്കോഫ് വിസിൽ മുഴങ്ങി.

ബോളിൽ ആദ്യമായി പ്രതാപിന്റെ ബൂട്ട്സ് തന്നെയാണ് സ്പർശിച്ചത്.

കളിയുടെ തുടക്കം തന്നെ വീറും വാശിയും നിറഞ്ഞതായി

രുന്നു.

ഗ്യാലറിയിലെ ജനങ്ങളെ ആഹ്ലാദപുളകിതരാക്കിക്കൊണ്ട് അസാധാരണ വേഗതയിൽ പ്രതാപ് പന്തുമായി കുതിച്ചു. സുനിൽദത്തും നിശാന്തും അവന്റെ ഒപ്പം തന്നെയുണ്ട്.

മുന്നിലെ ഡിഫൻഡർമാർ മിഴിച്ചുനിന്നുപോയി.

ചടുലമായ ചുവടുകൾ.

കളിയുടെ ഒന്നാം മിനിട്ടു പൂർത്തിയാക്കുംമുമ്പ് പ്രതാപ് കെ.എസ്.ഇ.ബി.യുടെ പോസ്റ്റിലേക്കു ബോൾ പായിച്ചു.

ഗോളി തട്ടിത്തെറിപ്പിക്കാൻ ഒരു വിഫലശ്രമം നടത്തിയെങ്കിലും കഴിഞ്ഞില്ല.

ആദ്യത്തെ ഗോൾ.

ജനം ഇളകിമറിഞ്ഞു.

"പ്രതാപ്...പ്രതാപ്..."

ശങ്കറും സാംലൂയിസും കുനിഞ്ഞിരുന്നു.

"ഇവൻ അപാര ഫോമിലാണല്ലോ..." ലൂയിസ് പിറുപിറുത്തു.

മുഖ്യമന്ത്രിയും പ്രത്യേകം സജ്ജമാക്കിയിരുന്ന സീറ്റിലിരുന്ന് കളി കാണുകയായിരുന്നു.

അമ്പരന്നു പോയി ശിവദാസൻ.

ഇത്തരം ഒരു കളിക്കാരനെയാണ് പോലീസിനു നഷ്ടമായിരിക്കുന്നത്. ഇനി ഇവിടെ ഇരുന്നാൽ ജനങ്ങളെ തന്നെ കൂക്കിവിളിക്കുമെന്ന് അദ്ദേഹത്തിനുറപ്പുണ്ടായിരുന്നു.

ശിവദാസൻ എണീറ്റു.

"സാർ പോകുകയാണോ?" സംഘാടകർ ഓടിയെത്തി.

"പോകണം. ഒരു തലവേദന"

"പ്രതാപ് ഗോളടിക്കുന്നതു കണ്ടിട്ടാണോ?" ഒരു പത്രപ്രതിനിധി തിരക്കി.

ശിവദാസൻ അയാളെ തുറിച്ചുനോക്കി.

ചോദ്യം കേട്ടവരുടെയൊക്കെ ചുണ്ടിൽ ചിരിപൊട്ടി.

ശിവദാസന്റെ മുഖം വിളറി.

സ്വന്തം മണ്ണിലുള്ള ടീമിനെ അവഗണിച്ച് ഗ്രൗണ്ട് സപ്പോർട്ട് മുഴുവൻ അലിമാവോ ബ്രദേഴ്സിന്.

അതിന്റെ ഒറ്റക്കാരണം, പ്രതാപ് മാത്രം.

മുഖ്യമന്ത്രി വേഗത്തിൽ അവിടെ നിന്നിറങ്ങി.

** ** **

തിമ്മരാജഗൗഡ ജനാലയ്ക്കൽ വീണ്ടും വന്നു.

ബൈനോക്കുലറിലൂടെ നോക്കി. പന്തുമായി കുതിക്കുന്ന പ്രതാപിനെ കണ്ടു. അല്പനേരം അയാൾ കളി കണ്ടുകൊണ്ടുനിന്നു. പെട്ടെന്ന് ബൈനോക്കുലർ താഴ്ത്തി. കെ.എസ്.ഇ.ബി.യുടെ ഒരു കളിക്കാരൻ പ്രതാപിനെ ഫൗൾ ചെയ്തിരിക്കുന്നു.

ഇതുതന്നെ പറ്റിയ അവസരം.

ഫൗൾ കിക്കെടുക്കുന്നതിനുമുമ്പ് അവന്റെ കാര്യം ക്ലോസ്. തന്റെ ജോലിയും കഴിഞ്ഞു. ഇന്നു തന്നെ മടക്കയാത്ര.

ഇത്രയും ചിന്തിച്ചുകൊണ്ടാണ് ടെലസ്കോപ്പിക് ഗണ്ണിനുപിന്നിൽ ഇരുന്നത്.

എന്നാൽ...

ലെൻസ് അഡ്ജസ്റ്റുചെയ്ത തിമ്മരാജഗൗഡയുടെ നെറ്റി ചുളിഞ്ഞു.

“ങേ...”

വിശ്വാസം വരാഞ്ഞ് ബൈനോക്കുലർ എടുത്തുനോക്കി.

“ബാസ്റ്റാർഡ്” പല്ലുഞെരിച്ചുകൊണ്ട് അയാൾ ബൈനോക്കുലർ കിടക്കയിലേക്കെറിഞ്ഞു.

സംഭവിച്ചത് ഇതാണ്.

പ്രതാപ് ഫൗൾ കിക്കെടുക്കുവാൻ പോകുന്നുവെന്ന് കണ്ടപ്പോൾ ഗ്യാലറിയുടെ മുകൾത്തട്ടിൽ ഇരുന്ന അവന്റെ ആരാധകർ “പ്രതാപ്...പ്രതാപ്...” എന്നെഴുതിയ കൂറ്റൻ ബാനർ ഉയർത്തിപ്പിടിച്ചു. അവന് ഉത്തേജനം നൽകുവാൻ.

പത്തു മീറ്ററിലധികം നീളമുണ്ടായിരുന്നു ആ ബാനറിന്.

ഹോട്ടലിന്റെ സ്ഥാനം ഗ്രൗണ്ടിൽ നിന്നും ഏതാണ്ട് അരകിലോമീറ്റർ അകലെയായിരുന്നതിനാൽ ആ ബാനർ ഉയർത്തിപ്പിടിച്ചുക്കഴിഞ്ഞാൽ പിന്നീട് ഗ്രൗണ്ടിന് ഉൾഭാഗം കാണാനേ കഴിയുമായിരുന്നില്ല. പ്രതാപിന്റെ ഭാഗ്യം. അല്ലാതെന്തുപറയാൻ? അല്ലെങ്കിൽ അവിടെത്തന്നെ വന്ന് ഇരിക്കുമായിരുന്നോ?

മുറിവു പറ്റിയ വന്യമൃഗത്തെപ്പോലെ തിമ്മരാജഗൗഡ മുറിയിൽ അങ്ങിങ്ങു നടന്നു. ഗ്യാലറിയുടെ മുകൾത്തട്ടിൽ ഇരിക്കുന്നവന്മാരെ മുഴുവൻ വെടി വച്ചുകൊല്ലാനുള്ള ആവേശം ഉണ്ടായിരുന്നുവെങ്കിലും അടക്കി. ഇനിയും സമയമുണ്ട്.

അയാൾ ബൈനോക്കുലർ കൈയിലെടുത്തു. അവർ ബാനർ താഴ്ത്തിയിരിക്കുന്നു.

** ** **

ഏറെനേരത്തെ അന്വേഷണത്തിനുശേഷം കൽക്കത്ത യിൽനിന്നും അലിമാവോ ബ്രദേഴ്സിനുവേണ്ടി എത്തിയവർ ഹോട്ട ലിനുമുന്നിൽ കിടന്നിരുന്ന തിമ്മരാജഗൗഡ സഞ്ചരിച്ചിരുന്ന കാർ കണ്ടെത്തി.

നേരത്തെ ബോംബു സ്ഫോടനത്തിനിരയായവർ കാറിനെ പിന്തുടരുന്ന അവസരത്തിൽ കാറിന്റെ നമ്പരും അതുപോകുന്ന പാതയും വയർലസിലൂടെ മറ്റുള്ളവരെ അറിയിക്കുന്നുണ്ടായിരുന്നു. അതുകൊണ്ടാണ് കാറിന്റെ നമ്പർ അവർക്ക് കണ്ടെത്താൻ കഴി ഞ്ഞത്.

അപ്പോൾ ഗൗഡ ഈ കെട്ടിടത്തിൽത്തന്നെ കാണുമെന്നാണ് തോന്നുന്നത്.

അവർ വിക്ടർ അലിമാവോയ്ക്ക് മെസേജ് നൽകി. താൻ ഉടൻ ഹോട്ടലിൽ എത്തിച്ചേരുമെന്ന് അയാൾ മറുപടി കൊടുത്തു. ഒപ്പം ഹോട്ടലിൽ നിന്നും പുറത്തേക്കുപോകുന്ന ഓരോരുത്തരെയും വാച്ചു ചെയ്യണമെന്നും നിർദ്ദേശിച്ചു.

** ** **

മത്സരം ആദ്യപകുതിയിലെത്തിയപ്പോൾ കെ.എസ്.ഇ.ബി.യെ അരഡസനിലധികം ഗോളുകൾക്ക് പിന്നിലാക്കിയിരിക്കുകയായി രുന്നു അലിമാവോ ബ്രദേഴ്സ്.

അതുകൊണ്ടുതന്നെ രണ്ടാം പകുതിയിൽ ഇനി പ്രതാപിനെ ഇറക്കേണ്ടെന്ന് ടീം മാനേജരും കോച്ചും തീരുമാനിച്ചു. ഇന്നത്തെ വിജയം ഉറപ്പായിക്കഴിഞ്ഞു. ആരെങ്കിലും മനഃപ്പൂർവ്വം ചവിട്ടിത്താ ഴ്ത്തിയാലോ? ഏതായാലും പരീക്ഷണം വേണ്ടെന്ന് അവർ തീരു മാനിച്ചു. പ്രതാപ് ബെഞ്ചിലിരുന്നു.

** ** **

ആദ്യപകുതി കഴിഞ്ഞപ്പോൾ മുതൽ ജനാലയ്ക്കൽ ബൈനോ ക്കുലറുമായി നിൽക്കുകയാണ് തിമ്മരാജഗൗഡ. പ്രതാപിനെ കാണാതെ വന്നപ്പോൾ അയാൾ അന്ധാളിച്ചു.

യാദൃശ്ചികമായി അയാളുടെ കണ്ണുകൾ താഴെ റോഡിലേക്ക് നീണ്ടു.

ആ കണ്ണുകളിൽ ഒരു ഞെട്ടൽ.

റോഡിന്റെ ഓരം ചേർന്ന് ഹോട്ടലിനെതിരെ നിർത്തിയിട്ടിരി ക്കുന്ന ഒരു മാരുതി വാനിൽ ഇരുന്നുകൊണ്ട് ആരോ ഹോട്ടലി

ലേക്ക് ബൈനോക്കുലർ വഴി ശ്രദ്ധിക്കുന്നു.

അപകടം.

ഗൗഡ അപകടം മണത്തു.

ആ കാര്യത്തിൽ അയാൾ ഒരു പോലീസ് നായയേക്കാൾ മിടുക്കനായിരുന്നു.

ഗൗഡ പെട്ടെന്ന് പിന്മാറി.

തന്നെ വിടാതെ ആരോ പിന്തുടരുന്നുണ്ട്.

ഇനി ഇവിടെ താമസിച്ചുകൂടാ.

വേഗത്തിൽ അയാൾ ഗൺ പാർട്സുകളാക്കി പെട്ടിയിൽ നിക്ഷേപിച്ചു. ഞൊടിയിടയിൽ വേഷം മാറി.

പുറത്തിറങ്ങി വാതിൽ പൂട്ടി.

ലിഫ്റ്റിനുനേരെ നടന്നിട്ട് പെട്ടെന്ന് പിൻതിരിഞ്ഞ് കോണിപ്പടി വഴി താഴേയ്ക്ക് നടന്നു.

ഈ അവസരത്തിൽ ലിഫ്റ്റിൽ മുകളിലേക്ക് വരികയായിരുന്നു വിക്ടർ അലിമാവോയും കൂട്ടരും.

മാരുതി വാനിൽ ഇരുന്നുകൊണ്ട് ജനാലയ്ക്കൽ നിന്ന് ബൈനോക്കുലറിലൂടെ കളിക്കളത്തിനുനേരെ നോക്കുന്ന മനുഷ്യനെ അവർ കണ്ടിരുന്നു. അയാൾതന്നെയാണ് ശത്രുവെന്ന് അവർ ഉറപ്പിച്ചു കഴിഞ്ഞിരുന്നു.

ഒന്നും സംഭവിക്കാത്ത മട്ടിൽ പുറത്തുവന്ന ഗൗഡ ഞൊടിയിടയിൽ തന്റെ കാറിൽ കയറി.

കാർ ഗേറ്റ് കടന്ന് പറന്നു.

** ** **

അലിമാവോ ബ്രദേഴ്സ് താമസിക്കുന്ന ഹോട്ടൽ.

എല്ലാവരും തിരികെയെത്തിയിരുന്നു. ഇടവേളയ്ക്കുശേഷം കെ.എസ്.ഇ.ബി.ക്ക് മൂന്നു ഗോൾകൂടി വീഴ്ത്തിയിരുന്നു. അതു മൂന്നും സുനിൽദത്തിന്റെ ബൂട്ട്സ്കളിൽ നിന്നായിരുന്നു.

കളിക്കാർ കുളിയും ഭക്ഷണവും കഴിഞ്ഞ് വിശ്രമിക്കുമ്പോൾ മറ്റൊരു മുറിയിൽ പോപ്സൺ അലിമാവോയും വിക്ടറും തങ്ങളുടെ പാളിപ്പോയ ഓപ്പറേഷന് പുതിയ മാനങ്ങൾ തേടുകയായിരുന്നു.

“ഏതായാലും അവൻ പിന്മാറുമെന്ന് എനിക്ക് ഒട്ടും വിശ്വാസമില്ല. ഗൗഡയെക്കുറിച്ച് ഞാൻ കേട്ടിട്ടുണ്ട്. വളരെ തന്ത്രശാലിയും അപകടകാരിയുമാണ് അയാൾ. അച്ചാരം വാങ്ങിയിട്ടുണ്ടെങ്കിൽ

അയാൾ ലക്ഷ്യം കണ്ടിരിക്കും." പോപ്സൺ തീർത്തു പറഞ്ഞു. "ഒരു മാർഗ്ഗം പാളിപ്പോയതുകൊണ്ട് അടുത്തമാർഗ്ഗം അവൻ തിരഞ്ഞെടുക്കും. തർക്കമില്ല."

"എന്തായാലും കളിക്കാർ ആരും ഇതറിയേണ്ട. അങ്ങനെ വന്നാൽ അവർ പതറിപ്പോകും."

അതു ശരിയാണെന്ന് പോപ്സണും അറിയാം.

അവരുടെ കണക്കുകൂട്ടൽ ശരി തന്നെയായിരുന്നു.

കാൽനടയായി പെട്ടിയും തൂക്കി ഒരു സന്യാസി അപ്പോൾ അവർ താമസിക്കുന്ന ഹോട്ടലിന്റെ കൗണ്ടറിൽ എത്തിക്കഴിഞ്ഞിരുന്നു. കണ്ണുകൾക്ക് അസാമാന്യ തിളക്കമുള്ള ആ മനുഷ്യൻ, തിമ്മരാജ ഗൗഡ.

ഇരുപത്തിയാറ്

സന്യാസിവേഷം ധരിച്ച തിമ്മരാജഗൗഡ റിസപ്ഷൻ കൗണ്ടറിൽ എത്തി. അവിടെയിരുന്ന യുവാവ് സ്വാമിയെ വണങ്ങി.

"ഒരു മുറി വേണം..."

അയാൾ തടിച്ച രജിസ്റ്റർ നീക്കി വച്ചുകൊടുത്തു.

ഗൗഡ തന്റെ അഡ്രസ്സ് എഴുതി. കള്ള അഡ്രസ്സ്. മൂന്നാംനിലയിൽ 311-ാം നമ്പർ റൂമാണ് അയാൾക്ക് കിട്ടിയത്.

രണ്ടാംനിലയിലെ റൂമുകൾ മുഴുവൻ അലിമാവോ ബ്രദേഴ്സ് താമസിക്കുകയാണ്.

സ്വാമിയെയും കൂട്ടി ബോയ് മുകളിലേക്ക് പോകുന്നത് ചില കണ്ണുകൾ ശ്രദ്ധിക്കുന്നുണ്ടായിരുന്നു.

അവർ 311-ാം നമ്പർ റൂമിലെത്തി.

"താഴെ റൂമൊന്നും ഒഴിവില്ലായിരുന്നു അല്ലേ?" സ്വാമി ബോയിക്ക് പത്തുരൂപയുടെ ഒരു നോട്ടുകൊടുത്തുകൊണ്ട് തിരക്കി.

"ഇല്ല സാർ" അവൻ സന്തോഷത്തോടെ പറഞ്ഞു. "രണ്ടാം നിലയിൽ പന്തുക്കാരാണ്. അതിനു താഴെയുള്ള റൂംസൊന്നും വാടകയ്ക്ക് കൊടുക്കുന്നില്ല..."

സ്വാമി തലകുലുക്കി.

"എന്തെങ്കിലും ഞാൻ കൊണ്ടുവരണോ സാർ?"

"വേണ്ട, വേണമെങ്കിൽ വിളിക്കാം..."

ബോയ് പോയി.

സ്വാമി വാതിലടയ്ക്കാൻ ഭാവിക്കുമ്പോഴാണ് ഇടനാഴിയിലൂടെ

ഒരു മനുഷ്യൻ ധൃതിയിൽ നടന്നുപോകുന്നത് കണ്ടത്.

സ്വാമി എന്ന ഗൗഡയുടെ നെറ്റി ചുളിഞ്ഞു.

ഭാഗ്യം പരീക്ഷിക്കണ്ടോ...

സ്വാമി പെട്ടിയെടുത്ത് പുറത്തിറങ്ങി.

ഇടനാഴിയിൽ മറ്റാരും ഇല്ലെന്നറിഞ്ഞിട്ട് വാതിൽ ചേർത്തടച്ചു.

തൊട്ടടുത്ത മുറികളിൽ ആളുണ്ട്.

ഒന്നിന്റെ വാതിലിൽ തട്ടി.

ചില നിമിഷങ്ങൾക്കുള്ളിൽ വാതിൽ തുറക്കപ്പെട്ടു.

ആരോ പുറത്തേക്ക് തല കാണിച്ചപ്പോഴേയ്ക്കും സ്വാമി ചാടി അകത്തു കയറി.

"എന്തവിവേകമാണിത്..."

വാതിൽ തുറന്ന മനുഷ്യൻ ശബ്ദമുയർത്തി,

"ഷട്ടപ്പ്..." സ്വാമി തോക്കു ചൂണ്ടി.

ആ മനുഷ്യൻ വിറച്ചുപോയി.

കിടക്കയിൽ നിന്നും നഗ്നയായ യുവതി ചാടിയെണീറ്റ് വസ്ത്രം വാരിയെടുത്ത് ശരീരത്തിൽ ചേർത്തു പിടിച്ചു.

സ്വാമി ചിരിച്ചു.

"നിങ്ങളെ കൂടുതൽ ബുദ്ധിമുട്ടിക്കരുതെന്ന് എനിക്ക് ആഗ്രഹമുണ്ട്." അയാൾ വാതിൽ ലോക്കു ചെയ്തു. "ഇനി ഞാൻ പറയുന്നത് നിങ്ങൾ അനുസരിക്കേണ്ടി വരും..."

അയാളെ ഭിത്തിയോട് ചേർത്തുനിർത്തി നെഞ്ചിൽ റിവോൾവർ അമർത്തി.

ഇടനാഴിയിൽ ആരുടെയോ കാലൊച്ച.

സ്വാമി വാതിൽ അൽപ്പം തുറന്നുനോക്കി.

താനെടുത്ത മുറിയിലേക്ക് ഒരു സംഘം ആൾക്കാർ ഇരച്ചു കയറുന്നു.

അദ്ദേഹം വീണ്ടും വാതിലടച്ചു.

ഏതാനും സെക്കന്റുകൾ കഴിഞ്ഞപ്പോൾ അവരുടെ വാതിൽ തട്ടുന്ന ശബ്ദമുയർന്നു

"അവർ എന്നെക്കുറിച്ച് തിരക്കിയാൽ കണ്ടില്ലെന്നുമാത്രം പറയുക. അല്ലാതെ എന്തെങ്കിലും വായിൽ നിന്നും വീണാൽ ഇവൾ ബാക്കി കാണില്ല."

സ്വാമി പെട്ടിയുമെടുത്ത് യുവതിയെയും വലിച്ചിഴച്ച് ബാത്ത്റൂമിൽ കയറി.

"ഒരു സ്വാമി ഇവിടേയ്ക്ക് വന്നോ" പോപ്സൺ അലിമാവോ

തിരക്കി.

"ഇല്ല"

അയാൾ പിന്തിരിഞ്ഞു.

മുറിയിലുണ്ടായിരുന്ന മനുഷ്യൻ വാതിൽ ചേർത്തടച്ചു. ബാത്ത്റൂമിൽ നിന്നും സ്വാമിയും യുവതിയും പുറത്തുവന്നു.

"ഇനി നിങ്ങൾ ഒന്നു പുറത്തുപോകാമോ?"

"ഒഫ്കോഴ്സ്, ബട്ട് ഒരു കാര്യം ചോദിച്ചോട്ടെ. അവൾ നിങ്ങളുടെ ഭാര്യയാണോ?"

"അതെ"

"കൊള്ളാം. നിങ്ങൾ ഭാഗ്യവാനാണ്" ഗൗഡ പറഞ്ഞു. "നിങ്ങൾക്ക് ഒരു ജോലികൂടിയുണ്ട്. കുറച്ചുനേരം ബാത്ത്റൂമിൽ നിൽക്കേണ്ടി വരും."

"എന്തിന്?"

"പറയാം, ധൃതി വയ്ക്കാതെ. എനിക്ക് നിങ്ങളുടെ ഭാര്യയോടു മാത്രമായി ചിലതു പറയാനുണ്ട്"

"നോ... വേണ്ട, ഞാൻ സമ്മതിക്കില്ല..."

"ദേ...പറയുന്നതനുസരിക്കണം."

"നിങ്ങൾ ആദ്യം പറഞ്ഞത് ഞാൻ കേട്ടു. ഇനി പറ്റില്ല. പ്ലീസ്. നിങ്ങൾ ഇറങ്ങിപ്പോകു. അല്ലെങ്കിൽ ഞാൻ ബഹളം വച്ച് ആളിനെ കൂട്ടും"

"ഇല്ല നീ ഒന്നും ചെയ്യില്ല. ചലിക്കുകപോലും. ഞാൻ ആരോടും അധികം സംസാരിക്കാറില്ല. ബാത്ത്റൂമിൽ കയറ്."

"പറ്റില്ല.."

റിവോൾവർ ഉയർത്തി അയാളുടെ ശിരസ്സിൽ ഒറ്റയിടി.

അയാൾ വെട്ടിയിട്ട മരംപോലെ തറയിൽക്കിടന്നു

"അദ്ദേഹത്തെ കൊല്ലരുത്.." യുവതി ഓടിവന്നു.

"ഇല്ല പക്ഷേ അതിനു നീ സഹകരിക്കണം."

അവൾ കൈകൂപ്പി

"എന്നെ നശിപ്പിക്കരുത്..."

"ഇല്ല. നിങ്ങൾ തുടങ്ങിവച്ചത് ഞാൻ പൂർത്തിയാക്കിത്തരാം."

"വേണ്ട...വേണ്ട..."

"അല്ലെങ്കിൽ ഇയാൾക്ക് മരിക്കേണ്ടി വരും," സ്വാമി അയാളുടെ ശിരസ്സിനുനേരെ റിവോൾവർ നീട്ടി.

"കൊല്ലരുതേ..."

"എങ്കിൽ വരൂ..." സ്വാമി എന്ന ഗൗഡ അവളെ കിടക്കയിലേക്ക്

നയിച്ചു. അവളുടെ കയ്യിലിരുന്ന വസ്ത്രങ്ങൾ ഊർന്നു വീണു.

സ്വാമിയുടെ കണ്ണുകൾ വൈരക്കല്ലുകൾപോലെ തിളങ്ങി. കേരളത്തിലെ സ്ത്രീകൾ കൊള്ളാം.

** ** **

ഹോട്ടൽ മുഴുവൻ പോപ്സൺ അലിമാവോയുടെയും വിക്ടറുടെയും നേതൃത്വത്തിലുള്ള സംഘങ്ങൾ തിരഞ്ഞു. എന്നാൽ ഗൗഡയെക്കുറിച്ച് യാതൊരു വിവരവും കിട്ടിയില്ല. അയാൾ ഹോട്ടലിൽ നിന്ന് മടങ്ങിപ്പോയിട്ടുമില്ല. അവർ അത്ഭുതപ്പെട്ടു. അയാൾ എവിടെപ്പോയി മറഞ്ഞു?

** ** **

എല്ലാം കഴിഞ്ഞപ്പോൾ യുവതി കാൽമുട്ടുകൾക്കിടയിൽ മുഖം പൂഴ്ത്തിയിരുന്ന് തേങ്ങിക്കരഞ്ഞു. സംതൃപ്തമായ മുഖഭാവത്തോടെ ഗൗഡ ഒരു സിഗരറ്റിനു തീ കൊളുത്തി.

“ഇങ്ങനെ കരയാൻമാത്രം ഇവിടെ ഒന്നും സംഭവിച്ചില്ലല്ലോ...”

അവളുടെ ഭർത്താവ് അപ്പോഴും അബോധാവസ്ഥയിൽ കഴിയുകയാണ്.

“ഇനി എനിക്ക് ഒരു ഉപകാരം കൂടി ചെയ്തു തരേണ്ടതുണ്ട്.”

അവൾ രോഷത്തോടെ തലയുയർത്തി.

“എനിക്ക് ഇവിടെനിന്നും രക്ഷപെടണമെങ്കിൽ നിന്റെ സഹായം ആവശ്യമാണ്. നമ്മൾ ഭാര്യഭർത്താക്കന്മാരെപ്പോലെ ഹോട്ടലിനു വെളിയിൽ വരെ പോകും. അത്രമാത്രം. പിന്നീട് നിനക്ക് തിരികെ പോരാം. നിന്നെ ഞാൻ ഭീഷണിപ്പെടുത്തിയാണ് അവിടെവരെ കൊണ്ടുപോയതെന്ന് പോലീസിനോടോ മറ്റാരോടെങ്കിലുമോ പറയാം.”

അവൾ തീർത്തു പറഞ്ഞു.

“എന്നെ കൊന്നാലും ഞാൻ വരില്ല.”

“തീർച്ചയാണോ?”

“അതെ”

അയാൾ എണീറ്റു. റിവോൾവറുമായി അബോധാവസ്ഥയിൽ കിടക്കുന്നയാളിന്റെ അരികിലെത്തി.

“ഞാൻ വരാം...”പെട്ടെന്ന് അവൾ സമ്മതിച്ചു.

“മിടുക്കി..” അയാൾ തിരിഞ്ഞു. “ങാ...ഒന്നു മുഖം കഴുകിവന്ന് വസ്ത്രം ധരിക്ക്...”

അവൾക്ക് അനുസരിക്കാതെ നിവൃത്തിയില്ലായിരുന്നു.

അവൾ വേഷം മാറ്റുന്നതിനിടയ്ക്ക് അയാളും മറ്റൊരാളായി. അവൾ അത്ഭുതത്തോടെ അതു നോക്കിനിന്നും. സ്വാമിക്കുപകരം സുമുഖനായ ഒരു ചെറുപ്പക്കാരൻ.

"ഈ പെട്ടി നിങ്ങൾക്കു തരാം. പകരം ഈ ബാഗം ഞാനെടുക്കുന്നു." എന്നു പറഞ്ഞ് അയാൾ ബാഗിലുണ്ടായിരുന്ന സാധനങ്ങൾ വാരി കട്ടിലിലിട്ട് പെട്ടിയിൽ ഉണ്ടായിരുന്നവ ബാഗിലാക്കി.

"ഇനി വരൂ...ദേ ആർക്കും യാതൊരു സംശയവും തോന്നിക്കരുത്. റിസപ്ഷണിസ്റ്റോ മറ്റോ എന്തെങ്കിലും ചോദിച്ചാൽ ഉടനെ തിരിച്ചെത്തും എന്നുമാത്രം പറഞ്ഞാൽ മതി."

അവൾ മിണ്ടിയില്ല.

ഇരുവരും പുറത്തിറങ്ങി.

ഗൗഡ അവളുടെ കൈകോർത്തു പിടിച്ചു.

ആർക്കും യാതൊരു സംശയത്തിനും ഇടകൊടുക്കാതെ ഹോട്ടലിൽ നിന്നും റോഡിലെത്തി.

"ഇനി നീ പൊയ്ക്കോ..."

അവൾ പിന്തിരിഞ്ഞോടി. അയാൾ ഇരുട്ടിൽ മറഞ്ഞു.

നിലവിളിച്ചുകൊണ്ടവൾ തിരികെയോടിയെത്തി.

"എന്തുപറ്റി?" റിസപ്ഷണിസ്റ്റും അലിമാവോയുടെ ആൾക്കാരും തിരക്കി.

"അയാൾ...അയാൾ...."

"ആര്?"

"എന്റെ കൂടെ പുറത്തേക്കുവന്ന മനുഷ്യൻ..."

"അയാൾ നിങ്ങളുടെ ഭർത്താവല്ലേ?"

"അല്ല..."

"പിന്നെ..."

അയാൾ തന്നെ നശിപ്പിച്ചതൊഴികയുള്ള കാര്യങ്ങൾ അവൾ പറഞ്ഞു കേൾപ്പിച്ചപ്പോൾ അവർ മിഴിച്ചുനിന്നു.

** ** **

'ഗോൾഡ് കപ്പി'നുവേണ്ടിയുള്ള കേരളാപോലീസ് ടീമിന്റെ അരങ്ങേറ്റവും മികച്ചതായിരുന്നു.

തങ്ങളുടെ എതിരാളികളെ തകർത്ത് അവരും ആദ്യമത്സരത്തിൽ ജയിച്ചു. ശങ്കർ ഗോളൊന്നും അടിച്ചില്ലെങ്കിലും ഗോളടിക്കുവാൻ വഴിയൊരുക്കിക്കൊടുത്തു.

അതോടെ പോലീസ് ടീമിന്റെയും ആത്മവീര്യം വർദ്ധിക്കുകയായിരുന്നു. തങ്ങൾക്കും ചിലതൊക്കെ സാധിക്കും എന്ന തോന്നൽ.

ദിവസങ്ങൾ പിന്നിട്ടു.

അലിമാവോ ബ്രദേഴ്സ് പ്രീ-ക്വാർട്ടറും ക്വാർട്ടരും ജയിച്ച് മുന്നേറി.

അതേപോലെതന്നെ കേരളാ പോലീസും. പക്ഷേ അവരുടെ ക്വാർട്ടർ ഫൈനൽ മത്സരം കടുപ്പമേറിയതായിരുന്നു. ഒരുവിധത്തിൽ അവിടം രക്ഷപെട്ടതെന്നു പറഞ്ഞാൽ മതി. എതിർ ടീമിന്റെ പിൻനിരക്കാരിൽ ഒരാൾ കൊടുത്ത ബാക്ക്പാസ് ഗോളിക്ക് തട്ടിക്കളയാൻ കഴിഞ്ഞില്ല. ബാക്ക്പാസ് കൈകൊണ്ട് പിടിച്ചുകൂടാ എന്ന പുതിയ നിയമം വന്നതിനാൽ ഉണ്ടായ തന്ത്രപ്പാടാണ് ഗോളിൽ കലാശിച്ചത്. സെൽഫ് ഗോൾ.

അങ്ങനെ കേരളാപോലീസ് ജയിക്കുകയായിരുന്നു. ഇനി അലിമാവോ ബ്രദേഴ്സിനും കേരളാപോലീസിനും സെമിഫൈനൽ.

** ** **

"ഛേ...ഇതുവളരെ മോശമാണല്ലോ ഗൗഡേ. ഇത്രയും ദിവസമായിട്ട് നിങ്ങൾക്ക് പ്രതാപിനെ ഒടുക്കുവാൻ കഴിഞ്ഞില്ലല്ലോ.." ശങ്കർ തിമ്മരാജഗൗഡയെ പുച്ഛഭാവത്തിൽ നോക്കി.

എന്നാൽ അത് ശ്രദ്ധിക്കാതെ സിഗരറ്റിന്റെ പുക ആസ്വദിക്കുകയായിരുന്നു ഗൗഡ.

"അയാൾ ഒന്നും പറയുന്നില്ലെന്ന് കണ്ടപ്പോൾ ശങ്കറിന് വാശിയേറി.

"നിങ്ങളിങ്ങനെ ഒന്നും പറയാതിരുന്നാലെങ്ങനാ. പറ്റില്ലെങ്കിൽ അത് പറയൂ. ഞാൻ വേറെ മാർഗ്ഗം നോക്കിക്കൊള്ളാം."

ഗൗഡ വല്ലാത്ത ഭാവത്തിൽ ചിരിച്ചു. പിന്നെ തല തിരിച്ചു നോക്കി.

"ശങ്കർ ഇങ്ങനെ ബഹളം വയ്ക്കേണ്ട കാര്യമൊന്നുമില്ല..."

"ഇല്ലേ..."

"ഇല്ല..."

"നിങ്ങളിങ്ങനെ അതുമിതും പറഞ്ഞിട്ട് കാര്യമൊന്നുമില്ല..." സാംലൂയിസ് ഇടപെട്ടു. "ഗൗഡ ഒന്നു മനസ്സിലാക്കണം. നിങ്ങൾ നിഷ്പ്രയാസം കാര്യം സാധിക്കുമെന്ന് പറഞ്ഞുപോയിട്ട് ഇപ്പോൾ എത്ര ദിവസമായി? അതുമാത്രമല്ല നാളെ കഴിഞ്ഞാൽ സെമിഫൈനലാ."

ഗൗഡ ഒന്നിളകിയിരുന്നു.

"ഇനി ഒട്ടും താമസിപ്പിക്കില്ല. ഞാൻ അറ്റകൈ പ്രയോഗിക്കാൻ തന്നെ തീരുമാനിച്ചിരിക്കുകയാണ്. നിങ്ങൾ ഒരുപകാരം ചെയ്യണം"

"പറയൂ..."

"അവന്റെ കളി കാണുവാനുള്ള ഒരു പാസ് തരപ്പെടുത്തിത്തരണം."

"അതൊക്കെ ചെയ്യാം..."

"ഇത്രയും ദിവസം അലിമാവോയുടെ ആൾക്കാർ എന്റെ പിന്നാലെ വേട്ടപ്പട്ടികളെപ്പോലെ പാഞ്ഞു നടക്കുകയായിരുന്നതിനാലാണ് ഒന്നും സാധിക്കാൻ കഴിയാതെ പോയത്. പക്ഷേ അടുത്ത തവണ അതുണ്ടാവില്ല. ലക്ഷ്യം കാണാതെ ഞാൻ മടങ്ങില്ല."

"അതുമതി.."

ശങ്കറുടെ മുഖം പ്രസന്നമായി.

** ** **

സെമിഫൈനലിൽ അലിമാവോ ബ്രദേഴ്സിന് ഏറ്റുമുട്ടേണ്ടി വന്നത് ഗോവയുമായാണ്. ലോംഗ്പാസും വേഗതയേറിയ ആക്രമണവും ഗോവയുടെ മാത്രം പ്രത്യേകതയാണ്.

അവരോട് എതിരിടുമ്പോൾ എന്തൊക്കെ വേണമെന്ന് ഗബ്ബാർസിംഗ് തന്റെ കുട്ടികളെ മനസ്സിലാക്കിയിട്ടുണ്ട്.

തീ പാറുന്ന ഒരു മത്സരമായിരിക്കും അലിമാവോ ബ്രദേഴ്സ് ഗോവയുടേതെന്ന് വിദഗ്ധർ അഭിപ്രായപ്പെടുന്നു.

മത്സരം തുടങ്ങുന്നതിനു മുമ്പുതന്നെ തിമ്മരാജഗൗഡ അകത്തു പ്രവേശിച്ച് എല്ലാംകൊണ്ടും സുരക്ഷിതവും സൗകര്യവുമുള്ള ഒരു ഭാഗത്ത് ഇരുന്നു കഴിഞ്ഞിരുന്നു. സാധാരണയിൽ കവിഞ്ഞ് റേഞ്ചുള്ള ഒരുതരം റിവോൾവറാണ് അയാളുടെ പോക്കറ്റിൽ വിശ്രമിക്കുന്നത്. ഒരു കുലീന കുടുംബത്തിലെ സമ്പന്നനായ അംഗമാണന്നേ അയാളെ കണ്ടാൽ അപ്പോൾ ആരും പറയുമായിരുന്നുള്ളൂ.

മത്സരം തുടങ്ങി.

വിദഗ്ധരുടെ പ്രവചനം ശരിയായിരുന്നു. അക്ഷരാർത്ഥത്തിൽ തീ പാറുന്ന മത്സരം. അതിനിടയിലും പ്രതാപിനെ മാർക്കു ചെയ്യുവാൻ അവർ ശ്രദ്ധിക്കുന്നുണ്ട്. ഒരു സെക്കന്റുപോലും പന്തിനും കളിക്കാർക്കും വിശ്രമമില്ലാത്ത മത്സരം.

ആ ഗ്രൗണ്ടിൽ ആദ്യമായാണ് ഇത്രയും വീറോടുകൂടിയ ഒരു മത്സരം നടക്കുന്നത്. കാണികൾ ശ്വാസം അടക്കിപ്പിടിച്ച് പ്രതാ

പിന്റെ കാലിൽ ബോൾ കിട്ടുമ്പോൾ അവർ ആരവം മുഴക്കി.

സിഗരറ്റ് പുകയ്ക്കുന്നതിനിടെ ഗൗഡ അവസരം നോക്കുകയായിരുന്നു. അയാളുടെ വലതുകൈ കീശയിൽ വിശ്രമിക്കുന്ന റിവോൾവറിൽ സ്പർശിച്ചിരുന്നു.

പ്രതാപിന്റെ ഒരു മുന്നേറ്റം.

തന്നെ മാർക്കുചെയ്തുകൊണ്ടിരുന്നവരെ വെട്ടിച്ച് അവൻ പന്തുമായി മൈതാനമദ്ധ്യം പിന്നിട്ടു.

ആൾക്കാർ പ്രോത്സാഹിപ്പിച്ചു.

അത് അവന് ഉത്തേജകമായി.

പ്രതാപ് പന്ത് നിശാന്തിന് മറിച്ചു.

ഇടതുകോർണറിൽ എത്തിക്കഴിഞ്ഞിരുന്നു നിശാന്ത്. അവൻ ഇടതുകാൽകൊണ്ട് പന്തു തടഞ്ഞു.

പ്രതാപും സുനിൽദത്തും ഓടിക്കയറി.

തന്റെ ടീമിലുള്ളവരെ നോക്കിത്തന്നെ അവൻ പന്തുയർത്തി. മനോഹരമായ ക്രോസ്.

പ്രതാപ് ചാടിയുയർന്നു. റോക്കറ്റിന്റെ വേഗത്തിൽ. അവന്റെ ശിരസ്സിൽ കിട്ടിയ പന്ത് ഉൽക്കപോലെ ഗോൾപോസ്റ്റിനുള്ളിലേക്ക്.

നെറ്റ് ചലിച്ചു.

"ഗോൾ.."

കാണികളുടെ ആരവത്തിനിടയിൽ ആഹ്ലാദത്തോടെ കൈകൾ ഉയർത്തിപ്പിടിച്ച് ഓടുകയായിരുന്നു പ്രതാപ്. പെട്ടെന്ന് ഗ്യാലറിയിൽ തിമ്മരാജഗൗഡ എണീറ്റു.

സ്റ്റേഡിയം നടുക്കുംവിധത്തിൽ ഒരു വെടി മുഴങ്ങി.

ഇരുപത്തിയേഴ്

ഒരു നിമിഷംകൊണ്ട് എല്ലാം ശാന്തം. ജനങ്ങളുടെ ആരവം നിലച്ചു. കളിക്കാർ പിടിച്ചുനിർത്തിയതുപോലെ നിന്നു.

എന്താണുണ്ടായത്?

അപ്പോൾ, ഗ്രൗണ്ടിൽ തറഞ്ഞതുപോലെ നിന്നുപോയ പ്രതാപ് ഒരലർച്ചയോടെ തറയിൽ വീണു.

"മൈഗോഡ്..."പോപ്സൺ അലിമാവോ സീറ്റിൽനിന്നും ചാടിയെണീറ്റു.

തറയിൽകിടന്ന് പുളയുകയാണ് പ്രതാപ്.

ഏവരും നടുങ്ങിപ്പോയി.

ഗ്യാലറിക്കു മുകളിൽ റിവോൾവറുമായി നിൽക്കുന്ന തിമ്മരാജ ഗൗഡയുടെ സമീപമിരുന്ന ജനങ്ങൾ ഭീതിയോടെ ചിതറിയോടി.

പൊലീസുകാർ അയാൾക്കുനേരെ കുതിച്ചുചെന്നു.

ഗൗഡ സമയം പാഴാക്കിയില്ല.

ഗ്യാലറിയിൽന്നും പിൻഭാഗത്തുകൂടി താഴേയ്ക്കെടുത്തുചാടി.

അനായാസേന തറയിൽ രണ്ടു കാൽ ഉറപ്പിച്ച് അയാൾ നിന്നു.

"പിടിക്കവനെ..."ആരൊക്കെയോ അലറി.

ഗൗഡ അവിടെ നിന്നോടി.

പോലീസുകാരും അലിമാവോ ബ്രദേഴ്സിന്റെ ആൾക്കാരും പിന്നാലെ.

കളി കാണാനെത്തിയ ആൾക്കാരുടെ കാറുകൾക്കിടയിൽ എവിടെയോ അവൻ ഊളിയിട്ടു.

പോലീസും കൽക്കത്തയിൽ നിന്നെത്തിയവരും അവനെ തിരഞ്ഞു.

പൊടുന്നനെ ഒരു കാർ സ്റ്റാർട്ടായി.

വെടിയുണ്ടപോലെ അതു പാഞ്ഞുവന്നു.

"സ്റ്റോപ്പ്...സ്റ്റോപ്പ്..."ഒരു പോലീസുകാരൻ കൈ കാണിച്ചു.

പക്ഷേ, അയാളെ ഇടിച്ചുതെറിപ്പിച്ചുകൊണ്ട് കാർ പാഞ്ഞു പോയി.

** ** **

പ്രതാപിന്റെ ചുറ്റും ഓടിക്കൂടിയ കളിക്കാർ നടുക്കുന്ന ഒരു കാഴ്ച കണ്ടു.

അവന്റെ ശരീരം നിറയെ ചോരയാണ്.

പൊലീസുകാർ ഓടിയെത്തി അവനു ചുറ്റും ഒരു വലയം സൃഷ്ടിച്ചു.

"ചതിച്ചോടാ മോനേ..." എന്നു ചോദിച്ചുകൊണ്ട് ഗബ്ബാർസിംഗും ഓടിയെത്തി.

ആംബുലൻസിന്റെ മൂളൽ.

പ്രതാപിനെ അതിൽ കയറ്റി ആംബുലൻസ് പാഞ്ഞു.

ഫുട്ബോളിന്റെ ചരിത്രത്തിൽ ആദ്യത്തെ സംഭവം. കളിക്കളത്തിൽ വച്ച് ഒരു കളിക്കാരനെ വെടിവെച്ചു വീഴ്ത്തുക.

ഉയർന്ന പോലീസ് ഓഫീസർമാർ പാഞ്ഞെത്തി. ഇനി എന്തു വേണം? ബാക്കി മത്സരം തുടരാതിരിക്കാൻ പറ്റില്ലല്ലോ. ഗബ്ബാർസിംഗ് പ്രതാപിനു പകരം മറ്റൊരാളെ ഇറക്കി. എന്നാൽ മത്സരത്തിന്റെ

വീറും വാശിയും നഷ്ടമായിരിക്കുന്നു.

തികച്ചും വിരസമായ മത്സരം. തങ്ങൾ വാങ്ങിയ ഗോൾ തിരിച്ചടിക്കണമെന്നുപോലും ഗോവയ്ക്ക് വിചാരമില്ലെന്ന് തോന്നുമായിരുന്നു മത്സരം കണ്ടാൽ.

** ** **

പ്രതാപിനെ മെഡിക്കൽ കോളേജിലെ ഓപ്പറേഷൻ തിയേറ്ററിൽ പ്രവേശിപ്പിച്ചിട്ട് ഉദ്വേഗത്തോടെ പുറത്തു കാത്തുനിൽക്കുകയാണ് പോപ്സൺ അലിമാവോയും മറ്റും.

വെടിയുണ്ട തോൾഭാഗത്താണ് തുളഞ്ഞിറങ്ങിയിരിക്കുന്നതെന്ന് അയാൾ കണ്ടെത്തിയിരുന്നു. എന്നാലും ബുള്ളറ്റിൽ വിഷാംശം അടങ്ങിയിട്ടുണ്ടെങ്കിൽ ആകെ പ്രശ്നമാണ്.

ഏതാണ്ട് ഒരു മണിക്കൂർ കഴിഞ്ഞപ്പോൾ ഡോക്ടർ പുറത്തുവന്നു.

"പേടിക്കാനൊന്നുമില്ല" അദ്ദേഹം ചിരിച്ചു. "ബുള്ളറ്റ് നീക്കം ചെയ്തു, കുറെ രക്തം പോയിട്ടുണ്ട്. വലതുകൈയുടെ മുകളറ്റത്താണ് മുറിവ്"

"ഉം.." അലിമാവോ ഒന്നമർത്തി മൂളി.

പ്രതാപിനെ അവിടെനിന്നും ഒരു മുറിയിലേക്ക് മാറ്റി.

** ** **

മത്സരത്തിൽ പ്രതാപ് നേടിയ ഒറ്റ ഗോൾകൊണ്ട് അലിമാവോ ബ്രദേഴ്സ് ഫൈനലിൽ എത്തി. ഇനി നാളെ നടക്കുന്ന സെമിഫൈനൽ മത്സരംകൂടി കഴിഞ്ഞാൽ മറ്റന്നാൾ ഓഫാണ്. അതിനടുത്തദിവസം ഫൈനൽ. രണ്ടുദിവസത്തെ ഇടവേളയുണ്ട് അലിമാവോ ബ്രദേഴ്സിന്. പ്രതാപിനെ കളിക്കളത്തിൽ ഇറക്കുവാൻ കഴിയുമോ? ഏവരും ആകാംക്ഷയോടെ കാത്തിരിക്കുന്ന കാര്യം.

പ്രതാപില്ലെങ്കിൽ ഫൈനൽ മത്സരം ക്വാർട്ടർ ഫൈനൽ മത്സരത്തിന്റെ നിലവാരത്തിൽപ്പോലും എത്തുകയില്ല. അടുത്ത വാർത്ത എന്തെന്നറിയുവാൻ ജനം കാത്തിരുന്നു.

** ** **

തിരുവനന്തപുരം റെയിൽവേ സ്റ്റേഷനിൽ ഒരു എയർബാഗും തൂക്കിയിട്ടുകൊണ്ട് അക്ഷമനായി കാത്തുനിൽക്കുകയായിരുന്നു ആസിക്കുകാരൻ. ഇടയ്ക്കിടെ അയാൾ വാച്ചുനോക്കുന്നുണ്ട്.

പ്ലാറ്റ്ഫോമിലൂടെ നടന്നുവന്ന പോലീസുകാരനെ നോക്കി അയാൾ ചിരിച്ചു. പൊലീസുകാരൻ ചിരിച്ചില്ല. വെറുതെ ഒന്നു നോക്കിയിട്ട് നടന്നുപോയി.

തന്നെ തിരയുക എന്ന നാട്യത്തിലായിരിക്കും പോലീസുകാർ എന്ന് അയാൾ ഓർത്തു.

മറ്റുള്ളവരുടെ കണ്ണിൽ പൊടിയിടാൻ ഒരു തന്ത്രം. മുഖ്യമന്ത്രിക്കുവരെ അറിവുള്ള ഒരു കേസാണല്ലോ തന്റേത്. അയാൾ ചിരിച്ചു.

ഗ്യാലറിയിൽ നിന്നും താഴേയ്ക്ക് ചാടിയോടിയപ്പോൾ പിടിക്കപ്പെട്ടു എന്നു കരുതിയതാണ്. ഭാഗ്യം ഒന്നുകൊണ്ടു മാത്രമാണ് രക്ഷപെട്ടത്.

പ്രതാപ് മരിച്ചിട്ടുണ്ടാവുമോ?

അങ്ങനെ ഒരു ചിന്ത സിഖ് വേഷധാരിയായ തിമ്മരാജഗൗഡയ്ക്ക് അപ്പോഴാണ് ഉണ്ടായത്.

പിന്നെ ഓർത്തു.

എങ്ങനെ മരിക്കാതിരിക്കും. ഇതുവരെ താൻ ലക്ഷ്യം കണ്ടിട്ടുള്ളതിൽ പാളിച്ചകൾ ഉണ്ടായിട്ടില്ല. അവൻ പിടഞ്ഞുവീഴുന്നത് താൻ കണ്ടതാണ്. അല്ലെങ്കിൽത്തന്നെ ഇനി കൂടുതൽ ചിന്തിക്കേണ്ട കാര്യം തനിക്കില്ല. മരിച്ചില്ലെങ്കിലും ഈ മത്സരത്തിന് അവനിറങ്ങാൻ പറ്റില്ലല്ലോ അതുമതി.

പെട്ടെന്നാണ് അവൻ കണ്ടത്, തോക്കുധാരികളായ നാലഞ്ചു പോലീസുകാർ പാഞ്ഞു വരുന്നു.

ഇവിടെയും തന്നെ തിരഞ്ഞില്ലെന്ന് പറയരുതല്ലോ. അതിനു വേണ്ടിയുള്ള പ്രഹസനം. അത്രമാത്രം. തൂണിൽചാരി കൗതുകത്തോടെ പൊലീസുകാരെ നോക്കി അവൻ നിന്നു.

എന്നാൽ...

ഞൊടിയിടയിൽ പോലീസുകാർ അവനെ വളഞ്ഞു. അവനു നേരെ തോക്കുചൂണ്ടി.

"മി.ഗൗഡ...യു ആർ അണ്ടർ അറസ്റ്റ്..."

തിമ്മരാജഗൗഡ അക്ഷരാർത്ഥത്തിൽ ഞെട്ടിത്തെറിച്ചു. അയാൾക്ക് ആയുധമെടുക്കുവാൻപോലും കഴിഞ്ഞില്ല.

ആൾക്കാരുടെ ശ്രദ്ധ മുഴുവൻ അവിടേക്കായി.

പൊലീസുകാരിൽ ഒരാൾ സ്വരം താഴ്ത്തി പറഞ്ഞു.

"ഞങ്ങൾക്ക് നിങ്ങളെ ചൂണ്ടിക്കാണിച്ചുതന്ന ആൾ ഈ ജനത്തിനിടയിൽ ഉണ്ട്. അപ്പോൾ ഞങ്ങൾ നിങ്ങളെ അറസ്റ്റു ചെയ്തി

ല്ലെങ്കിൽ അത് ആകെ പ്രശ്നമാകും. അതുകൊണ്ട് കീഴടങ്ങിയ ഭാവത്തിൽ ഞങ്ങളോടൊപ്പം പുറത്തേക്കു വരിക. ജീപ്പിൽ കയറും മുമ്പ് ഞങ്ങളെ തള്ളിവീഴ്ത്തിയിട്ട് ഒറ്റയോട്ടം കൊടുത്താൽ മതി. രാത്രിയായിനാൽ നിങ്ങൾക്ക് എങ്ങനെയും രക്ഷപെടാം."

ഉഗ്രൻ ആശയം.

പൊലീസുകാർതന്നെ പ്രതിക്ക് രക്ഷപെടാൻ മാർഗ്ഗം നിർദ്ദേശിച്ചു കൊടുക്കുക.

അവൻ കീഴടങ്ങുന്നതായി നടിച്ചു.

ജനങ്ങളെ ബോധിപ്പിക്കണമല്ലോ.

റെയിൽവേസ്റ്റേഷനു പുറത്ത് പൊലീസ് ജീപ്പ്.

ആൾക്കാർ അവരുടെ പിന്നാലെ ജീപ്പിനടുത്തേക്ക് വരികയാണ്.

എവിടെനിന്നോ ഒരു പത്രപ്രതിനിധിയും പാഞ്ഞെത്തി. അയാളുടെ കൈയിൽ ക്യാമറയും ഉണ്ടായിരുന്നു. ഫ്ളാഷ് മിന്നി.

"കയറെടാ ജീപ്പിൽ..." പൊലീസുകാരൻ കല്പിച്ചു.

പെട്ടെന്ന്...

ഗൗഡ പൊലീസുകാരെ തള്ളിമാറ്റി മുന്നോട്ടു കുതിച്ചു. അയാൾ റോഡിലെത്തിയപ്പോൾ പൊലീസുകാരുടെ തോക്കുകൾ തീ തുപ്പി.

ഇരുട്ടിൽ മിന്നലുകൾ ഉണ്ടായി.

"നീയൊക്കെ എന്നെ ചതിച്ചു അല്ലേടാ...?" വെടിയേറ്റ് തറയിൽ വീഴുന്നതിനിടയിൽ അയാൾ അലറി. "എന്നെക്കൊണ്ട് ഇതെല്ലാം ചെയ്യിച്ചിട്ട് അവസാനം തെളിവുകൾ ഇല്ലാതാക്കി. നായിന്റെ മോൻമാരേ...."

ഗൗഡയ്ക്ക് റിവോൾവർ എടുക്കാൻപോലും കഴിഞ്ഞില്ല. അയാളുടെ അവസാനത്തെ ശബ്ദം പത്രറിപ്പോർട്ടറുടെ കൈവശമിരുന്ന ടേപ്പ്റിക്കോർഡർ പിടിച്ചെടുത്തിരുന്നു.

പോലീസുകാർ വിളറി.

ഗൗഡ മരിച്ചു കഴിഞ്ഞിരുന്നു.

പത്രറിപ്പോർട്ടർ ഓടിക്കൂടിയ ജനത്തിനിടയിലൂടെ ഊളിയിട്ടു. പൊലീസുകാർ റിപ്പോട്ടറെ തിരക്കി. എന്തെന്നാൽ ഗൗഡ വെടിയേറ്റ് വീഴുമ്പോൾ റിപ്പോർട്ടർ പാന്റിന്റെ കീശയിൽ നിന്നും ടേപ്പ് റിക്കോർഡർ എടുക്കുന്നതും സ്വിച്ച് അമർത്തുന്നതും ഒരു പോലീസുകാരൻ കണ്ടിരുന്നു. അതപകടമാണെന്ന് പൊലീസുകാരൻ മറ്റുള്ളവരോട് പറഞ്ഞെങ്കിലും റിപ്പോർട്ടറെ കണ്ടെത്താൻ കഴിഞ്ഞില്ല.

** ** **

അടുത്ത ദിവസങ്ങളിലെ പത്രത്തിൽ വാർത്തകൾ വലിയ പ്രാധാന്യത്തോടെ പ്രസിദ്ധീകരിച്ചു.

പ്രതാപിന് കളിക്കളത്തിൽ വെടിയേറ്റു.

കൊലയാളിയെ പൊലീസ് വെടിവെച്ചുകൊന്നു.

പക്ഷേ 'സത്യം' ദിനപത്രത്തിൽ മറ്റാരും കൊടുക്കാത്ത ന്യൂസ്.

ഉന്നതങ്ങളിൽ പലരും അറിഞ്ഞുകൊണ്ടായിരുന്നു പ്രതാപിനെ വെടിവച്ചത്. രഹസ്യം മറയ്ക്കുവാനാണ് ഗൗഡയെ വധിച്ചത്. അതിനുദാഹരണമായി കൊല്ലപ്പെടുന്നതിന് മുമ്പ് ഗൗഡ പറഞ്ഞ വാക്കുകൾ ഉദ്ധരിച്ചിരുന്നു.

പത്രം വിളിച്ചു കൂവിയിരിക്കുന്ന സത്യങ്ങൾ കണ്ട് മുഖ്യമന്ത്രിയും സ്പോർട്സ് മന്ത്രിയും ഞെട്ടി.

പ്രതിപക്ഷം ഇളകി.

സ്പോർട്സ് പ്രേമികളായ ജനങ്ങളും ഇളകി. മന്ത്രിസഭയിലെ ഭൂരിപക്ഷമായി നിന്നിരുന്ന ഘടകകക്ഷികളും മുഖ്യമന്ത്രിയുമായി ഇടഞ്ഞു.

** ** **

പത്രം വായിച്ച മീര നടുങ്ങിയിരുന്നു.

തന്റെ ഭർത്താവിനും ഈ കളിയിൽ നല്ലൊരു സ്ഥാനം ഉണ്ടായിരിക്കുമെന്ന കാര്യത്തിൽ അവൾക്ക് യാതൊരു സംശയവും ഉണ്ടായിരുന്നില്ല.

പ്രതാപിനു വെടിയേറ്റുവെങ്കിലും അയാൾ മരിച്ചില്ലല്ലോ എന്ന ആശ്വാസമുണ്ടായിരുന്നു അവൾക്ക്. താൻ ശ്രീ പത്മനാഭസ്വാമി ക്ഷേത്രത്തിൽ വച്ച് പ്രതാപിനെ കണ്ടത് അവൾ ഓർത്തു.

പത്രത്തിൽ കൊടുത്തിരിക്കുന്ന പ്രതാപിന്റെ ഫോട്ടോയിലേക്കും വാർത്തയിലേക്കും മിഴിനട്ട് അവൾ അങ്ങനെ ഇരിക്കവെ ശങ്കർ അടുത്തെത്തിയത് അറിഞ്ഞില്ല.

"കാമുകന്റെ ഫോട്ടോ കണ്ട് സുഖിക്കുകയാണോടീ..." എന്നു ചോദിച്ചുകൊണ്ട് അവൻ പത്രം തട്ടിത്തെറുപ്പിച്ചപ്പോൾ മാത്രമാണ് അവൾ ഞെട്ടി തലയുയർത്തിയത്.

വല്ലാത്ത ഭാവത്തിൽ അവൾ അവനെ നോക്കി.

"കളിച്ച് ജയിക്കുന്നതിൽ മാന്യതയുണ്ട്. അല്ലാതെ കൂലികൊലയാളികളെകൊണ്ട് എതിർടീമിൽ ഉള്ളവരെ കൊലപ്പെടുത്തിക്കുന്നതല്ല മിടുക്ക്."

"ആരങ്ങനെ ചെയ്യിച്ചെന്നാടീ നീ പറയുന്നത്?"

"നിങ്ങൾതന്നെ. കഴിഞ്ഞ കുറെ ദിവസങ്ങളായി ഇവിടെനിന്നും ഫോൺ ചെയ്യുന്നതുമൊക്കെ ഞാൻ ശ്രദ്ധിച്ചിട്ടുണ്ട്..."

അടുത്തനിമിഷം പടക്കം പൊട്ടുന്നതുപോലെ അടിയുടെ ശബ്ദം ഉയർന്നു.

മീര മുഖം പൊത്തി.

"കൊന്നു കുഴിച്ചുമൂടിക്കളയും നായേ...എന്നെ ചോദ്യം ചെയ്യുന്നോ?"

മീരയുടെ ചുവന്നു കലങ്ങിക്കഴിഞ്ഞ കണ്ണുകളിൽ നിന്നും ഒരുതുള്ളി കണ്ണീർപോലും പുറത്തുവന്നില്ല...

** ** **

കേരളാപോലീസ് സെമിഫൈനലിലും ജയിച്ചു. ഒരു പെനാൽറ്റി ഷൂട്ടിൽ എതിർടീമിനെ അട്ടിമറിച്ചുകൊണ്ട്.

റഫറി പക്ഷപാതപരമായ സമീപനമായിരുന്നു കൈക്കൊണ്ടിരുന്നതെന്ന് എതിർടീം കുറ്റപ്പെടുത്തുന്നുണ്ടായിരുന്നു. അതിനിടയിലായിരുന്നു വിവാദപരമായ ഈ പെനാൽറ്റി.

എന്തായാലും ആദ്യസെമിഫൈനലിന്റെ നേർപകുതി ആൾപോലുമില്ലായിരുന്നു രണ്ടാം സെമിഫൈനലിന്.

** ** **

പ്രതാപ് കിടക്കയിൽ എണീറ്റ് സാവധാനം ഭിത്തിയിൽ ചാരിയിരുന്നു.

അവന്റെ അരികിൽ കോച്ച് ഗബ്ബാർസിംഗും ടീം മാനേജർ പോപ്സൺ അലിമാവോയും ടീമിന്റെ ഡോക്ടർ റിച്ചാർഡും ചില കളിക്കാരും അപ്പോൾ ഉണ്ടായിരുന്നു.

"ഒരു കൈ ഇല്ലെന്നു പറഞ്ഞാലും എനിക്ക് കളിച്ചേ പറ്റൂ..." പ്രതാപിന്റെ വാക്കുകൾ ഉറച്ചതായിരുന്നു. "എന്നെ കളിക്കളത്തിൽ ഇറക്കിയില്ലെങ്കിൽ അത് എന്നോടു ചെയ്യുന്ന ഏറ്റവും വലിയ ദ്രോഹമാണ്..."

"എന്തൊക്കെ പറഞ്ഞാലും പ്രതാപ്, ഇപ്പോഴത്തെ കാര്യം മാത്രം നോക്കിയാൽ മതിയോ?"

"മതി, ഇതു കഴിഞ്ഞിട്ട് ബാക്കി. ഈ ഗോൾഡ് കപ്പ് സ്വന്തമാക്കിയിട്ട് മരിച്ചാലും എനിക്ക് ദുഃഖമില്ല"

പോപ്സൺ അലിമാവോയും ഗബ്ബാർസിംഗും മുഖാമുഖം നോക്കി.

ഡോ. റിച്ചാർഡ് പറഞ്ഞു.

"കൈക്കാണ് മുറിവെങ്കിലും ഏറെ സൂക്ഷിക്കണം. ഒരുപാട് രക്തം നഷ്ടമായിട്ടുണ്ട്. അതുമാത്രമല്ല ഒരു തള്ളിവീഴ്ത്തലോ ബലത്തിലൊരു മുട്ടോ കിട്ടിക്കഴിഞ്ഞാൽ അത് കൂടുതൽ ഗുരുതരമാകും.."

"ആകട്ടെ ഡോക്ടർ, വേദന അറിയാതിരിക്കാനുള്ള എന്തെങ്കിലും മരുന്ന് തന്നാൽ മതി എനിക്ക്"

"ഞാൻ സമ്മതിക്കില്ല..."

"ഇന്നു കഴിഞ്ഞാൽ നാളെയും മറ്റന്നാൾ വൈകീട്ടും വരെ സമയമുണ്ടല്ലോ എനിക്ക് കുഴപ്പമൊന്നുമില്ല ഡോക്ടർ."

മറുപടി പറയാതെ തന്നെ റിച്ചാർഡ് എണീറ്റു.

പ്രതിപക്ഷനേതാവിന്റെ മകൻ റാം ഗബ്രിയേലും പഞ്ചുവും കൂടി മുറിക്കുള്ളിലേക്ക് കയറിവന്നു. പൊട്ടിക്കരയുകയാണ് പഞ്ചു ആദ്യം ചെയ്തത്.

** ** **

പ്രതാപിന്റെ കൊലപാതകശ്രമത്തിനു പിന്നിൽ പ്രവർത്തിച്ചിരുന്നവരെ എത്രയും വേഗം അറസ്റ്റു ചെയ്യണമെന്നും കേരളാപോലീസിനു കഴിയില്ലെങ്കിൽ അന്വേഷണം സി.ബി.ഐ.യെ ഏല്പിക്കണമെന്നും ആവശ്യപ്പെട്ടുകൊണ്ട് പ്രതിപക്ഷകക്ഷികളുടെ നേതൃത്വത്തിൽ പൊതുജനം സമരരംഗത്തേക്കിറങ്ങുകയായിരുന്നു.

കേരളമെമ്പാടും ആ ശബ്ദത്തിന്റെ അലകളുണ്ടായി. നിമിഷം പ്രതി വളർന്നുകൊണ്ടിരുന്ന സമരത്തിന്റെ മുഖം കണ്ട് മുഖ്യമന്ത്രി ശിവദാസനും സ്പോർട്സ് മന്ത്രി അരവിന്ദാക്ഷനും കിടുങ്ങി.

കാര്യങ്ങൾ ഉദ്ദേശിച്ചിടത്തെങ്ങും നിൽക്കാതെ പിടിവിട്ടുപോകുന്നു.

അതിനെച്ചൊല്ലി ഘടകകക്ഷികളുമായുണ്ടായ ഉരച്ചിൽ മൂർച്ഛിച്ചു വരികയുമാണ്.

മന്ത്രിസഭ നിലംപതിക്കുമോ?

അങ്ങനെവരെ ചിന്തിക്കേണ്ട സമയം ആഗതമായിക്കഴിഞ്ഞു.

** ** **

ഫൈനൽ മത്സരദിവസം.

കേരളാപോലീസ് ആഹ്ലാദത്തിമിർപ്പിലാണ്.

തങ്ങളുടെ വിജയം അവർ മുന്നിൽകണ്ടു. പ്രതാപില്ലാത്ത അലി

മാവോ ബ്രദേഴ്സിനു പിടിച്ചു നിൽക്കാൻ കഴിയില്ല.

ഗോൾഡ് കപ്പ് കൈയേൽക്കുന്ന രംഗം ശങ്കർ ഭാവനയിൽ കണ്ടു.

തങ്ങളുടെ സുഹൃത്തിന്റെ പതനത്തിൽ വിനോദും ജോസും അലക്സും മൗനമായി ദുഃഖിച്ചു.

പ്രതാപ് ടീമിലുണ്ടാകുമോ ഇല്ലയോ എന്ന കാര്യത്തിൽ ഇതുവരെയും അലിമാവോ ബ്രദേഴ്സ് കോച്ച് യാതൊരഭിപ്രായവും പുറത്തു വിട്ടിട്ടില്ല.

എന്നിരുന്നാലും അവനു കളിക്കാൻ കഴിയില്ലെന്ന് ഏവർക്കും ഉറപ്പുണ്ടായിരുന്നു.

മത്സരത്തിനായി ശങ്കറും മറ്റും പുറപ്പെടാൻ ഭാവിക്കുമ്പോഴാണ് അവനെത്തേടി ഒരു ഫോൺ സന്ദേശം വന്നത്.

നടുങ്ങിപ്പോയി ശങ്കർ.

ഇരുപത്തിയെട്ട്

നിന്ന നില്പിൽ ആരോ പിടിച്ചുലയ്ക്കുംപോലെ ഒന്നുലഞ്ഞു ശങ്കർ. കേട്ടത് സത്യമാണെന്ന് വിശ്വസിക്കുവാൻ അവൻ പാടുപെട്ടു. പ്രതീക്ഷകളിൽ പലതും തകിടം മറിയുന്നത് അവൻ അറിഞ്ഞു. ഘടകകക്ഷികൾ പിന്തുണ പിൻവലിച്ചു.

ശിവദാസൻ മന്ത്രിസഭ നിലംപതിച്ചിരിക്കുന്നു.

"എന്താ ശങ്കർ?"

അവന്റെ ഭാവമാറ്റം കണ്ട് അവിടെയെത്തിയ കോച്ച് സാംലൂയിസ് തിരക്കി.

മ്ലാനമായ മുഖത്തോടെ അവൻ റിസീവർ വച്ചു. പിന്നെ തളർന്ന ശബ്ദത്തിൽ പറഞ്ഞു "മന്ത്രിസഭ നിലംപതിച്ചു."

നാടിന്റെ നാനാഭാഗത്തും അപ്പോൾ പടക്കങ്ങൾ പൊട്ടിത്തുടങ്ങിയിരുന്നു.

"ങാ..നമുക്ക് പോകാം. കൂടുതലൊന്നും ഇപ്പോൾ ചിന്തിക്കേണ്ട.."

അവർ കയറിയ വണ്ടി നീങ്ങി.

** ** **

പ്രതാപ് മത്സരത്തിനിറങ്ങുമോ ഇല്ലയോ എന്ന് ഇതുവരെയും അറിയുവാൻ കഴിഞ്ഞിട്ടില്ലെങ്കിലും കാണികൾ ധാരാളമെത്തിയിരുന്നു ഫൈനൽ മത്സരം കാണുവാൻ.

പ്രതാപിന്റെ മുറിവ് വേഗം ഭേദമാകാനും അവനു മത്സരിക്കാനു

മുള്ള കരുത്തു നല്കുവാനും വേണ്ടി ചിലർ ക്ഷേത്രങ്ങളിൽ നേർച്ചകൾ നേർന്നു.

ടീമുകൾ ഫീൽഡു ചെയ്തു.

എല്ലാവരും ഉറ്റുനോക്കി.

അലിമാവോ ബ്രദേഴ്സിന്റെ കൂട്ടത്തിൽ പ്രതാപ് ഇല്ല. കാണികളുടെ മുഖം മങ്ങി.

അപ്പോൾ അവർ മറ്റൊന്നു കണ്ടു. ജേഴ്സിയണിഞ്ഞ പ്രതാപ്.

കളിക്കളത്തിനുപുറത്ത് മറ്റുള്ള കളിക്കാരുടെ കൂടെ അവനും ഇരിക്കുന്നു.

“പ്രതാപ്...പ്രതാപ്” കാണികൾ വിളിച്ചുകൂവി. അവൻ ഇടതുകൈ ഉയർത്തി വീശി.

അവർ എണീറ്റുനിന്ന് അവനെയും പ്രത്യഭിവാദ്യം ചെയ്തു.

പ്രതാപിന്റെ വലതുകൈയുടെ വേദന ഇപ്പോഴുമുണ്ട്.

അവസാന നിമിഷമാണ് ഒരു ഒത്തുതീർപ്പിന് കോച്ച് ഗബ്ബാർസിംഗും ടീം ഡോക്ടർ റിച്ചാർഡും തയ്യാറായത്. അതായത് സബ്സ്റ്റിറ്റ്യൂട്ടായി പ്രതാപ് ഇരിക്കുക. ആവശ്യമുണ്ടെങ്കിൽ മാത്രം പകുതി സമയം കഴിയുമ്പോൾ പ്രതാപിനെ ഇറക്കുക.

ആ അഭിപ്രായത്തോട് പ്രതാപിനും യോജിപ്പായിരുന്നു.

മത്സരം തുടങ്ങാറായി.

അതിനുമുമ്പ് ശങ്കറുടെയും പ്രതാപിന്റെയും കണ്ണുകൾ കൂട്ടിമുട്ടി. പുച്ഛഭാവത്തിൽ ഒരു ചിരി പ്രതാപിന്റെ മുഖത്തുണ്ടായി. പക്ഷേ ശങ്കർ പല്ലുകടിച്ചു.

വെള്ളയും കറുത്തനിറത്തിൽ നമ്പറും പതിച്ച ജേഴ്സിയാണ് അലിമാവോ ബ്രദേഴ്സിന്റേത്. പൊലീസ് ടീമിന്റേത് മഞ്ഞയും.

ടോസ് ചെയ്യപ്പെട്ടു.

പൊലീസ് ടീമിനാണ് ടോസ് വീണത്.

വിസിൽ മുഴങ്ങി.

മത്സരം തുടങ്ങി.

പ്രതീക്ഷിച്ചതിനേക്കാളും കരുത്തന്മാരാണ് ഇപ്പോഴും അലിമാവോ ബ്രദേഴ്സെന്ന് പൊലീസ് ടീമിനു മനസ്സിലായി. ആദ്യം പൊലീസ് ടീമിന്റെ ഗോൾപോസ്റ്റാണ് പരീക്ഷിക്കപ്പെട്ടത്.

അതോടെ അവർക്ക് വാശികൂടി.

പരുക്കൻ അടവുകൾ പുറത്തെടുക്കുകയായി.

എന്നാൽ അൽപസമയം കൂടി കഴിഞ്ഞപ്പോൾ അലിമാവോ ബ്രദേഴ്സിനു മങ്ങൽ ഏല്ക്കുന്ന കാഴ്ചയാണ് കാണുവാൻ തുട

ങ്ങിയത്. അതോടെ പൊലീസ് കൂടുതൽ ശക്തിയാർജ്ജിച്ചു തുടങ്ങി.

പ്രതാപിന്റെ മുഖമിരുണ്ടു.

കോച്ച് ഗബ്ബാർസിംഗ് എന്തൊക്കെയോ വിളിച്ചു പറയുന്നുണ്ടായിരുന്നു.

പത്തുമിനിട്ടുകൾ കഴിഞ്ഞതോടുകൂടി മത്സരം അലിമാവോയുടെ വിംഗിൽത്തന്നെയായി.

ഒരു ഗോൾ വീഴുമെന്നുറപ്പ്.

അത് സംഭവിക്കുകയും ചെയ്തു.

പൊലീസ് ടീമിന് അനുകൂലമായി കിട്ടിയ കോർണർകിക്ക് മനോഹരമായ ഒരു നീക്കത്തിലൂടെ വിനോദ് വലയ്ക്കുള്ളിലാക്കി.

പക്ഷേ കാണികളിൽ മൂന്നിലൊന്ന് ആൾക്കാർപോലും ആഹ്ലാദശബ്ദം പുറപ്പെടുവിച്ചില്ല. അലിമാവോ ബ്രദേഴ്സിന്റെ പതനം അവർക്കൊക്കെ ഒരു ഷോക്കായിരുന്നു.

"പ്രതാപിനെ ഇറക്കോ" എന്ന് ഇടയ്ക്കിടെ ആരൊക്കെയോ വിളിച്ചു പറയുന്നുണ്ടായിരുന്നു.

ശങ്കറുടെ മുഖത്ത് വിജയപ്രതീക്ഷ.

പ്രതാപ് അസ്വസ്ഥനായി.

ഗബ്ബാർസിംഗും പോപ്സൺ അലിമാവോയും തളർന്നു.

വീണ്ടും കളി തുടങ്ങി.

നാൽപതാം മനിട്ടിനുള്ളിൽ അലിമാവോ ബ്രദേഴ്സ് രണ്ടാം ഗോളിന്റെ രുചിയും അറിഞ്ഞു, ജോസിന്റെ ഗോൾ.

ശങ്കർ ഊറ്റം കൊണ്ടു.

വേദിയിൽ തിളക്കത്തോടെ ഇരിക്കുന്ന 'ഗോൾഡ് കപ്പി'ലേക്ക് അവന്റെ കണ്ണുകൾ ഇടയ്ക്കിടെ പാളിവീണു.

മത്സരത്തിന്റെ ആദ്യപകുതി അവസാനിച്ചു.

ഗോൾ വീഴാനുണ്ടായ കാരണങ്ങൾ മനസ്സിലാക്കി ഗബ്ബാർസിംഗ് പുതിയ തന്ത്രം മെനഞ്ഞു.

അതേസമയം സാംലൂയിസും ശങ്കറിനും മറ്റും ചില നിർദ്ദേശങ്ങൾ നല്കി.

"ചിലപ്പോൾ പ്രതാപ് ഇറങ്ങിയെന്നിരിക്കും. എന്നാലും പതറരുത്. ഇനി പ്രതിരോധത്തിൽ ഊന്നി കളിച്ചാൽ മതി. ലീഡു നിലനിർത്തുക അത്രമാത്രം".

അതിനു തങ്ങളെക്കൊണ്ടാവുമെന്ന് അവർക്ക് പരിപൂർണ്ണവിശ്വാസം ഉണ്ടായിരുന്നു.

സാംലൂയിസ് തുടർന്നു.

“പ്രതാപ് ഒന്നുമല്ലെന്ന് ഈ മത്സരം കാട്ടിക്കൊടുക്കണം.”

“ഏറ്റു” ശങ്കർ സന്തോഷത്തോടു പറഞ്ഞു.

ഹാഫ്ടൈമിനുശേഷം പ്രതാപ് ഇറങ്ങി.

“പ്രതാപ്...പ്രതാപ്...”കാണികൾ സന്തോഷത്തോടലറി.

“ഗോളടിക്കൂ പ്രതാപ്...”

“പോലീസിനെ പുറത്താക്കൂ...”

അവർ വിളിച്ചു പറഞ്ഞു.

ശങ്കറുടെ കണ്ണുകളിൽ അഗ്നിയെരിഞ്ഞു. ഇതാ വർഗ്ഗശത്രു മുന്നിൽ.

കിട്ടുന്ന അവസരം ഉപയോഗപ്പെടുത്തണം. അവന്റെ കുടിലബുദ്ധിയിൽ തന്ത്രങ്ങളുണർന്നു. ഇതാണ് പറ്റിയ അവസരം.

മത്സരം തുടങ്ങി.

വലതുകൈ ചലിപ്പിക്കാൻ കഴിയാത്തതിനാൽ പ്രതാപിനു ഏറെ ബുദ്ധിമുട്ട് അനുഭവപ്പെട്ടു. എങ്കിലും അവന്റെ മാന്ത്രികക്കാലുകളിൽ പന്തടക്കത്തിനു യാതൊരു കുഴപ്പവുമില്ലായിരുന്നു.

പ്രതാപിന്റെ ആഗമനത്തോടെ അലിമാവോ ബ്രദേഴ്സ് നവജീവൻ കിട്ടിയതുപോലെ ഉണർന്നു കളിച്ചു. പൊലീസ് ടീം പ്രതിരോധം ശക്തിപ്പെടുത്തിക്കഴിഞ്ഞു.

കളി തുടങ്ങി അഞ്ചാം മിനിട്ട്.

മൈതാനത്തിന്റെ മദ്ധ്യഭാഗത്തുനിന്നും പ്രതാപ് ഒരു പന്ത് തൊടുത്തു. കൂടെയുള്ളവർക്കു ലോംഗ്പാസ് നൽകുകയാണെന്ന് കരുതിയവർക്ക് തെറ്റി.

നേരെ പോസ്റ്റിലേക്കായിരുന്നു ബോൾ പറന്നത്. ഗോളി ചാടിയുയർന്നു. കയ്യിൽ പന്തടക്കുവാൻ കഴിയില്ല. ആയാസകരമായി അവൻ അത് തട്ടി പുറത്തുകളഞ്ഞു.

കോർണർ കിക്ക്...

പെനാൽറ്റി ബോക്സിനുള്ളിൽ കളിക്കാർ തിക്കിത്തിരക്കി.

കിക്കെടുക്കുന്നത് പ്രതാപ്. ഗോളിയെ കൂടാതെ രണ്ടുപേർകൂടി ഗോൾവലയം കാത്തു.

പ്രതാപ് കിക്കെടുത്തു.

ഗ്രൗണ്ടിന്റെ ഇടതുമൂലയിൽ നിന്നും പന്തുയർന്നു. ഗോളി ചാടിവീണു.

അവന്റെ കൈക്കു മുകളിലൂടെ പന്ത് പറന്നു. കൃത്യം സെക്കന്റ് പോസ്റ്റിൽ പതിഞ്ഞു.

ഗോൾ...

മൈതാന പരിസരം ആഹ്ലാദത്താൽ കോലാഹലമായി. പൊലീസ് ടീം മിഴിച്ചുനിന്നു.

ആയിരം കോർണർ കിക്കെടുത്താൽ ചിലപ്പോൾ ഒരെണ്ണം ഇങ്ങനെ ഗോൾ വീണേക്കും. ലോകത്തിലെ സൂപ്പർ കളിക്കാരിൽ വിരലിലെണ്ണാവുന്ന ചിലർമാത്രം ഒന്നോ രണ്ടോ തവണ ഇങ്ങനെ ഗോൾ വീഴ്ത്തിയിട്ടുണ്ട്.

അലിമാവോ ബ്രദേഴ്സിന്റെ ആത്മവീര്യം വർദ്ധിച്ചു. അതോടെ പൊലീസ് ടീമിന് അങ്കലാപ്പായി. ഇനി ഏതു നിമിഷവും ഒരു ഗോൾ വീണേക്കാം.

ഒരു ഗോളിനു മുന്നിട്ടു നിൽക്കുക എന്നു പറഞ്ഞാൽ ഏതുനിമിഷവും സമനിലയാകാം. കളി തീരുന്നതുവരെ ടെൻഷൻ.

പ്രതാപ് ശരിക്ക് മാർക്കു ചെയ്യപ്പെട്ടുതുടങ്ങി.

ഒരു തവണ അവനെ തട്ടി താഴെ വീഴ്ത്തി. മുറിവു പറ്റിയ ഭാഗം അടിച്ചാണ് താഴെ വീണത്. തറയിൽ നിന്നെണീക്കുവാൻ ബുദ്ധിമുട്ടായിരുന്നു. മറ്റുള്ളവർ അവനെ പിടിച്ചുയർത്തി.

വലതുകൈയിൽ കെട്ടിയിരുന്ന വെളുത്ത ബാൻഡേജിൽ ചുവന്ന പൂക്കൾ വിരിഞ്ഞു.

വേദന കടിച്ചമർത്തുകയാണ് അവൻ.

ഡോ. റിച്ചാർഡും ഗബ്ബാർസിംഗുമൊക്കെ അമ്പരന്നു.

“തിരികെ വിളിച്ചാലോ?” റിച്ചാർഡ് കോച്ചിനെ നോക്കി.

“പാടില്ല. ഇപ്പോൾ അനുഭവിക്കുന്ന വേദനയുടെ മൂന്നിരട്ടിയായിരിക്കും അവനത്...”

കളി തുടർന്നു.

പ്രതാപിന്റെ കണ്ണുകളിൽനിന്നും രക്തം വമിക്കുന്നതുപോലെ തോന്നി കളിക്കാർക്ക്.

അവന് വീണ്ടും പന്തുകിട്ടി.

ഉള്ള ശക്തി സംഭരിച്ച് കുതിച്ചു.

പ്രതിരോധക്കാർ പത്മവ്യൂഹം സൃഷ്ടിച്ചു.

അവൻ അവരെ തളർത്തിക്കൊണ്ട് പന്ത് നിശാന്തിനു കൈമാറി.

അവനെ പ്രതിരോധക്കാർ വളഞ്ഞപ്പോഴേയ്ക്കും ഇടതുവിംഗിൽ നിന്നിരുന്ന സുനിൽദത്തിന്റെ കാൽക്കലെത്തി പന്ത്.

പ്രതാപ് ഓടിക്കയറി, സുനിൽദത്ത് പാസ് നല്കി.

ആർക്കും തടയാൻ കഴിയുംമുമ്പ് ഒരൂക്കൻ അടി.

"ഗോൾ"

ഗോളി നിസ്സഹായനായി നോക്കി നിന്നതേയുള്ളൂ.

മത്സരം തുടങ്ങി മുപ്പതുമിനിട്ടുകൾ ആയതേയുള്ളായിരുന്നു.

തന്റെ കണ്ണുകളിൽ ഇരുൾ നിറയുന്നതുപോലെ തോന്നി ശങ്കർക്ക്.

തങ്ങൾ പരാജയപ്പെടുകയാണോ?

ഇനി പ്രതിരോധത്തിൽ ഊന്നിമാത്രം കളിച്ചിട്ടു കാര്യമില്ല. ശക്തമായ ഒരു തിരിച്ചടിക്ക് അവരും തയ്യാറായി.

കളിക്കളത്തിൽ തീപ്പൊരി പാറുന്ന ഷോട്ടുകൾ ഉണ്ടായി. ഇരുഭാഗത്തെയും ഗോളികൾ തുടരെ പരീക്ഷിക്കപ്പെട്ടു.

എങ്ങനെയും ഒരു ഗോളടിക്കണമെന്ന് രണ്ടു കൂട്ടർക്കും വാശി.

അതിനിടെ രണ്ടുതവണകൂടി പ്രതാപ് തറയിൽ വീണു. ഒരു തവണ സ്ട്രെച്ചറിൽ കിടത്തിയതാണ്. എടുത്തുകൊണ്ടുപോകുന്നതിനുമുമ്പ് അവൻ എണീറ്റിരുന്നു.

അവന്റെ വെളുത്ത ജേഴ്സി രക്തത്തിൽ കുതിർന്നു. ഇനി ഏതു നിമിഷവും പ്രതാപ് തളർന്നു വീണേക്കാമെന്ന് കാണികൾക്കും കളിക്കാർക്കും കോച്ചിനുമെല്ലാം തോന്നി. പക്ഷേ ഇപ്പോൾ പ്രതാപിനെ പിൻവലിക്കാനും കഴിയില്ല.

മത്സരം അവസാന വിസിലിനോടടുക്കുന്നു. എക്സ്ട്രാ ടൈമിലേക്ക് മത്സരം നീണ്ടാൽ തന്നെക്കൊണ്ട് കളിക്കാനാവില്ലെന്ന് പ്രതാപിനറിയാം.

ശങ്കറുടെയും മറ്റും പ്രതീക്ഷയും അതുമാത്രമായിരുന്നു. ഉദ്വേഗം നിറഞ്ഞ നിമിഷങ്ങൾ.

മൈതാനമദ്ധ്യത്തിനപ്പുറം വച്ച പ്രതാപിന് പന്തു കിട്ടി. ഓടിയെത്തിയ ശങ്കറെ അവൻ ഒരു സെക്കന്റുകൊണ്ട് കബളിപ്പിച്ചു മുന്നേറി. ശങ്കർ പിന്നാലെ കുതിച്ചെത്തി. അപ്പോഴേയ്ക്കും പ്രതാപ് മുന്നിലുള്ള അടുത്ത ഡിഫന്ററെയും പിന്നിലാക്കിക്കഴിഞ്ഞിരുന്നു.

തന്റെ ശരീരം തളരുന്നത് അവൻ അറിഞ്ഞു. ഇത് ഗോളായാൽ രക്ഷപെട്ടു.

വലതുകാൽ ഓങ്ങിയിട്ട ഇടതുകാൽകൊണ്ടടിച്ചു. ഗോളി ഇടത്തേക്കും ബോൾ വലത്തേക്കും വീണു.

"ഗോൾ"

കാണികൾ ബാനറുകൾ ഉയർത്തിപ്പിടിച്ച് നൃത്തം ചെയ്തു. ബാന്റുമേളം മുഴങ്ങി. എല്ലാ സജ്ജീകരണങ്ങളുമായാണ് അവർ എത്തിയിരുന്നത്. അലിമാവോ ബ്രദേഴ്സ് തോൽക്കുമെന്ന് ഭയന്ന്

പുറത്തെടുക്കാതിരുന്നതാണ്.

പക്ഷേ...

ബോൾ അടിച്ചുകഴിഞ്ഞ് പ്രതാപും മുന്നോട്ടുതന്നെ മറിഞ്ഞു.

പിന്നാലെ ഓടിയെത്തിയ ശങ്കർ ബൂട്ട്സണിഞ്ഞ കാലുകൊണ്ട് അവനെ ചവിട്ടി.

റഫറി ഓടിവന്നു.

വിസിൽ മുഴക്കി ശങ്കറെ വിളിച്ചു.

പിന്നെ കീശയിൽ നിന്നും റെഡ് കാർഡ് ഉയർത്തിക്കാട്ടി.

ശങ്കർ നടുങ്ങി.

"സാർ..."

അത് ശ്രദ്ധിക്കാതെ അദ്ദേഹം അവന്റെ നമ്പർ നോട്ടു ചെയ്തിട്ട് തിരികെ നടന്നു കഴിഞ്ഞു.

ശങ്കർ പുറത്ത്.

കുനിഞ്ഞ ശിരസ്സോടെ അവൻ പുറത്തേക്ക് നടന്നു. പെട്ടെന്ന് ഗ്യാലറിയിൽ നിന്ന് തുരുതുരെ ചെരുപ്പുകൾ ചീറിവീണു.

ആൾക്കാർ രോഷാകുലരായിക്കഴിഞ്ഞിരുന്നു.

അവസാനം ശങ്കറിന് പോലീസ് സംരക്ഷണം വേണ്ടിവന്നു.

പ്രതാപ് എണീക്കാൻ നോക്കി. കഴിഞ്ഞില്ല.

സ്ട്രെച്ചറിൽ അവനെ കൊണ്ടുപോന്നു. പകരം വേറെ ആളിനെ ഇറക്കി.

പ്രതാപിനെ പുറത്തുകൊണ്ടുവന്ന് കസേരയിൽ ഇരുത്തി. ടീം ഡോക്ടർ റിച്ചാർഡ് ആവശ്യമായ ഫസ്റ്റ് എയ്ഡ് നടത്തി.

അഞ്ചുമിനിട്ടോളമേ അവസാനം കളിയുണ്ടായിരുന്നുള്ളൂ.

പോലീസിന് ഗോൾ മടക്കാൻ കഴിഞ്ഞില്ല.

അലിമാവോ ബ്രദേഴ്സ് വിജയിച്ചു.

കളിക്കാർ പ്രതാപിനെ കസേരയോടെ എടുത്തുയർത്തി ആനന്ദനൃത്തം ചെയ്തു.

അപ്പോൾ ടി.വി.ക്ക് മുന്നിലിരുന്ന് ആനന്ദക്കണ്ണീർ പൊഴിക്കുകയായിരുന്നു മീര.

അവസാനം പ്രതാപ് വിജയിച്ചിരിക്കുന്നു.

എത്ര വൈതരണികളെ അതിനിടെ അവന് അഭിമുഖീകരിക്കേണ്ടി വന്നു.

പ്രതാപിനെ ശങ്കർ ചവിട്ടുന്നത് വീണ്ടും വീണ്ടും ടി.വിയിൽ എടുത്തു കാട്ടിയപ്പോൾ ഹൃദയം നുറുങ്ങുന്ന വേദനയോടെയിരിക്കുകയായിരുന്നു അവൾ.

എന്നാൽ ശങ്കറെ ആൾക്കാർ ചെരിപ്പുകൊണ്ട് എറിയുന്നത് കണ്ട പ്പോൾ അവളുടെ മനം നിറഞ്ഞു.

"അങ്ങനെതന്നെ വേണം..." അവൾ പിറുപിറുത്തു.

അയാൾ തന്റെ ഭർത്താവാണെന്നൊന്നും അവൾ ചിന്തിച്ചതേയില്ല.

ബാപ്പുജി മെമ്മോറിൽ സ്പോർട്സ് ക്ലബ്ബിന്റെ മുറ്റത്ത് പഞ്ചുവും സുഹൃത്തുക്കളും നൃത്തം ചെയ്തു. പ്രതാപിന്റെ അച്ഛൻ സന്തോഷത്താൽ കരഞ്ഞു.

വെടിയേറ്റ് അവൻ ആശുപത്രിയിൽ കഴിഞ്ഞിട്ട് അദ്ദേഹത്തിനൊന്ന് കാണുവാൻപോലും കഴിഞ്ഞിരുന്നില്ല. കുഴപ്പമൊന്നുമില്ലെന്നും പറഞ്ഞ് പഞ്ചുവാണ് അദ്ദേഹത്തെ വിടാതിരുന്നത്. അച്ഛനും മകനും തമ്മിൽ കണ്ടാൽ അത് കൂടുതൽ വിഷമിപ്പിക്കത്തേയുള്ളൂ. അതു വേണ്ട. പഞ്ചുവിന്റെ തീരുമാനമായിരുന്നു.

അലിമാവോ ബ്രദേഴ്സിന്റെ ക്യാപ്റ്റൻ സുഖ്ദേവ് 'ഗോൾഡ് കപ്പ്' ഏറ്റുവാങ്ങുമ്പോൾ ജനങ്ങൾ ഹർഷപുളകിതരായി.

ശങ്കറും കോച്ച് സാംലൂയിസുമൊക്കെ തലകുനിച്ചുനിന്നു.

ഗോൾഡ് കപ്പിൽ മുത്തമിടുമ്പോൾ പ്രതാപ് മനസ്സിലോർത്തു. തന്റെ ജീവിതത്തിലെ ഏറ്റവും വലിയ സ്വപ്നം യാഥാർത്ഥ്യമായിക്കുന്നു.

ഇരുപത്തിയൊമ്പത്

കൽക്കത്തയിലെ പ്രസിദ്ധ സ്വകാര്യ ഹോസ്പിറ്റലിൽ പതിനഞ്ചു ദിവസത്തോളം പ്രതാപ് കിടന്നു. മുറിവു നിശ്ശേഷം ഭേദമായതിനു ശേഷമാണ് പ്രാക്ടീസ് പുനരാരംഭിച്ചത്.

ഇനി ഒരു തവണ കൂടി ഈ വർഷം കേരളത്തിലെത്തണം.

ഫെഡറേഷൻ കപ്പിന്

ഗോൾഡ് കപ്പിലെ അലിമാവോ ബ്രദേഴ്സിന്റെ വിജയത്തിനു പിന്നിൽ പ്രതാപിന്റെ കഴിവായിരുന്നുവെന്ന് എല്ലാവരും തുറന്നു സമ്മതിച്ചു. മറ്റാരെങ്കിലുമായിരുന്നുവെങ്കിൽ ആ അവസ്ഥയിൽ ഗ്രൗണ്ടിൽ ഇറങ്ങുകയോ ഐതിഹാസിക വിജയം നേടുകയോ ഇല്ലായിരുന്നു.

അതിനാൽ പ്രതാപിന്റെ അക്കൗണ്ടിലേക്ക് അലിമാവോ ബ്രദേഴ്സ് ഒരു ലക്ഷം രൂപകൂടി നിക്ഷേപിച്ചു.

** ** **

ഇതിനിടെ ഓൾ ഇന്ത്യാ ഫുട്ബോൾ അസോസിയേഷൻ പ്രസിഡന്റായി മലയാളിയും മുൻ സ്പോർട്സ് മന്ത്രിയുമായ അരവിന്ദാക്ഷൻ തിരഞ്ഞെടുക്കപ്പെട്ടു. അതിനുപിന്നിൽ നടന്ന കളികളെന്താണെന്ന് ആർക്കും അറിയില്ല.

** ** **

പ്രതാപിനെ തേടി ഒരു സന്തോഷവാർത്തയെത്തി. ഇന്ത്യയിൽ ഈ വർഷത്തെ ഏറ്റവും നല്ല കളിക്കാരനുള്ള 'ഗോൾഡൻബോൾ' അവാർഡ് അവനു ലഭിച്ചിരിക്കുന്നു. പ്രതാപിന് സന്തോഷം കൊണ്ട് തുള്ളിച്ചാടണം എന്നുതോന്നി.

** ** **

രാവും പകലും അനേകം വന്നുപോയി.

കേരളത്തിലെ ഇപ്പോഴത്തെ മുഖ്യമന്ത്രി ഈശ്വർ ഗബ്രിയേലാണ്. ആഭ്യന്തരവും അദ്ദേഹം തന്നെ കൈകാര്യം ചെയ്യുന്നു.

അച്ഛൻ മുഖ്യമന്ത്രിയായതോടുകൂടി റാം ഗബ്രിയേൽ ശരിക്കും ഷൈൻ ചെയ്തു.

അച്ഛനിലൂടെ അവൻ ഒരു പ്രധാന സംഗതി സാധിച്ചെടുത്തു. രണ്ടു പ്രധാന കേസുകൾ സി.ബി.ഐ.ക്ക് കൈമാറി. ഒന്ന് പ്രതാപിനെ കൊലപ്പെടുത്താൻ ഗൗഡ ശ്രമിച്ചത്. രണ്ട് പ്രതാപിന്റെ സഹോദരി ശ്രീദേവിയുടെ അന്തർദ്ധാനം.

ഈ വിവരം പത്രങ്ങളിൽ വന്നതോടെ മുൻമുഖ്യമന്ത്രി ശിവദാസനും ശങ്കറുമൊക്കെ ഞെട്ടിത്തെറിച്ചു.

ഇതു മാത്രമായിരുന്നില്ല റാം ഗബ്രിയേലിന്റെ ആഗ്രഹം. എങ്ങനെയെങ്കിലും പ്രതാപിനെ കേരളത്തിൽ തിരികെ കൊണ്ടുവരണം. പോലീസ് ടീമിനുവേണ്ടി മത്സരിപ്പിക്കണം.

അഞ്ചുവർഷത്തേക്കാണ് അലിമാവോ ബ്രദേഴ്സുമായുള്ള കരാറെന്നും അവനു അറിയാമായിരുന്നു.

പോലീസ് ടീമിൽ നടന്ന സുപ്രധാനമായ ഒരു പരിവർത്തനം എന്നു പറയുന്നത് കോച്ച് സാം ലൂയിസിനെ പുറത്താക്കിയതാണ്.

പകരം കർണാടകക്കാരനായ ചിരഞ്ജീവിയായിരുന്നു പോലീസ് ടീമിന്റെ ക്യാപ്റ്റൻ.

** ** **

ഫെഡറേഷൻ കപ്പ് അടുത്തു വരികയാണ്.

ശങ്കറും സുഹൃത്തുക്കളും ഒത്തുകൂടി.

ഈ മത്സരത്തിനെങ്കിലും പ്രതാപിനെ പുറത്തുനിർത്തണം. ഓൾ ഇന്ത്യാ ഫുട്ബോൾ പ്രസിഡന്റായി അരവിന്ദാക്ഷൻ ഉള്ളതുകൊണ്ട് തക്കതായ എന്തെങ്കിലും ഒരു കാരണം ഉണ്ടാക്കിയാൽ പ്രതാപിനു വിലക്കു കല്പിക്കുമെന്ന് ഉറപ്പ്.

മൂവരും തല പുകഞ്ഞാലോചിച്ചു.

അവസാനം അതിനൊരു പോംവഴി കണ്ടെത്തിയത് ആൻഡ്രൂസാണ്.

** ** **

വീർത്ത വയറുമായി മീര ടെറസ്സിലിരിക്കുകയായിരുന്നു. അപ്പോൾ സമയം സന്ധ്യ.

അവിടെയിരുന്ന് കാറ്റു കൊള്ളുക മാത്രമായിരുന്നു മീരയ്ക്ക് ആശ്വാസം.

ചുട്ടുപൊള്ളുന്ന തീയിൽ നിന്നും പുറത്തുവരുന്ന പ്രതീതിയാണ് അവിടെയിരിക്കുമ്പോൾ അവൾക്കുണ്ടാകുന്നത്.

ഒരുമാസം കൂടി കഴിയുമ്പോൾ താൻ ശങ്കറുടെ കുഞ്ഞിനു ജന്മം നല്കും.

എന്തുകൊണ്ടോ, അച്ഛനെക്കാൾ പിഴയായിരിക്കും തന്റെ വയറ്റിൽ കിടക്കുന്ന കുട്ടിയുമെന്ന് അവൾക്ക് ഇപ്പോഴേ തോന്നിത്തുടങ്ങിയിരിക്കുന്നു.

പഴയ മീരയിൽനിന്നും ഒരുപാട് മാറ്റങ്ങളുണ്ടായിരുന്നു ഇപ്പോഴത്തെ മീരയ്ക്ക്.

മെലിഞ്ഞുണങ്ങിയ ഒരു വികൃതരൂപം.

മനഃസമാധാനം ഇല്ലെന്നുവന്നാൽ പിന്നെ എന്തുചെയ്യും?

ഗർഭിണിയായ അവളെ സ്വന്തം വീട്ടിലേക്ക് വിളിച്ചുകൊണ്ടുപോയെങ്കിലും മീര അടുത്ത ദിവസം തന്നെ തിരിച്ചുപോന്നു.

തന്നെ ഈ നരകത്തിലേക്ക് തള്ളിയിട്ട തന്റെ മാതാപിതാക്കളുടെ കൂടെ ജീവിക്കില്ലെന്ന് അവൾ ശപഥം ചെയ്തിരുന്നു.

ഗേറ്റ് കടന്ന് ശങ്കറുടെ കാർ അകത്തേക്ക് വരുന്നത് അവിടെയിരുന്ന് കണ്ടു.

മിനിട്ടുകൾക്കുള്ളിൽ അടുത്തുവരുന്ന കാലടികളുടെ ശബ്ദം.

മീന അനങ്ങിയില്ല

ശങ്കർ അവളുടെ മുന്നിൽ വന്നുനിന്നു.

മീര തലയുയർത്തി.

ശങ്കറുടെ മുഖത്ത് ഒരു വല്ലാത്തഭാവം.

പൊടുന്നനെ കീശയിൽ നിന്നും ഒരു റിവോൾവർ എടുത്തു.

മീര ഞെട്ടി.

അവൻ അത് അവളുടെ മുന്നിൽ ടീപ്പോയിൽ വച്ചു.

"പ്രതാപ് ഈ ആഴ്ച അവന്റെ വീട്ടിലുണ്ട്. ഞാൻ അവന്റെ മുന്നിലെത്തി നേരിട്ട് അവനെ വെടിവച്ച് കൊല്ലാൻ തീരുമാനിച്ചു..."

മീര വിറച്ചുപോയി.

"ശങ്കർ..." അറിയാതെ അവൾ വിളിച്ചു. "നിങ്ങൾക്ക് ഭ്രാന്തു പിടിച്ചോ?"

"പിടിച്ചു..." അവൻ ചിരിച്ചു. "ഫെഡറേഷൻ കപ്പിൽ അവൻ പങ്കെടുക്കരുതെന്ന് എനിക്ക് നിർബന്ധമുണ്ട്"

"ശ്ശോ..."അവൾ തലയ്ക്ക് കൈകൊടുത്തു. "പ്രതാപിനെ കൊന്നാൽ നിങ്ങളുടെ എല്ലാ പ്രശ്നങ്ങൾക്കും പരിഹാരമാകുമോ?"

"ആകും..."

എന്തുപറയണമെന്നറിയാതെ മീര തളർന്നു. അവൻ റിവോൾവർ എടുത്തു.

"പഴയ കാമുകന്റെ മരണവാർത്ത കേൾക്കുവാൻ കാമുകി കാതുകൾ കൂർപ്പിച്ചിരുന്നുകൊള്ളൂ..."

അവൻ തിരിഞ്ഞുനടന്നു.

"ശങ്കർ...." മീര വിളിച്ചു. "പ്രതാപിനെ കൊന്നുകഴിഞ്ഞാൽ നിങ്ങൾ തിരികെയെത്തുമ്പോൾ എന്റെ ശവശരീരമേ കാണൂ..."

"വിരോധമില്ല..."

ഇനി എന്തു പറഞ്ഞ് ഇയാളെ പിന്തിരിപ്പിക്കും എന്നറിയാതെ മീര പതറി.

"അവൻ മരിക്കുന്നത് നിനക്ക് അത്രയ്ക്ക് വിഷമമാണെങ്കിൽ ഫെഡറേഷൻകപ്പിൽ അവൻ മത്സരിക്കാതിരിക്കാനുള്ളത് നീ ചെയ്യണം."

"ഞാൻ പ്രതാപിനോട് പറഞ്ഞുനോക്കാം..."

"അതുകൊണ്ട് പ്രയോജനമില്ല. മറ്റൊരു മാർഗ്ഗം" അവൻ പറയുന്നത് അവൾ ഞെട്ടലോടെ കേട്ടുനിന്നു.

"വയ്യ എനിക്കു വയ്യ"

"എങ്കിൽ അവന്റെ ജീവൻ?"

ശങ്കർ പടിയിറങ്ങി.

"ശങ്കർ..." എന്തോ ഉൾപ്രേരണയുണ്ടായതുപോലെ അവൾ വിളിച്ചു.

അവൻ തിരികെ വന്നു.

"നീ സമ്മതിച്ചോ?"

അവൾ തലയിളക്കി.

പ്രതാപിന്റെ ജീവൻ നിലനില്ക്കണം എന്നു തന്നെ അവൾ ആത്മാർത്ഥമായും ആഗ്രഹിച്ചു.

** ** **

ആ ഐസ്ക്രിം പാർലറിലേക്ക് കയറുമ്പോൾ പരിചയക്കാർ പലരും പ്രതാപിനെ നോക്കി ചിരിച്ചു. എത്രയോ തവണ താനും മീരയും ഇവിടെ സന്ധിച്ചിട്ടുള്ളതാണ് അവൻ ഓർത്തു.

ഇന്നുതന്നെ, ഇവിടെവച്ചുതന്നെ കാണണമെന്ന് അവൾ കത്തെഴുതി കൊടുത്തുവിടാനുള്ള കാരണം എന്തായിരിക്കും?

അച്ഛനു നല്ല സുഖമില്ലാതിരുന്നതിനാലാണ് ഒരാഴ്ച ലീവെടുത്ത് നാട്ടിൽ വന്നത്.

പ്രതാപും മീരയും അവസാനമായി ഇവിടെവച്ച് കണ്ട ആ ക്യാബിനിൽ തന്നെയായിരുന്നു മീര.

അവനെയും കാത്ത് മുന്നിൽ വാങ്ങിവച്ച ഐസ്ക്രീമുകളുമായി അവൾ.

പ്രതാപിനെ കണ്ടപ്പോൾ അവൾ ഒരുവിധം ചിരിച്ചു.

"ഞാൻ പ്രതീക്ഷിച്ചു വരില്ലായിരിക്കുമെന്ന്..."

അവൻ മിണ്ടിയില്ല. അവളുടെ ഇപ്പോഴത്തെ രൂപം കണ്ട് അവൻ അമ്പരന്നുപോയിരുന്നു.

നേരത്തെയുള്ള മീരയുടെ പ്രേതമാണോ ഇത്?

"ഇരിക്കൂ പ്രതാപ്"

അവൻ ഇരുന്നു.

"എന്തിനാ കാണണമെന്നു പറഞ്ഞത്?"

"വെറുതെ, ഒരുപക്ഷേ ഇനി തമ്മിൽ കാണാൻ കഴിഞ്ഞില്ലെങ്കിലോ?" അവളുടെ സ്വരം പതറി.

"കഴിക്കൂ..." അവൾ ഐസ്ക്രീമിനു നേരെ കൈചൂണ്ടി.

അവൾ കപ്പിൽ സ്പർശിച്ചപ്പോൾ അവൾ കണ്ണടച്ചു പ്രാർത്ഥിച്ചു.

"പൊറുക്കണേ ഈശ്വരാ... പ്രതാപിന്റെ ജീവൻ നിലനിർത്തുവാനാണേ ഞാനീ പാതകം ചെയ്യുന്നത്..."

** ** **

ഫെഡറേഷൻ കപ്പിനു വേദിയൊരുങ്ങി.

ഇത്തവണയും വിദഗ്ധർ അലിമാവോ ബ്രദേഴ്സിനു തന്നെ യാണ് മുൻതൂക്കം കല്പിച്ചിരിക്കുന്നത്.

ഉദ്ഘാടനം നിർവ്വഹിക്കാൻ ഓൾ ഇന്ത്യാ ഫുട്ബോൾ അസോ സിയേഷൻ പ്രസിഡന്റ് അരവിന്ദാക്ഷനാണ് എത്തുന്നത്.

ടീമുകൾ കേരളത്തിൽ എത്തിത്തുടങ്ങി. നല്ല ഹോട്ടലുകൾ നേരത്തെ ബുക്കു ചെയ്തിരുന്നു.

ശങ്കർ അതിനിടെ അങ്കിൾ അരവിന്ദാക്ഷനെ ഫോണിൽ വിളിച്ച് കാര്യം സാധിച്ചു എന്നു മാത്രം പറഞ്ഞിട്ട് റിസീവർ വച്ചു.

പ്രതാപിന്റെ ഫുട്ബോൾ കളി ഒരു തവണ കൂടി കാണാൻ ആരാ ധകരുടെ മനം തുടിച്ചു.

അലിമാവോ ബ്രദേഴ്സും കേരളത്തിലെത്തി.

അപ്പോൾ മീര ഒരു കുഞ്ഞിനു ജന്മം നൽകിയിരുന്നു. ആൺകു ഞ്ഞ്. ശങ്കറുടെ തനി പകർപ്പ്. കുഞ്ഞിന്റെ മുഖം കാണുമ്പോൾതന്നെ അവൾക്കു വെറുപ്പു തോന്നുമായിരുന്നു. എന്നാൽ പാവം കുഞ്ഞ് എന്തു പിഴിച്ചു? അത് ജനിച്ചത് അതിന്റെ കുറ്റം കൊണ്ടല്ലല്ലോ.

ഫെഡറേഷൻ കപ്പിന്റെ കിക്കോഫ് വിസിൽ മുഴങ്ങി. ആദ്യ മത്സരം പോലീസ് ടീമും ഗുജറാത്തും തമ്മിലായിരുന്നു.

ഏകപക്ഷീയമായ ഒരു ഗോളിന് പോലീസ് ടീം വിജയിച്ചു.

രണ്ടാം ദിവസത്തെ മത്സരത്തിൽ അലിമാവോ ബ്രദേഴ്സ് ഗോവയെ എതിരില്ലാത്ത അഞ്ചുഗോളുകൾക്കാണ് പരാജയപ്പെടു ത്തിയത്.

അതിൽ നാലുഗോളും പ്രതാപിന്റെ വകയായിരുന്നു. ആരാധക രുടെ മനസ്സ് നിറഞ്ഞു.

മത്സരം അവസാനിച്ചു കഴിഞ്ഞപ്പോൾ ഓൾ ഇന്ത്യാ ഫുട്ബോൾ അസോസിയേഷൻ വക വൈദ്യപരിശോധനയ്ക്ക് പ്രതാപിനെ ലബോറട്ടറിയിലേക്ക് വിളിപ്പിച്ചു.

ഉല്ലാസപൂർവ്വം അവൻ ചെന്നു.

ടെസ്റ്റു ചെയ്യുന്നതിനായി യൂറിൻ എടുത്തു.

അവൻ തിരിച്ചുപോന്നു.

പക്ഷേ...

അടുത്തദിവസം അസോസിയേഷന്റെ പ്രസിഡന്റ് പത്രസമ്മേ ളനം വിളിച്ചുകൂട്ടി.

“ഫെഡറേഷൻ കപ്പിൽ മത്സരിക്കുന്ന ഒരു കളിക്കാരൻ ഉത്തേജ കമരുന്ന് കഴിച്ചിട്ടുണ്ടെന്ന്” വെളിപ്പെടുത്തി. പേരുമാത്രം പറ ഞ്ഞില്ല.

അടുത്തദിവസം പത്രത്തിൽ പ്രധാനവാർത്തയായിരുന്നു അത്. ഒരു ടെസ്റ്റുകൂടി നടത്തിയിട്ട് ആളിന്റെ പേര് വെളിപ്പെടുത്തുമെന്നും പത്രത്തിലുണ്ടായിരുന്നു.

പത്രം വായിച്ചവരൊക്കെ ഉത്കണ്ഠപൂണ്ടു.

ആരായിരിക്കും ആ കളിക്കാരൻ?

ഏവരുടെയും മനസ്സിലെത്തിയതു ശങ്കറുടെ പേരാണ്.

എന്നാൽ രണ്ടാം ദിവസം പത്രത്തിൽ വന്ന വാർത്ത കോളിളക്കം സൃഷ്ടിക്കുകതന്നെ ചെയ്തു.

ഉത്തേജകമരുന്നു കഴിച്ചത് പ്രതാപാണ്.

ആദ്യടെസ്റ്റിൽ തന്നെ സംശയം തോന്നിയതിനെത്തുടർന്ന് ഒരു ദിവസം അവനെ നിരീക്ഷണത്തിനു വിധേയനാക്കിയതിനുശേഷമായിരുന്നു രണ്ടാം ടെസ്റ്റ്.

ഏതാണ്ട് ആറുതരം ഉത്തേജകമരുന്നുകളുടെ പേരാണ് ലാബിൽ നിന്നു കിട്ടിയത്. പിടിക്കപ്പെടാതിരിക്കാനാണ് അവൻ പലതരം മരുന്നുകൾ ഉപയോഗിച്ചതെന്നും പത്രങ്ങളിൽ വാർത്ത വന്നു.

ആരാധകർ ശരിക്കും തളർന്നുപോയി. പലരും ഈ വാർത്ത വിശ്വസിച്ചില്ല.

പ്രതാപിനെ ആരോ ചതിച്ചതാണെന്ന് ജനം വിശ്വസിച്ചു. അറിഞ്ഞുകൊണ്ട് പ്രഗത്ഭനായ ഒരു കളിക്കാരൻ ഉത്തേജകമരുന്ന് കഴിക്കില്ല.

പരാജയഭീതിയുള്ളവർക്ക് മതിയല്ലോ അത്.

പ്രാതാപിനെ പുകഴ്ത്തിയെഴുതിയ പത്രങ്ങൾ മുഴുവൻ അവനെ താഴ്ത്തിക്കാണിച്ചു.

അലിമാവോ ബ്രദേഴ്സ് അങ്കലാപ്പിൽ നിന്നും മോചിതനായിട്ടില്ല.

താൻ ഉത്തേജക ഔഷധം കഴിച്ചുവെന്ന് അസോസിയേഷൻ പ്രസിഡന്റ് പ്രഖ്യാപിച്ചു എന്നു കേട്ടപ്പോൾ ആദ്യം പൊട്ടിച്ചിരിക്കുകയാണ് പ്രതാപ് ചെയ്തത്. എന്നാൽ വാർത്ത സത്യമാണെന്നറിഞ്ഞപ്പോൾ അവൻ ശരിക്കും ഞെട്ടി.

“ഇല്ല സത്യമായിട്ടും ഞാൻ ഉത്തേജകമരുന്ന് ഉപയോഗിച്ചിട്ടില്ല. എന്നെ ആരൊക്കെയോ ചേർന്ന് ചതിക്കുകയാണ്” ഒരു കൊച്ചുകുട്ടിയെപ്പോലെ അവൻ പൊട്ടിക്കരഞ്ഞു.

അറിഞ്ഞ് പ്രതാപ് അങ്ങിനെ ചെയ്യില്ലെന്ന് എല്ലാവർക്കും അറിയാമായിരുന്നു. പക്ഷേ സംഭവിച്ചുപോയി.

അടുത്തത് എന്താണെന്നുവച്ചാൽ ഉടനെ ചെയ്യണം. അല്ലെങ്കിൽ

നിലനിൽപ്പിനെത്തന്നെ ബാധിക്കും. പ്രതാപിനെ പെട്ടെന്ന് ടീമിൽ നിന്നും പിൻവലിച്ചു.

അതൊടൊപ്പംതന്നെ അസോസിയേഷൻ പ്രസിഡന്റ് അരവിന്ദാക്ഷൻ അവനു പത്തുമാസത്തെ വിലക്ക് ഏർപ്പെടുത്തുകയും ചെയ്തു.

കുനിഞ്ഞ ശിരസ്സോടെ പ്രതാപ് തന്റെ നാട്ടിലേക്ക് മടങ്ങി. പക്ഷേ അപ്പോഴും അവനറിയില്ലായിരുന്നു താൻ എങ്ങിനെ ഉത്തേജകമരുന്ന് കഴിച്ചവനായി എന്ന്...

പക്ഷേ....

** ** **

"ഞാൻ എന്തൊക്കെയാടാ ഈ കേൾക്കുന്നത്?" പ്രതാപിനെ കണ്ടമാത്രയിൽത്തന്നെ പൊട്ടിക്കരഞ്ഞു അച്ഛൻ.

"അച്ഛാ...ഞാൻ അറിഞ്ഞുകൊണ്ട്....." ഗദ്ഗദം അവന്റെ ശബ്ദത്തെ തളച്ചു.

"എനിക്കറിയാമെടാ നിന്നെ ചതിച്ചതാണെന്ന്" അച്ഛൻ പറഞ്ഞു.

പ്രഭയും സാവിത്രിയും ഓടിയെത്തി.

ചേട്ടനെ കണ്ടമാത്രയിൽ സാവിത്രിയും പൊട്ടിക്കരഞ്ഞു.

"കരയാതെ മോളേ...പത്തുമാസം കഴിഞ്ഞ് ചേട്ടൻ വീണ്ടും കളിക്കളത്തിലിറങ്ങും. ഇതിലും നല്ല ഫോമിൽ..."

അവൻ അകത്തേക്ക് കയറി.

** ** **

വൈകിട്ട് പഞ്ചു ഓടിക്കിതച്ചു വന്നു.

"പ്രതാപേ...എടാ പ്രതാപേ..."

കിടക്കുകയായിരുന്ന അവൻ എണീറ്റു.

"എന്താടാ?"

"മീര ആത്മഹത്യ ചെയ്തു..."

"ങേ..." അവൻ നടുങ്ങി. "എപ്പോൾ..."

"ഇന്നുച്ചയ്ക്ക്" അവൻ തുടർന്നു. സംഗതി ആകെ പ്രശ്നമായി. അളിയന് ഉത്തേജകമരുന്ന് തന്നത് അവളാണെന്നും അവളുടെ ഭർത്താവിന്റെ വിജയത്തിനുവേണ്ടിയാണ് അങ്ങനെ ചെയ്തതെന്നും അതിൽ കുറ്റബോധം തോന്നിയാണ് താനിപ്പോൾ ആത്മഹത്യ ചെയ്യുന്നതെന്നും കാണിച്ച് ഡി.ജി.പി.ക്ക് കത്തും ഒരാൾവശം അവൾ കൊടുത്തുവിട്ടിരുന്നു."

പ്രതാപ് സ്തബ്ധനായി നിന്നു.

അന്ന് ഐസ്ക്രീം പാർലറിലേക്ക് അവൾ തന്നെ ക്ഷണിച്ചുവരുത്തിയത് അവന്റെ ഓർമ്മയിൽ തെളിഞ്ഞു.

ശങ്കറുടെ ആജ്ഞപ്രകാരമാണ് അവൾ ഇതു ചെയ്തതെന്ന് പ്രതാപിന് തോന്നി. പക്ഷേ തക്കസമയത്ത് അവൾ ഭർത്താവിനെ രക്ഷിച്ചതാണ്. ഒരുപക്ഷേ ഭർത്താവിനുവേണ്ടി അവൾ ആദ്യമായും അവസാനമായും ചെയ്ത ഉപകാരമാവാം.

"നീ ഇതൊക്കെ എങ്ങനെ അറിഞ്ഞു?"

"ടൗൺ മുഴുവൻ ഇതു പാട്ടായി"

ഒരു കാർ വന്നുനിന്നു.

അതിൽ നിന്നും പോപ്സൺ അലിമാവോ ഇറങ്ങി. പ്രതാപിനെ ടീമിൽ നിന്നും പിൻവലിച്ചതിലുള്ള ദുഃഖം മുഴുവൻ ആ മുഖത്തുണ്ടായിരുന്നു.

മുപ്പത്

പത്തുമാസങ്ങൾ എത്രവേഗമാണ് കടന്നുപോയതെന്ന് പ്രതാപ് ഓർത്തു. ഇന്നത്തോടെ തന്റെ വിലക്ക് തീരും. നാളെ അതിരാവിലെ കൽക്കത്തിയിലേക്ക് പോകുവാനാണ് പരിപാടി.

കഴിഞ്ഞയാഴ്ചയിൽ അവിടെനിന്നും വിക്ടർ അലിമാവോ വന്നിരുന്നു. തിരികെയെത്തുന്നതിനുവേണ്ട പ്ലെയിൻ ടിക്കറ്റുമായാണ് വിക്ടർ വന്നത്.

കഴിഞ്ഞ പത്തുമാസക്കാലം വെറുതെയിരിക്കുകയായിരുന്നില്ല പ്രതാപ്. സ്വയം പ്രാക്ടീസ് ചെയ്യുകയായിരുന്നു.

പലതവണ അലിമാവോ ബ്രദേഴ്സ് അവനെ നിർബന്ധിച്ചു കൽക്കത്തയിൽ ചെന്ന് പ്രാക്ടീസ് ചെയ്യുവാൻ. എന്നാൽ പ്രതാപത് സ്നേഹപൂർവ്വം നിരസിച്ചു. കാരണം മറ്റുള്ളവർ മത്സരത്തിനു പോകുന്നത് കണ്ടുനിൽക്കാനുള്ള കരുത്ത് തനിക്കില്ല.

പത്തുമാസത്തിനുള്ളിൽ രണ്ടോ മൂന്നോ മത്സരങ്ങൾ മാത്രമാണ് അലിമാവോ വിജയിച്ചത്. ഈ വർഷത്തെ ഗോൾഡ് കപ്പ് കഴിഞ്ഞിട്ട് രണ്ടുമാസമേ ആയിട്ടുള്ളൂ. ഇത്തവണത്തെ ജേതാക്കൾ ഗോവ ആയിരുന്നു.

കേരളാപോലീസും നാലഞ്ചു കപ്പുകൾ നേടിയിരുന്നു. രണ്ടാഴ്ചയ്ക്കുള്ളിൽ കേരളത്തിൽ വച്ചുതന്നെ നടക്കുന്ന റോവേഴ്സ് കപ്പ് ഫുട്ബോളിൽ മത്സരിക്കുവാൻ പ്രതാപുണ്ടാവുമോ എന്നതാണ്

ഇപ്പോൾ മറ്റു ടീമുകളുടെ നോട്ടം.

"എവിടെ? ഇനി അവനെക്കൊണ്ട് ഒരു കാര്യത്തിനും കൊള്ളുകേലാ. പത്തുമാസം വീട്ടിൽ ചടഞ്ഞിരുന്ന് നിയന്ത്രണമില്ലാതെ വലിച്ചുവാരിത്തിന്ന് തടിച്ചുകൊഴുത്തിട്ടുണ്ടാവും അവൻ" ശങ്കർ കൂട്ടുകാരോട് പറഞ്ഞു.

അതു ശരിയാണെന്ന് അവർക്കും തോന്നി.

ഭാര്യയുടെ ആത്മഹത്യയൊന്നും ശങ്കറെ തെല്ലും ദുഃഖിപ്പിച്ചില്ല. കുട്ടിയെ നോക്കാൻ ഒരു ആയയെ ഏർപ്പാടാക്കിയിട്ടുണ്ട്.

പിന്നെ ഈശ്വർ ഗബ്രിയേലിന്റെ നേതൃത്വത്തിലുള്ള ഭരണമായതിനാൽ ശങ്കറിനും ടീമിന്റെ അച്ചടക്കത്തിനപ്പുറം യാതൊന്നും ചെയ്യുവാൻ കഴിയുമായിരുന്നില്ലതാനും.

അതിനിടെ സി.ബി.ഐ.യെ ഏല്പിച്ചിരുന്ന രണ്ടു കേസുകളെക്കുറിച്ച് എല്ലാവരും മറന്നു. വർഷം ഒന്നാകുന്നു. ഇതുവരെയും യാതൊരു തുമ്പും കിട്ടിയില്ലല്ലോ. ആരെയെങ്കിലും ചോദ്യം ചെയ്തുവോ എന്നുപോലും സംശയം.

** ** **

പ്രതാപ് അലിമാവോ ബ്രദേഴ്സിലെത്തുമ്പോൾ ഹൃദ്യമായ സ്വീകരണം തയ്യാറാക്കി വച്ചിരിക്കുകയായിരുന്നു മറ്റുള്ളവർ. അവന്റെ ആഗമനം മറ്റുള്ളവരിൽ ഉണർവ്വുണ്ടാക്കി. മാനേജുമെന്റിനുപോലും.

തുടർന്ന് പ്രാക്ടീസ് നടത്തവേ ഗബ്ബാർസിംഗ് ഒന്നു വ്യക്തമായി അറിഞ്ഞു.

പ്രതാപ് ഇപ്പോഴും നല്ല ഫോമിലാണ്. ഫിറ്റുമാണ്. കളിക്കളം വിടുമ്പോൾ ഉണ്ടായിരുന്ന അതേ പ്രതാപ് തന്നെ.

** ** **

അലിമാവോ ബ്രദേഴ്സിലെ ലാസ്റ്റ് ഇലവൻ ലിസ്റ്റുവന്നപ്പോൾ അതിൽ പ്രതാപുണ്ടായിരുന്നു. മാത്രമല്ല ഒരു മാറ്റംകൂടി. പ്രതാപാണ് ക്യാപ്ടൻ. കൂടാതെ അവന്റെ ജേഴ്സി നമ്പർ പത്തും.

ശങ്കറും മറ്റും മുഖം ചുളിച്ചു.

"അലിമാവോ ബ്രദേഴ്സ് അറിഞ്ഞുകൊണ്ട് പരാജയം ഏറ്റുവാങ്ങാനുള്ള തയ്യാറെടുപ്പിലാണെന്ന് തോന്നുന്നു."

പക്ഷേ കോച്ച് ചിരഞ്ജീവി പറഞ്ഞു.

"അവന്റെ കളിയെപ്പറ്റി ഇപ്പോഴൊന്നും പ്രവചിക്കാതിരിക്കുന്നതാണ് നല്ലത്. പ്രതാപിനു തുല്യമായി പ്രതാപേയുള്ളൂ..."

ആ അഭിപ്രായം അല്പംപോലും ഇഷ്ടമായില്ലെങ്കിലും ശങ്കർ നിശബ്ദത പാലിച്ചു.

ക്യാപ്റ്റൻ പദവി തന്നിൽനിന്നും തെറിച്ചുപോകുമോ എന്ന ഭീതി ഉറക്കത്തിൽപോലും അവനെ പിന്തുടരുന്നുണ്ട്.

** ** **

ഇത്തവണ അലിമാവോ ബ്രദേഴ്സിനെ മുൻനിരയിൽ കാണുവാൻ വിദഗ്ധർ മടിച്ചു. എന്നിരുന്നാലും അവരുടെ സാധ്യത തള്ളിക്കളയാനാവില്ലെന്ന് മാത്രം അഭിപ്രായപ്പെട്ടു.

പ്രതാപിന്റെ രണ്ടാം വരവ് ഏതു നിലയിലാണെന്നാണ് ഏവരുടെയും നോട്ടം. അലിമാവോ ബ്രദേഴ്സിന്റെ കോച്ചാകട്ടെ ഒന്നും വിട്ടുപറയുന്നില്ലതാനും.

ഗബ്ബാർസിംഗ് പ്രതീക്ഷയിൽ തന്നെയാണ്.

പ്രവചനങ്ങൾ വേണ്ട. പ്രതാപ് ആരാണെന്ന് മത്സരം കണ്ടിട്ടു തന്നെ മറ്റുള്ളവർ തീരുമാനിക്കട്ടെ.

ആ സുദിനം ആഗതമാകുന്നു.

റോവേഴ്സ് കപ്പിന്റെ ലഹരിയിലാണ് ഇനി ജനം.

മാമാങ്കം ആരംഭിച്ചു.

ഉദ്ഘാടനമത്സരം കേരളത്തിൽ ശ്രദ്ധ പിടിച്ചുകൊണ്ടിരിക്കുന്ന കിരൺ ബ്രദേഴ്സും കർണാടകവും തമ്മിലായിരുന്നു. ആദ്യന്തം വാശിയേറിയ മത്സരത്തിൽ കർണാടക 2-1 എന്ന സ്കോറിൽ വിജയിച്ചു. രണ്ടാമത്തെ മത്സരം കേരളാപോലീസും ഗോവയും ഏകപക്ഷീയമായ ഒരു ഗോളിന് പോലീസ് വിജയിച്ചു.

നാലാം ദിവസമായിരുന്നു അലിമാവോ ബ്രദേഴ്സും കരുത്തന്മാരായ ഗോവയും തമ്മിലുള്ള പോരാട്ടം.

ഏതാണ്ട് ഒരേ ശക്തിയുള്ള രണ്ടു ടീമുകൾ.

ആദ്യപകുതിയിൽ പ്രതാപ് നേടിയ ഒരു ഗോളിലൂടെ ലീഡു ചെയ്തു നിന്ന അലിമാവോ ബ്രദേഴ്സ് രണ്ടാം പകുതിയിൽ പ്രതാപിലൂടെ തന്നെ രണ്ടു ഗോളുകൾ കൂടി നേടി. പ്രതാപിനെ അവഗണിച്ചിരുന്നവർക്ക് തെറ്റി. അവന്റെ മിന്നുന്ന പ്രകടനത്തിനുമുന്നിൽ അവർ കണ്ണുമിഴിച്ചു.

റോവേഴ്സ് കപ്പ് അലിമാവോ ബ്രദേഴ്സ് കൊണ്ടുപോകുമെന്ന് പലരും പറഞ്ഞു തുടങ്ങി. മാത്രമല്ല അവർക്കുവേണ്ടി വാതുവയ്ക്കാനും വമ്പൻ തിമിംഗലങ്ങൾ രംഗത്തിറങ്ങി തുടങ്ങി.

** ** **

പഞ്ചു പ്രതാപിനെ തേടിയെത്തി.

"നീ കുറെക്കാലംകൊണ്ട് പറയുന്നു. എന്നെ കല്ക്കത്തയ്ക്ക് കൊണ്ടുപോകാമെന്ന്. ഇനി അത് വച്ചു താമസിപ്പിക്കാൻ കഴിയില്ല."

"നീ എന്താ പെട്ടെന്നിങ്ങനെ?"

"അതോ, ബസിന്റെ ഓണറും ഞാനുമായി ഒന്നുതെറ്റി. വെറും അഭിപ്രായവ്യത്യാസം"

"അത്രയേ ഉള്ളോ, അതു പറഞ്ഞു തീർക്കാവുന്നതല്ലേയുള്ളൂ..."

"പറഞ്ഞാൽ തീരുമെന്ന് തോന്നുന്നില്ല, അയാളൊരു മൊശടനാ..."

"ഞാനൊന്നു സംസാരിച്ചാലോ?"

"ശരിയാകുവേല"

"പറഞ്ഞാൽ തീരാത്ത അഭിപ്രായവ്യത്യാസമുണ്ടോ?"

"ഇതിച്ചിരി കടുത്ത അഭിപ്രായവ്യത്യാസമാ.."

"അതെന്താ?"

"സംസാരിച്ചു വന്ന കൂട്ടത്തിൽ അയാളെന്നെ തന്തയ്ക്കു വിളിച്ചു. തമാശരൂപത്തിൽ ഞാൻ അയാളുടെ താടിയിൽ ഒന്നു തട്ടി. ബലമില്ലാത്ത പല്ലായിരുന്നു അയാളുടേത്. ഒരെണ്ണം താഴെ വീണു എന്നതൊഴിച്ചാൽ ഒന്നും സംഭവിച്ചില്ല..."

"നീ വിസ്തരിക്കേണ്ട, കാര്യം പിടികിട്ടി..."

"അപ്പോൾ എന്റെ കാര്യം?"

"ഞാൻ കൽക്കത്തയ്ക്ക് പോകുമ്പോൾ...."

"പോകുമ്പോൾ?"

"നീ കൂടെ വേണ്ട..."

"അളിയാ...." തകർന്ന ശബ്ദത്തിൽ പഞ്ചു വിളിച്ചു.

"എന്നാരെങ്കിലും പറഞ്ഞാൽ ഞാൻ കേൾക്കില്ല..."

അവൻ ആദ്യം പറഞ്ഞതും രണ്ടാമതു പറഞ്ഞതുംകൂടി ചേർത്തു വായിക്കുകയായിരുന്നു പഞ്ചു. അവന്റെ മുഖം തെളിഞ്ഞു.

"അപ്പോൾ അളിയൻ എന്നെ കൊണ്ടുപോകും അല്ലേ?"

അവൻ തല കുലുക്കി. പഞ്ചു അവനെ കെട്ടിപ്പിടിച്ചു.

** ** **

ദിവസങ്ങൾ ഇഴഞ്ഞുനീങ്ങി.

റോവേഴ്സ് കപ്പ് ഫൈനൽ.

കഴിഞ്ഞ വർഷത്തെ ഗോൾഡ് കപ്പ് ചരിത്രം ആവർത്തിച്ചിരി

ക്കുന്നു. കൽക്കത്ത അലിമാവോ ബ്രദേഴ്സും കേരളാപോലീസും തമ്മിൽ ഏറ്റുമുട്ടുന്നു.

ഇത്തവണ കേരളാപോലീസും നല്ല ഫോണിലാണ്. കഴിഞ്ഞ വർഷം ഗോൾഡ് കപ്പിലെ പരാജയത്തിനു മധുരമായി പ്രതികാരം തീർക്കുവാൻ അവർക്ക് അവസരം കിട്ടിയിരിക്കുന്നു.

ഇതവർ മുതലാക്കും എന്നുതന്നെ വിദഗ്ധരിൽ പലരും അഭിപ്രായപ്പെട്ടു.

എന്നാൽ മത്സരദിവസം രാവിലെമുതൽ പോലീസ് ടീമിലെ സബ്സ്റ്റിറ്റ്യൂട്ടായി ഉപയോഗിക്കുന്ന ഒരു കളിക്കാരനെ കാണാനില്ല.

സൈമണെ.

അവൻ എവിടെപ്പോയി എന്നാർക്കും അറിയില്ല. രാവിലെ അവൻ കൈലിയുടുത്ത് ഗേറ്റു കടന്ന് പുറത്തേക്ക് പോകുന്നത് ശങ്കർ കണ്ടതാണ്.

പക്ഷേ പിന്നീടൊരു വിവരവുമില്ല.

** ** **

മത്സരം ആരംഭിക്കേണ്ട നേരമായി.

ക്യാപ്റ്റൻമാർ തമ്മിൽ ഹസ്തദാനം നൽകിയപ്പോൾ ശങ്കറും പ്രതാപും കണ്ണിൽ കണ്ണിൽ നോക്കി.

ഷേക്ക് ഹാൻഡ് നല്കിയ കൈകൾ മുറുകി.

പക്ഷേ ഇവിടെ ഒന്നുംപാടില്ല. കൈകൾ അയഞ്ഞു.

വിസിൽ മുഴങ്ങി.

മത്സരം തുടങ്ങി.

തുടക്കം മുതൽ പ്രതാപും കൂട്ടരും ഇരച്ചുകയറി. പക്ഷേ പോലീസ് പ്രതിരോധനിര ശക്തമായിരുന്നു. ഇപ്പോൾ പ്രതിരോധനിരയുടെ മദ്ധ്യഭാഗം കാക്കുന്നത് ശങ്കറാണ്.

കാണികൾ ശ്വാസമടക്കിപ്പിടിച്ച് കാത്തിരുന്നു.

എങ്ങനെയെങ്കിലും ഒരു ഗോൾ നേടുക എന്ന ലക്ഷ്യത്തോടെ ഇരുകൂട്ടരും പൊരുതുകയാണ്.

പരുക്കൻ അടവുകളും പുറത്തെടുക്കപ്പെട്ടു.

പ്രതാപ് പലകുറി തറയിൽ വീണു.

എന്നിട്ടും ആർക്കും ഗോളടിക്കാൻ കഴിയുന്നില്ല. മത്സരം ആദ്യപകുതി അവസാനിച്ചു.

** ** **

ടോർച്ചർ റൂം.

ടേബിളിൽ മലർന്നു കിടക്കുകയായിരുന്നു അണ്ടർവെയർമാത്രം ധരിച്ച സൈമൺ.

ചുറ്റും കൂടിനിന്നിരുന്ന സി.ബി.ഐ. ഉദ്യോഗസ്ഥന്മാരെ അവൻ പകപ്പാടോടെ നോക്കി.

"നീ ഒരു ഫുട്ബോൾ കളിക്കാരനാണ്. നിന്റെ കാലുകൾ രണ്ടും ഞങ്ങൾ തല്ലിയൊടിക്കേണ്ടെങ്കിൽ മര്യാദയ്ക്ക് സത്യം പറഞ്ഞു കൊള്ളണം.."

"പറയാം സാർ..."

അവനു അതേ നിവൃത്തിയുണ്ടായിരുന്നുള്ളൂ...

രാവിലെ ഗേറ്റുകടന്ന് റോഡിലേക്കിറങ്ങാൻ തോന്നിയ നിമിഷങ്ങളെ മനസ്സിൽ ശപിക്കുകയായിരുന്നു സൈമൺ. കാത്തു കിടക്കുകയായിരുന്നുവെന്ന് തോന്നുന്നു ഇവർ. പരുന്ത് കോഴിക്കുഞ്ഞിനെ റാഞ്ചുന്നതുപോലെയല്ലേ തന്നെ ഇവർ പിടിച്ചുകൊണ്ടു പോന്നത്.

"സത്യത്തിൽ അല്പംപോലും വെള്ളം ചേർക്കാതിരുന്നാൽ നിന്നെ മാപ്പുസാക്ഷിയാക്കാൻ ശ്രമിക്കാം..."

അവൻ സമ്മതിച്ചു.

"ശരിക്കും പറഞ്ഞാൽ അന്ന് പ്രതാപിന്റെ സഹോദരിക്ക് എന്താണ് സംഭവിച്ചത്?"

"അത്...അത്" സൈമൺ പരതി.

"ടെൽമീ..."അവരിൽ ഒരാൾ ടേപ്പ് റിക്കോർഡർ ഓൺചെയ്തു കഴിഞ്ഞിരുന്നു.

അവൻ പറഞ്ഞുതുടങ്ങി.

** ** **

മത്സരം രണ്ടാംപകുതി ആരംഭിച്ചു. ഇരുകൂട്ടരും പുതിയ തന്ത്രങ്ങളുമായാണ് സ്റ്റേഡിയത്തിലിറങ്ങിയിരിക്കുന്നത്.

അലിമാവോ ബ്രദേഴ്സിനെ പരാജയപ്പെടുത്തുക എന്നത് പോലീസിന്റെ പ്രസ്റ്റീജ് പ്രശ്നമാണ്.

അതിനുവേണ്ടി അവർ പൊരുതി.

രണ്ടാം പകുതിയുടെ എട്ടാം മിനിട്ടിൽ അവർ ലക്ഷ്യം കാണുകയും ചെയ്തു. പോലീസ് ടീമിലെ പുതിയ കളിക്കാരൻ ജാഫറാണ് ആ മനോഹരമായ ഗോൾ നേടിയത്.

പ്രതാപിന്റെ ആരാധകർ ഞെട്ടിപ്പോയി.

അലിമാവോ ബ്രദേഴ്സ് തോൽക്കുകയാണോ?

പൊലീസ് ടീമിന് കൂടുതൽ ഉത്സാഹമായി.

പോപ്സൺ അലിമാവോയുടെയും ഗബ്ബാർസിംഗിന്റെയും നെഞ്ചിടിച്ചു.

അലിമാവോ ബ്രദേഴ്സ് ഉണർന്നു കളിക്കുന്നുണ്ടെങ്കിലും ഗോളുകൾ ഒന്നും വീഴുന്നില്ല.

പ്രതാപിന്റെ കാലുകൾ ഇടറുന്നുണ്ടോ?

അവനും വല്ലാതെ നിരാശനായിക്കൊണ്ടിരിക്കുകയാണ്.

മത്സരം അവസാനിക്കാൻ പത്തുമിനിട്ടുകൾ മാത്രം ഗബ്ബാർസിംഗ് അസ്വസ്ഥനായി.

ഇപ്പോൾ ആരെയെങ്കിലും മാറ്റി സബ്സ്റ്റിറ്റ്യൂട്ടിനെ ഇറക്കുവാനും അദ്ദേഹം മടിച്ചു.

ചിലപ്പോൾ അത് കളിയെ ആകെ തകർത്തെന്നും ഇരിക്കും.

സമയം കൊഴിയുന്നു.

മത്സരം അവസാനിക്കാൻ ഇനി അഞ്ചുമിനിട്ട്. പോലീസ് ടീമിനെ അനുകൂലിക്കുന്നവർ ഗ്യാലറിയിൽ നൃത്തം ചെയ്യാൻ തുടങ്ങിയിരുന്നു.

മുൻക്യാപ്റ്റൻ സുഖ്ദേവിന് കിട്ടിയ പന്ത് പ്രതാപിലേക്ക് ലോംഗ് പാസ്.

അവൻ അത് പിടിയിലൊതുക്കി മുന്നോട്ട്.

പോലീസ് ടീം ഈച്ചയെപ്പോലെ അവനെ വളഞ്ഞു.

അവൻ പന്തുമായി പിൻതിരിഞ്ഞു. പിന്നെ നിശാന്തിലേക്ക് ഷോർട്ട് പാസ്. അവനെ അറ്റാക്ക് ചെയ്യാൻ കളിക്കാരെത്തിയപ്പോഴേയ്ക്കും വീണ്ടും പ്രതാപിലേക്ക് പന്ത്.

അവൻ കുതിച്ചു.

കാണികൾ ആവേശം പൂണ്ടു. മുന്നിൽ വന്യമായ മുഖഭാവത്തോടെ ശങ്കർ. പ്രതാപ് ഒന്ന് വെട്ടിത്തിരിഞ്ഞു. ശങ്കറുടെ കണ്ണുതള്ളി. ഗോളി ആഡ്വാൻസ് ചെയ്തു.

പ്രതാപിന്റെ ഇടതുകാൽ ബോൾകൊണ്ട് വെടിയുണ്ട പായിച്ചു.

"ഗോൾ"

പ്രതാപ് പിന്തിരിഞ്ഞോടി.

പോലീസ് ടീം അനുകൂലികളുടെ നൃത്തം നിലച്ചു. അലിമാവോ ബ്രദേഴ്സ് അനുകൂലികൾ നൃത്തം തുടങ്ങി.

കൂട്ടുകാർ പ്രതാപിനെ സന്തോഷത്തോടെ ആശ്ലേഷിച്ചു.

ഗബ്ബാർസിംഗിന്റെ മുഖം തെളിഞ്ഞു.

സമനില നേടിയല്ലോ ആശ്വാസം.

എക്ട്രാ ടൈമിൽ പ്രതാപ് ഗോൾ നേടും തീർച്ച.

ശങ്കർ കൈകൾകൊണ്ട് തലയ്ക്കടിച്ചു.

മിനിട്ടുകളുടെ വ്യത്യാസത്തിൽ തങ്ങൾ വിജയത്തിൽ നിന്നും ഒരുപാട് അകന്നിരിക്കുന്നു. ഛേ...ഒരു നിമിഷത്തെ അശ്രദ്ധകൊണ്ടു വന്ന തെറ്റ്...

മത്സരം അവസാനിക്കാൻ ഇനി നാലു മിനിട്ട്... എക്സ്ട്രാ ടൈമും കളിച്ചേ മതിയാകൂ. പന്ത് വീണ്ടും മൈതാന മദ്ധ്യത്തിൽ.

പോലീസ് ടീം ഇരച്ചുകയറി.

അലിമാവോയുടെ പ്രതിരോധം പന്തു തടഞ്ഞു.

പ്രതിരോധനിരയുടെ നായകൻ മസ്കാൻ പന്ത് നീട്ടിയടിച്ചു.

മൈതാനമദ്ധ്യത്തിൽ ഫ്രീയായി നില്ക്കുകയായിരുന്നു പ്രതാപ്. എതിർടീമിന്റെ മൂന്നു ഡിഫൻഡർമാരൊഴികെ എല്ലാവരും ബോളിന്റൊപ്പം തങ്ങളുടെ വിംഗിലേക്ക് ഇരച്ചു കയറിയിരിക്കുകയാണെന്ന് പ്രതാപ് കണ്ടു.

അവൻ പന്തുമായി പാഞ്ഞു.

മൂന്ന് ഡിഫന്റർമാർ പ്രതാപിനു മുന്നിൽ ഒന്നുമല്ല.

മൂന്നുപേരെയും വഴിതെറ്റിക്കാൻ അവനു മൂന്നു സെക്കന്റു മതി.

അതുതന്നെ സംഭവിച്ചു.

കോപത്തോടെ ഓടിവന്ന പ്രതാപിന്റെ കാലിനു തട്ടിയ ശങ്കറിനും ലക്ഷ്യം പിഴച്ചു. മുകളിലേക്ക് പ്രതാപ് ചാടിയുയർന്നപ്പോൾ ശങ്കർ തനിയെ തറയിൽവീണു.

മുന്നിൽ ഗോളി മാത്രം.

ഗോളിയുടെ നിസ്സഹായാവസ്ഥ പ്രതാപ് കണ്ടു.

അവൻ പന്തടിച്ചില്ല. ഗോളി ഓടിവന്നു. ഗോളിയേയും വെട്ടിച്ച് പ്രതാപ് മുന്നേറി. മുന്നിൽ ആളൊഴിഞ്ഞ ഗോൾപോസ്റ്റ്. അവൻ അകത്തേക്ക് പന്തു തട്ടിയിട്ടു. രണ്ടുവർഷം മുമ്പ് ബാംഗ്ലൂരിൽ വച്ച് പ്രതാപ് ഫെഡറേഷൻ കപ്പിൽ നേടിയ അതേപോലൊരു ഗോൾ.

ആരവത്താൽ വേദി ഇളകി മറിഞ്ഞു.

മത്സരം അവസാനിക്കാൻ സെക്കന്റുകൾ മാത്രം ഉള്ളപ്പോൾ പുറത്തൊരു പോലീസ് വാൻ വന്നു നിന്നു.

അതിൽ നിന്നും സൈമണേയും കൂട്ടി സി.ബി.ഐ. ഉദ്യോഗസ്ഥൻമാർ ഇറങ്ങി.

മത്സരം അവസാനിച്ചു. ഗബ്ബാർ സിംഗും പോപ്സൺ അലിമാവോയും ഓടിവന്ന് പ്രതാപിനെ കെട്ടിപ്പിടിച്ചു. റോവേഴ്സ് കപ്പ് ഏറ്റുവാങ്ങുമ്പോൾ പ്രതാപിന്റെ കണ്ണുകൾ നിറഞ്ഞിരുന്നു.

"പ്രതാപ്...പ്രതാപ്...." എന്നുള്ള ശബ്ദം അന്തരീക്ഷത്തിൽ അലയടിച്ചു. അവർ തിരികെ ഹോട്ടലിലേക്ക് മടങ്ങാൻ നേരമാണ് അതുണ്ടായത്. ശങ്കറെയും ആൻഡ്രൂസിനെയും കൂടി സി.ബി.ഐ. ഓഫീസേഴ്സ് കസ്റ്റഡിയിലെടുത്തു.

മുഖ്യമന്ത്രിയുടെ പുത്രൻ റാം ഗബ്രിയേൽ പ്രതാപിന്റെ അടുത്തെത്തി.

"സോറി മി. പ്രതാപ് നിങ്ങളുടെ സഹോദരിയെ ആ കാപാലികൻമാർ കൊന്നുകളഞ്ഞു. ശങ്കറുടെ ഒരു രഹസ്യവീട്ടിൽ നിന്നും മൃതദേഹത്തിന്റെ ഭാഗങ്ങൾ കണ്ടെത്തിക്കഴിഞ്ഞു. കൂടാതെ തിമ്മരാജഗൗഡയെ ശങ്കറാണിവിടെ വരുത്തിയതെന്നുള്ളതിന്റെയും വ്യക്തമായ തെളിവുകൾ സി.ബി.ഐ.യുടെ പക്കൽ ലഭിച്ചിട്ടുണ്ട്. ഇനി അവർക്ക് മോചനമില്ല..."

പ്രതാപ് സ്തംഭിച്ചുനിന്നു.

തന്റെ ശ്രീദേവിചേച്ചി....

** ** **

കൽക്കത്തയ്ക്കുള്ള മടക്കയാത്ര.

പ്രതാപിനോടൊപ്പം പഞ്ചുവും ഒരുങ്ങിക്കഴിഞ്ഞപ്പോഴാണ് റാം ഗബ്രിയേൽ അവിടെയെത്തിയത്.

"പ്രതാപ് ...ഞാൻ ഒരു കാര്യം പറഞ്ഞാൽ നീ നിരസിക്കരുത്. നിന്റെ പഴയ സുഹൃത്തായാണ് ഞാനിതു പറയുന്നത്..."

"എന്റെയടുത്ത് സംസാരിക്കാൻ നിനക്ക് മുഖവുരയോ?" പ്രതാപ് ചിരിച്ചു.

റാം പറഞ്ഞു തുടങ്ങി.

"നിന്നെ എന്തു വില കൊടുത്തും അലിമാവോ ബ്രദേഴ്സിൽ നിന്നും തിരികെ വാങ്ങണമെന്നാണ് ഗവൺമെന്റിന്റെ തീരുമാനം. നീ എതിർക്കരുത്. സബ് ഇൻസ്പെക്ടറായിത്തന്നെ ആദ്യത്തെ അപ്പോയിന്റ്മെന്റ് എന്താ..."

പ്രതാപ് ചിന്തിച്ചുനിന്നു. തന്നെ ഉയർത്തിക്കൊണ്ടുവന്നത് പോലീസ് ടീമാണ്. തന്നെ തളർത്തിയതും. എന്നാലും സ്വന്തം മണ്ണിനുവേണ്ടി മത്സരിക്കുന്ന സുഖം മറ്റൊരിടത്തും കിട്ടുകയില്ല.

അവൻ റാം ഗബ്രിയേലിനെ നോക്കി സന്തോഷത്തോടെ ചിരിച്ചു.

**

www.ingramcontent.com/pod-product-compliance
Lightning Source LLC
LaVergne TN
LVHW100802051026
849519LV00006B/1939